हिलरी क्लिंटन

जगभरातल्या स्त्री-पुरुषांना प्रेरणा देणारी तेजशलाका

अतुल कहाते

मेहता पब्लिशिंग हाऊस

Please contact us at **Mehta Publishing House,** Pune 411030.
© +91 020-24476924 / 24460313 / Mob. No. 9545000513
Email : production@mehtapublishinghouse.com
Website : www.mehtapublishinghouse.com

- *या पुस्तकातील लेखकाची मते, घटना, वर्णने ही त्या लेखकाची असून त्याच्याशी प्रकाशक सहमत असतीलच असे नाही.*

HILLARY CLINTON by ATUL KAHATE

हिलरी क्लिंटन : अतुल कहाते / व्यक्तिचरित्र

Email : author@mehtapublishinghouse.com

प्रकाशक : सुनील अनिल मेहता, मेहता पब्लिशिंग हाऊस,
१९४१ सदाशिव पेठ, माडीवाले कॉलनी, पुणे – ३०.

मुद्रक : ट्रिनिटी अ‍ॅकॅडमी फॉर कॉर्पोरेट ट्रेनिंग लिमिटेड,
नऱ्हे इंडस्ट्रिअल एरिया, नऱ्हे, पुणे – ४१.

मुखपृष्ठ : मेहता पब्लिशिंग हाऊस

प्रकाशनकाल : फेब्रुवारी, २०२०

किंमत : ₹ २७०

P Book ISBN 9789353174125
E Book ISBN 9789353174132
E Books available on : amazonkindle Apple Books Google Play Books

---

नरेंद्र (श्री), माणिक, भरत, प्रसाद, प्राची, सौमित्र
या जणू सख्ख्याच असलेल्या भावंडांना

अभिप्राय

कर्तृत्ववान हिलरींची प्रेरणादायी कहाणी...

— दैनिक लोकमत १६-०२-२०२०

प्रस्तावना

२०१२ मध्ये बराक ओबामानं अमेरिकी राष्ट्रपतिपदासाठीची निवडणूक जिंकली, तेव्हा २०१६ मध्ये हिलरी क्लिंटन अमेरिकेची राष्ट्रपती होणार हे जवळपास नक्की झालं. ओबामा आणि हिलरी हे दोघंही एकाच राजकीय पक्षाचे नेते आहेत. दोघंही डेमोक्रॅटिक पक्षाचं प्रतिनिधित्व करतात. २००८ मध्ये डेमोक्रॅटिक पक्षातर्फे अमेरिकी राष्ट्रपतिपदासाठीची निवडणूक लढवायला दोघंही उत्सुक होते. अमेरिकेमधल्या निवडणूक प्रक्रियेनुसार एका पक्षातर्फे उमेदवारी मिळवण्यासाठी उत्सुक असलेल्या सगळ्या लोकांमध्ये आधी शर्यत लागते आणि ही शर्यत जो जिंकेल तो त्या पक्षाचा उमेदवार ठरतो. या शर्यतीत इतरही काही नेते होते; पण मुख्य शर्यत ओबामा आणि हिलरी यांच्यामध्ये होती. हिलरी ही शर्यत जिंकेल असं बऱ्याचजणांना वाटत असलं तरी आपल्या अत्यंत प्रभावी वक्तृत्वाच्या जोरावर ओबामानं बाजी मारली. २००८ मध्ये ओबामा अमेरिकेचा ४ वर्षांच्या कार्यकालासाठी राष्ट्रपती झाला. नियमानुसार २०१२ मध्ये ओबामाला परत एकदा राष्ट्रपतिपदासाठीची उमेदवारी जाहीर करण्याची परवानगी होती. ओबामा लोकप्रिय असल्यामुळे २०१२ मध्ये डेमोक्रॅटिक पक्षाचा परत एकदा उमेदवार बनला आणि आपल्या विरोधातल्या रिपब्लिकन पक्षाच्या मिट रॉम्नीला हरवून परत एकदा राष्ट्रपती बनला.

२०१६ मध्ये मात्र ओबामाला अमेरिकी नियमांनुसार परत एकदा उमेदवार बनणं शक्य नव्हतं. २००८ मध्ये ओबामाबरोबर अंतर्गत पक्षातलीच शर्यत हरलेल्या हिलरीला आता संधी होती. तिनं उमेदवारी जाहीर केली. पक्षांतर्गत शर्यत जिंकून ती डेमोक्रॅटिक पक्षाची उमेदवारही बनली. हे सगळं अपेक्षितच होतं. तिचा सामना आता रिपब्लिकन पक्षाची अंतर्गत शर्यत अत्यंत अनपेक्षितपणे जिंकलेल्या डोनाल्ड ट्रम्पशी होता. हिलरी-ट्रम्प लढा अगदीच एकतर्फी होणार याविषयी कुणाच्याच मनात शंका नव्हती. प्रचंड राजकीय पार्श्वभूमी, आर्थिक बळ आणि अनुभव असलेली हिलरी विरुद्ध अक्षरशः ‘विदूषक’ म्हणून हिणवला जाणारा ट्रम्प हा लढा नुसता नावापुरताच आहे. फक्त किती बहुमतानं हिलरी जिंकते एवढंच बघायचं असं सगळेजण म्हणत राहिले.

९ नोव्हेंबर २०१६ चा तो दिवस मी कधीच विसरू शकणार नाही. अत्यंत उत्कंठेनं या निवडणुकीची सगळी प्रक्रिया वर्तमानपत्रं, नियतकालिकं, टीव्ही आणि इंटरनेट या सर्व माध्यमांवर अनेक महिने अधाशीपणानं अनुभवल्यानंतर लागलेला निकाल अक्षरशः सुन्न करणारा होता. हिलरी क्लिंटनला डोनाल्ड ट्रम्पनं पराभूत केलं होतं. डोनाल्ड ट्रम्प अमेरिकेचा राष्ट्रपती झाला होता! डोकं काम करेनासं झालं. समोर दिसणारी दृश्यं खोटी असावीत असं वाटू लागलं. भावना गोठून गेल्या.

आपलं असं झालं असेल तर त्या हिलरीचं काय झालं असेल? तिचीच ही कहाणी!

अनुक्रमणिका

पराभव आणि निराशा । १
बालपण । ८
पायाभरणी । १३
वेलस्ली ते येल । १९
बिलचं आगमन । ३२
राष्ट्रपतीला पदच्युत करण्यात सहभाग । ४१
विवाहाच्या बंधनात । ४८
चेल्सीचं आगमन । ५६
चढउतारांची मालिका । ६३
'व्हाईट हाउस'मध्ये प्रवेश । ७३
काटेरी 'फर्स्ट लेडी' पद । ८१
अपयशाची धनी । ९०
लज्जास्पद घटनाक्रम । ९९
मोनिका लुईन्स्की । १०७
न्यू यॉर्कची सिनेटर? । ११६
राजकारणात थेट प्रवेश । १२३
९/११ । १३०
आता नजर राष्ट्रपतिपदाकडे । १३६
कडवी झुंज आणि पराभव । १४२
परराष्ट्रमंत्री । १५०
बिन लादेनचा खात्मा । १५६
लीबियातलं बेनगाझी प्रकरण । १६३
अघटित! । १६९
संदर्भ सूची । १७४

पराभव आणि निराशा

पराभवाला माणूस कसा सामोरा जातो यावरून त्या माणसाची खरी ओळख पटते असं म्हणतात. ७ जून २००८ या दिवशी आपल्या पराभवाचा स्वीकार अत्यंत दिलदारपणे करताना हिलरी क्लिंटननं केलेलं भाषण तिच्या आयुष्यामधलं आजवरचं सर्वोत्कृष्ट भाषण असल्याचं मानलं जातं. त्याआधी जवळपास वर्षभर आधी हिलरीनं आपल्याला डेमोक्रॅटिक पक्षाच्या वतीनं राष्ट्रपतिपदाची उमेदवारी मिळावी यासाठी अक्षरशः जिवाचं रान केलं होतं. सातत्यानं सभा घेणं, भाषणं करणं, मतदारांशी शक्य तितक्या सगळ्या माध्यमांमधून संपर्क साधणं, आपणच या उमेदवारीसाठी कसे लायक आहोत हे सगळ्यांना पटवून देण्यासाठी प्रयत्न करणं याशिवाय दुसरी गोष्ट तिला या काळात जणू माहीतच नसावी, अशा रीतीनं तिचं काम सुरू होतं. तिलाच ही उमेदवारी मिळणार आणि त्यानंतर डेमोक्रॅटिक पक्षाच्या वतीनं राष्ट्रपतिपदाची निवडणूक लढवून रिपब्लिकन पक्षाच्या प्रतिस्पर्ध्याला हरवून ती राष्ट्रपती बनणार, असं चित्र लगेचच निर्माण झालं. हिलरीनं डेमोक्रॅटिक पक्षाच्या उमेदवारीसाठीच्या शर्यतीत जोरदार आघाडी मिळवली. तेवढ्यात इलिनॉय राज्यामधल्या एका कृष्णवर्णीय तरुणानंही आपली उमेदवारी जाहीर केली आणि बघताबघता लोकांची मनं लीलया जिंकली. काही काळातच डेमोक्रॅटिक पक्षाच्या वतीनं उमेदवारी मिळवण्यासाठी हिलरी आणि बराक ओबामा हा तो तरुण यांच्यामध्ये जोरदार स्पर्धा सुरू झाली. अटीतटीच्या या शर्यतीत अखेर ओबामानं बाजी मारली. हिलरीचं स्वप्न भंगलं.

बिल क्लिंटन या आपल्या पतीच्या राष्ट्रपतिपदाच्या कार्यकालात अमेरिकेची 'फर्स्ट लेडी' म्हणून तब्बल आठ वर्षं 'व्हाईट हाउस'मध्ये राहिलेल्या हिलरीची पार निराशा झाली. तरीसुद्धा आपलं नैराश्य साफ झटकून हिलरीनं आता अमेरिकी जनतेला ओबामाच्या पाठीशी उभं राहायला सांगितलं. आपली डेमोक्रॅटिक पक्षाचा उमेदवार म्हणून निवड न होता ओबामाची निवड झालेली असली तरी अमेरिकी लोकांनी डेमोक्रॅटिक पक्षालाच मतं द्यावीत, असा तिचा यामागचा स्पष्ट हेतू होता.

अमेरिकी राजकारणाच्या परंपरेला हे धरूनच होतं. आपल्या भाषणात हिलरी 'आपण सगळे इथं ज्या कारणासाठी जमलेलो आहोत ते कारण खरं म्हणजे मी गृहीत धरलं नव्हतं; पण मला इथं जमलेले सगळे लोक खूप आवडतात हे मात्र अगदी नक्की' असं म्हणाली. त्यानंतर 'सार्वजनिक आयुष्यामध्ये सेवा करणं म्हणजेच सर्वसामान्य लोकांचे प्रश्न सोडवणं अशी माझी धारणा आहे ... त्यांची स्वप्नं साकार करण्यासाठी झटणं मला खूप आवडतं आणि म्हणूनच मी माझी उमेदवारी जाहीर केली होती ... आता मात्र जर मलाच उमेदवारी मिळायला हवी होती किंवा ती मिळाली असती तर काय झालं असतं या गोष्टींमध्ये कृपा करून आपला वेळ अजिबात घालवू नका ... अशा प्रकारे जे घडलं त्याचा विचार करत राहण्यानंच आपली प्रगती खुंटते, हे विसरू नका ... आयुष्य हे खूप छोटं असतं ... काळ कुणासाठी थांबत नसतो ... जे घडणार आहे ते भव्यदिव्य असल्यामुळे जे घडलं नाही त्याविषयी उगीचच कुढत बसू नका ... भव्यदिव्य स्वप्नं बघा आणि ती साकार करण्यासाठी रात्रंदिवस झटत राहा ... आपल्या प्रवासात जर आपण अडखळलो तर निराश होऊ नका आणि आपण जर पडलो तर पुन्हा सावरून चालू लागा ... आपण आपला प्रवास थांबवला पाहिजे असं कुणी सांगितलं, तर त्याकडे साफ दुर्लक्ष करा ...' असं ती म्हणाली.

आपल्या उमेदवारीसाठीच्या प्रचाराच्या काळात हिलरीनं कधीच अमेरिकेमध्ये प्रथमच महिला राष्ट्रपती बनण्याची शक्यता निर्माण झाली असल्याचं विधान केलं नव्हतं. किंबहुना अमेरिकेमध्ये यापूर्वी कुठल्याही महिलेला राष्ट्रपतिपदासाठीच्या निवडणुकीसाठीची उमेदवारीसुद्धा मिळालेली नव्हती. तरीही हिलरीनं जाणीवपूर्वकरीत्या यावर भाष्य करायचं टाळलं. आज मात्र तिनं आपल्या भावनांना वाट करून दिली. म्हणूनच 'मी जेव्हा माझी उमेदवारी जाहीर केली तेव्हा सगळीकडे प्रत्येक जणाच्या मनात एकच प्रश्न होता : एक महिला अमेरिकेची राष्ट्रप्रमुख बनू शकते का? ... मला वाटतं गेल्या काही महिन्यांमध्ये त्यांना याचं उत्तर मिळालेलं असावं ...'. अजूनही आपलं स्त्रीत्व आपल्या प्रगतीमध्ये अडचण ठरत असल्याची खंत तिनं व्यक्त केली; पण आपल्या या निर्धारामुळे भविष्यात अमेरिकी जनता महिलांना सर्वोच्च पदापर्यंत पोहोचण्यासाठी नक्कीच मदत करेल, अशी आशाही तिनं व्यक्त केली.

आपल्या भाषणामुळे हिलरीनं अमेरिकी जनतेलाच नव्हे, तर ज्या माणसाकडून आपल्याला पक्षांतर्गत पराभव स्वीकारावा लागला त्या बराक ओबामाचं मनही जिंकून घेतलं. हिलरीचं कर्तृत्व खरोखरच मान्य करत ओबामानं राष्ट्रपतिपदाची निवडणूक काही महिन्यांनी जिंकल्यानंतर हिलरीला आपल्या मंत्रिमंडळात परराष्ट्रमंत्री हे अत्यंत महत्त्वाचं खातं देत तिचा गौरव केला. हिलरीनंही हे आव्हान स्वीकारलं. एकूणच आपल्या आयुष्याचा प्रवासच तिनं या प्रकारच्या परस्परविरोधी वाटणाऱ्या

नाट्यमय घटनांमधून जात केला होता. यशस्वी वकील म्हणून प्रगतिपथावर असताना तिनं ते सगळं सोडून बिल क्लिंटन या आपल्या पतीसह अर्कान्सॉ राज्यात मुक्काम हलवायचा धाडसी निर्णय घेतला होता. तिथं वकिलीच्या व्यवसायात घोडदौड करून नंतर 'फर्स्ट लेडी' होण्याचा बहुमान तिनं मिळवला. आपल्या पतीच्या राष्ट्रपतिपदाच्या काळातल्या लज्जास्पद लैंगिक प्रकरणामुळे झालेल्या बदनामीला ताठ मानेनं सामोरं जात हिलरी कालांतरानं न्यूयॉर्कची सिनेटर म्हणून निवडून आली. यापाठोपाठ तिनं अमेरिकी राष्ट्रपतिपदासाठी दावेदारी म्हणून डेमोक्रॅटिक पक्षाच्या वतीनं उमेदवारी जाहीर केली. त्यात अपयश आल्यानंतर बराक ओबामाच्या राष्ट्रपतिपदाच्या कार्यकालात तिनं परराष्ट्रमंत्री म्हणून अत्यंत अवघड कामगिरी चोखपणे निभावली. ओबामाच्या राष्ट्रपतिपदाच्या कारकिर्दीचे चार वर्षांचे दोन टप्पे संपण्याच्या सुमाराला हिलरी पुन्हा एकदा जिद्दीनं डेमोक्रॅटिक पक्षाच्या उमेदवारीच्या रिंगणात उतरली. या खेपेला काहीही करून राष्ट्रपतिपदापर्यंत मजल मारायचीच, असा निर्धार केलेल्या हिलरीनं डेमोक्रॅटिक पक्षाच्या अंतर्गत निवडणुकीत बाजी मारली आणि नंतर रिपब्लिकन प्रतिस्पर्ध्याचा पराभव करून महिला असून, जगातल्या सगळ्यात महत्त्वाच्या पदावर पोहोचण्याचा अभूतपूर्व पराक्रम करण्याच्या ती अगदी जवळ आली.

१९९३ मध्ये अमेरिकेची 'फर्स्ट लेडी' बनल्यापासून 'गॅलप' या प्रसिद्ध संस्थेनं केलेल्या वार्षिक सर्वेक्षणात बावीसपैकी एकोणीस वर्षं अमेरिकी जनतेनं हिलरीची 'सगळ्यात आदरणीय महिला' म्हणून निवड केली आहे. फक्त मदर तेरेसांनी दोन वेळा आणि माजी राष्ट्रपती जॉर्ज बुश यांची पत्नी लॉरा हिनं एकदा हिलरीला या शर्यतीत मागे टाकलं. जागतिक पातळीवरसुद्धा महिलांच्या हक्कांसाठी लढण्यासाठी हिलरी प्रसिद्ध आहे.

आत्मविश्वासानं भारून गेलेली हिलरी क्लिंटन परिपूर्ण नक्कीच नाही. तिच्याकडून झालेल्या अनेक चुकांपैकी काही चुका तर आंतरराष्ट्रीय पातळीवर गाजल्या आहेत. अत्यंत गुप्तपणे आपलं काम करणं आणि उद्धटपणे वागणं, असे तिच्या स्वभावामधले दोषही अनेकांनी दाखवून दिले आहेत. एखाद्या चित्रपटतारकेप्रमाणे सातत्यानं दोन दशकं प्रसिद्धीच्या झोतात असूनसुद्धा हिलरीनं आपल्या खासगी आयुष्यामधले तपशील चिकाटीनं जपले आहेत. यामुळे माध्यमांशी ती जरा फटकूनच वागते. साहजिकच माध्यमांमध्ये तिच्याविषयी फार चांगलं लिहिलं/बोललं जात नाही. तरीसुद्धा हिलरीकडे दुर्लक्ष करणं माध्यमांना परवडण्यासारखं नसल्यामुळे ती प्रसिद्धीच्या वलयात कायम असतेच. हिलरीच्या आशाआकांक्षा, तिच्या वैवाहिक आयुष्यामधले चढउतार, तिचे पोशाख, तिची केशरचना याविषयी सातत्यानं भाष्य केलं जातं. 'टाईम' मासिकाच्या मुखपृष्ठावर हिलरीची छबी इतर कुठल्याही महिलेपेक्षा जास्त

वेळा झळकताना दिसते.

२०१६ सालची अमेरिकी राष्ट्रपतिपदाची निवडणूक टप्प्यात आल्याबरोबर हिलरीनं आपल्या भात्यात आठ वर्षं दडवून ठेवलेला बाण सोडला. १२ एप्रिल २०१५ या दिवशी तिनं डेमोक्रॅटिक पक्षाच्या वतीनं २०१६ सालच्या निवडणुकीची उमेदवारी मिळवण्यासाठी आपण उत्सुक असल्याचं जाहीर केलं. सदुसष्ट वर्षं वयाची हिलरी क्लिंटन परत एकदा राष्ट्रपतिपदासाठीच्या शर्यतीत आघाडीवर असेल असं चित्र लगेचच निर्माण झालं.

रिपब्लिकन पक्षातर्फे अनपेक्षितरीत्या उमेदवारी मिळवून डोनाल्ड ट्रम्पनं प्रचंड मोठा धक्का दिला. त्याची लढत अशाच प्रकारे डेमोक्रॅटिक पक्षातर्फे उमेदवारी मिळवणाऱ्या प्रतिस्पर्ध्याशी होणार होती. डेमोक्रॅटिक पक्षाच्या वतीनं काहीजणांनी आपली उमेदवारी जाहीर केली असली तरी या पक्षाची मुख्य उमेदवार अगदी सुरुवातीपासूनच हिलरी क्लिंटन होती. पूर्वी बिल क्लिंटन अमेरिकी राष्ट्रपती असताना 'फर्स्ट लेडी' असलेली हिलरी क्लिंटन २००८ मध्येच राष्ट्रपतिपदाच्या शर्यतीत उतरली होती. त्या वेळी बराक ओबामाच्या झंझावातापुढे ती टिकू शकली नाही आणि म्हणूनच ती डेमोक्रॅटिक पक्षाची उमेदवारही बनू शकली नाही. ओबामानं डेमोक्रॅटिक पक्षाची उमेदवारी मिळवली आणि त्यानंतर रिपब्लिकन पक्षाचा उमेदवार जॉन मॅक्केन याला पराभूत करत अमेरिकी राष्ट्रपतिपदावर आपलं नाव कोरलं. ओबामानंच २०१२ च्या निवडणुकीत रिपब्लिकन पक्षाच्या मिट रॉम्नीचा पराभव करून पुन्हा राष्ट्रपतिपदावर कब्जा केला. हिलरी क्लिंटननं ओबामाच्या मंत्रिमंडळात परराष्ट्रमंत्री म्हणून काम केलं.

अमेरिकेमधल्या नियमांनुसार ओबामाला तिसऱ्यांदा राष्ट्रपतिपदाच्या निवडणुकीसाठी उभं राहणं शक्य नसल्यामुळे नव्यानं डेमोक्रॅटिक पक्षाचा उमेदवार २०१६ च्या निवडणुकीसाठी ठरवण्यासाठीची स्पर्धा सुरू झाली. हिलरी क्लिंटनचं नाव आघाडीवर होतं. शेवटपर्यंत तीच आघाडीवर राहिली; फक्त बर्नी सँडर्स नावाच्या व्हरमाँट राज्याच्या सिनेटरनं तिला कडवी झुंज दिली. अखेर सँडर्सचे प्रयत्न अपुरे ठरले. हिलरी क्लिंटननं डेमोक्रॅटिक पक्षाच्या वतीनं उमेदवारी मिळवली.

हिलरी क्लिंटन आणि डोनाल्ड ट्रम्प यांच्यामधला सामना एकतर्फी होणार आणि हिलरी सहजपणे ट्रम्पवर बाजी मारणार असा अंदाज व्यक्त केला जात होता. एक तर हिलरी क्लिंटन राजकारणामध्ये बरीच वर्षं होती. न्यू यॉर्क राज्याची गव्हर्नर आणि अमेरिकेची परराष्ट्रमंत्री असा दांडगा अनुभव तिच्यापाशी होता. पूर्वी बिल क्लिंटन ८ वर्षं अमेरिकेचा राष्ट्रपती असताना हिलरीनं 'फर्स्ट लेडी'ची भूमिका समर्थपणे सांभाळली होती. तिच्या प्रचारासाठी डेमोक्रॅटिक पक्षाची सगळी यंत्रणा तर होतीच; पण शिवाय बिल क्लिंटन आणि बराक ओबामा यांच्यासारखे भन्नाट वक्ते

तिच्या मदतीला होते. याउलट ट्रम्पला कुणीच वाली नसल्यासारखी परिस्थिती होती. माध्यमांनी पूर्णपणे हिलरीला उचलून धरलं होतं. ट्रम्पची सगळीकडे निंदा होत होती. रिपब्लिकन पक्षामध्ये ट्रम्पनं घुसखोरी केल्यासारखी परिस्थिती असल्यामुळे ट्रम्प तिथेही उपराच होता. रिपब्लिकन पक्षाच्या मोठ्या नेत्यांनी त्याला जणू वाळीत टाकलं होतं. हिलरीचं बोलणं तोलामोलाचं आणि मुद्द्यांना धरून होतं. सगळ्या गोष्टींवरचं तिचं भाष्य सखोल आणि सर्वस्पर्शी होतं. शिवाय ती महिला असल्यामुळे ट्रम्पच्या आक्रस्ताळेपणापुढे तिचा सौम्यपणा उठून दिसत होता. तरीसुद्धा सातत्यानं हिलरी आणि ट्रम्प या दोघांनाही आपली पसंती नसल्याचं अमेरिकी उमेदवार म्हणत होते. या दोघांपैकी कमी वाईट असलेल्याला आपण निवडू असं लोक उघडपणे बोलत होते.

परराष्ट्रमंत्री असताना हिलरी क्लिंटननं आपल्या खासगी ई-मेल खात्याचा वापर करून देशाची सुरक्षा धोक्यात आणली असल्याचा मुद्दा यादरम्यान निघाला. अमेरिकेच्या गुप्तचर संस्थेनं या प्रकरणाची चौकशी सुरू केली असल्याच्या बातम्या पसरल्या. दरम्यान, रशियाचा सर्वेसर्वा व्लादिमीर पुतिनवर हिलरीनं सातत्यानं टीका केल्यामुळे ती अमेरिकी राष्ट्रपती होऊ नये यासाठी रशियानं प्रयत्न सुरू केले असल्याच्या बातम्याही पसरल्या. रशियन हॅकर्सनी डेमोक्रॅटिक पक्षाचे संगणक चोरून त्यामधला महत्त्वाचा मजकूर हस्तगत केल्याची प्रकरणं उघडकीला यायला लागली. ट्रम्पच्या सभांमध्ये अत्यंत आक्रमक भाषा आणि तिला मिळणारा जोरदार प्रतिसाद यामुळे अनेक लोक हबकले. सप्टेंबर महिन्यात हिलरीनं ट्रम्पच्या समर्थकांवर कडाडून टीका केली. ट्रम्पच्या बाजूनं बोलणाऱ्या लोकांपैकी निम्मेजण 'निषेध करण्याच्या लायकीचे' आहेत असं ती म्हणाली. हे लोक 'वर्णद्वेषी, कट्टरवादी, लिंगभेदी, इस्लामविरोधी' आहेत असा उल्लेख तिनं केला. ट्रम्पनं लगेचच हा मुद्दा उचलून आपल्या समर्थकांवर हिलरी विनाकारण टीका करत असल्याचं सांगितलं. आपली चूक लक्षात येताच आपल्याला ट्रम्पच्या समर्थकांपैकी 'निम्मे' लोक असे आहेत असं आपल्याला म्हणायचं नसल्याची सारवासारव तिनं केली. ट्रम्पनं मात्र या गोष्टीचा खूप फायदा उठवला. आपल्या सभांमध्ये गर्दी करणाऱ्या लोकांना तो चिथवायचा. तसंच 'तुम्हाला हिलरी क्लिंटननं काय विशेषणं लावली आहेत माहिती आहे ना?' असं मुद्दाम विचारायचा. लोक आरडाओरडा करायचे. हिलरीची निंदा करायचे. हिलरीनं परराष्ट्रमंत्री असताना स्वतःचं खासगी ई-मेल खातं वापरल्याचा मुद्दाही ट्रम्पनं उचलून धरला. अशा व्यक्तीच्या हाती राष्ट्रपतिपद देण्याचा धोका अमेरिका पत्करू शकत नाही असं तो म्हणायला लागला. इतकंच नव्हे, तर हिलरीची कृती म्हणजे गंभीर गुन्हा असून आपण राष्ट्रपती झाल्यावर तिला तुरुंगात डांबणार असल्याचं तो म्हणायला लागला. उपस्थितांना तो 'हिलरीचं मी काय करावं

असं वाटतं?' असं विचारे. त्यासरशी प्रेक्षकांमधून 'तिला तुरुंगात टाक' अशा घोषणा होत. यातूनच 'लॉक हर अप' ही कुप्रसिद्ध घोषणा जन्मली.

हिलरी आणि ट्रम्प यांच्यातला संघर्ष टोकाला जाऊन पोहोचला. बोलण्याची पातळीही घसरली; खास करून ट्रम्पच्या बाजूनं. ७ ऑक्टोबर २०१६ रोजी 'वॉशिंग्टन पोस्ट' वर्तमानपत्रानं २००५ च्या एका प्रसंगाची बातमी छापली आणि त्या घटनेचा व्हिडिओही जाहीर केला. यात एका टीव्ही कार्यक्रमासाठी बसमधून जात असताना ट्रम्प आणि त्याचा कार्यक्रमामधला एक सहकारी त्या कार्यक्रमामध्ये सहभागी होणाऱ्या स्त्रियांविषयी अत्यंत गलिच्छ भाषा वापरताना दिसतात. हा व्हिडिओ देशभर पसरला. तो टीव्हीवर दाखवण्यात आला. यामुळे ट्रम्पविषयी सगळीकडे प्रचंड चीड निर्माण झाली. ट्रम्पच्या प्रचार समितीनं या जुन्या व्हिडिओला फार महत्त्व देऊ नये अशी विनंती करत घडलेल्या प्रसंगाबद्दल माफी मागितली. अनेक रिपब्लिकन नेत्यांनी ट्रम्पला माघार घ्यायला सांगितलं. त्याच्या जागी त्यानं आपल्या उपराष्ट्रपतिपदासाठी निवडलेल्या माईक पेन्सला हिलरीबरोबरच्या लढतीत उतरवण्याचे बेत आखण्यात आले. ट्रम्पनं मात्र नेहमीप्रमाणेच ठाम भूमिका घेत आपण अजिबात स्पर्धेबाहेर पडणार नसल्याचं जाहीर केलं.

अमेरिकेमधल्या प्रथेप्रमाणे हिलरी क्लिंटन आणि डोनाल्ड ट्रम्प या उमेदवारांमध्ये वादविवादाच्या तीन फेऱ्या झाल्या. तिन्हींमध्ये हिलरीनं बाजी मारल्याचं दिसून आलं. असंच मत यानंतरच्या सर्वेक्षणांमध्येही लोकांनी दिल्याचं दिसून आलं. हिलरीचं पारडं जड असल्याचं स्पष्टपणे दिसत होतं. अखेरच्या क्षणी मात्र डेमोक्रॅटिक पक्षाच्या तोंडचं पाणी पळत असल्याचं दृश्य निर्माण झालं. साहजिकच ट्रम्प ऐन वेळी हिलरीला नमवण्याची भीती डेमोक्रॅटिक पक्षाला वाटत असल्याचं यातून दिसून आलं. राष्ट्रपती बराक ओबामानं घाईघाईनं महत्त्वाच्या ठिकाणी हिलरीचा प्रचार करण्यासाठी सभा घेतल्या. तसंच हिलरी आरामात जिंकेल अशा भ्रमात मतदारांनी घरी न राहता मतदान करायला आवर्जून बाहेर यावं असं आवाहन त्यानं केलं. जर आपण ही चूक केली तर ती आपल्याला प्रचंड महागात पडेल असा इशारा त्यानं दिला.

८ नोव्हेंबर २०१६ रोजी ठरल्याप्रमाणे मतदान झालं. ९ नोव्हेंबरच्या पहाटे ३ वाजता ५३८ मतांपैकी बहुमतासाठी आवश्यक असलेली २७० मतं मिळवून डोनाल्ड ट्रम्प अमेरिकेचा राष्ट्रपती झाला असल्याची अविश्वसनीय बातमी जगभर पसरली. सगळं जग अवाक झालं! भल्याभल्यांचे अंदाज चुकवून आणि बलाढ्य प्रतिस्पर्ध्याला नमवून डोनाल्ड ट्रम्प जगामधला सगळ्यात ताकदवान माणूस बनला होता! या निकालाला विरोध करणारे अनेक मोर्चे अमेरिकेत निघाले; पण अर्थातच त्यांचा काही उपयोग नव्हता.

२० जानेवारी २०१७ या दिवशी डोनाल्ड ट्रम्पनं ४५ वा अमेरिकी राष्ट्रपती म्हणून शपथ घेतली. ट्रम्पची कारकीर्द सुरुवातीपासूनच वादग्रस्त राहिली. अमेरिकेच्या राष्ट्रीय सुरक्षा परिषदेचा सल्लागार या महत्त्वाच्या पदावरून ट्रम्पनं फेब्रुवारी महिन्यात मायकेल फ्लिनला काढून टाकलं. रशियाबरोबरच्या आपल्या संभाषणाचे तपशील फ्लिननं लपवले असल्याचं आणि या संदर्भात तो अमेरिकी उपराष्ट्रपती माईक पेन्सशी खोटं बोलला असल्याचं कारण ट्रम्पनं दिलं. मे महिन्यात ट्रम्पनं अमेरिकेच्या गुप्तचर विभागाचा प्रमुख जेम्स कॉमीला बडतर्फ केलं. खरं म्हणजे या कॉमीनंच निवडणुकीच्या अगदी अखेरच्या क्षणी हिलरी क्लिंटननं आपलं खासगी ई-मेल खातं परराष्ट्रमंत्री असताना वापरल्याप्रकरणी तिच्यावर खटला भरला जाण्याची शक्यता असल्याचं विधान केलं होतं. यामुळेही जनमत मोठ्या प्रमाणात हिलरीच्या विरोधात वळलं असावं असं मानलं जातं.

या पार्श्वभूमीवर सुमारे चार दशकं राजकारण आणि समाजकारण यांच्यामध्ये घालवलेली हिलरी क्लिंटन नक्की कशी आहे याविषयी लोकांच्या मनातलं गूढ आणखी वाढतच गेलं...

◆

बालपण

ह्यू एल्सवर्थ रॉडहॅम आणि डोरोथी हॉवेल रॉडहॅम यांच्या पोटी जन्मलेलं पहिलं अपत्य तब्बल आठ पौंड (३.६२ किलो) वजनाचं होतं. यामुळे कन्यारत्नाच्या रूपानं जन्मलेली ही मुलगी 'जन्मतःच अगदी परिपक्व होती' असं मजेशीर विधान तिच्या आईनं केलं. २६ ऑक्टोबर १९४७ या दिवशी जन्मलेली हिलरी अमेरिकेसाठीच्या सुवर्णकाळात आलेल्या 'बेबी बूम'मध्ये यामुळे सहभागी झाली. म्हणजेच दुसऱ्या महायुद्धानंतर अमेरिकेमध्ये असलेल्या सुबत्तेच्या काळात अपत्यांच्या जन्मांची जणू लाटच आली होती. त्या काळात खरं म्हणजे हिलरी हे मुलांसाठीचं नाव समजलं जात असे. तरीसुद्धा आपल्या मुलीचं नाव 'हिलरी डायन' असं ठेवण्याचं धाडस तिच्या पालकांनी केलं खरं. हिलरीच्या जन्मानंतर काही वर्षांनी तिला टोनी नावाचा भाऊ लाभला. यानंतर हिलरीच्या पालकांनी आपल्या कुटुंबाचा मुक्काम शिकागोहून पार्क रिज नावाच्या उपनगरीय भागात हलवला. या ठिकाणी उत्तम सार्वजनिक शाळा, उद्यानं, उत्तमोत्तम घरं यांची रेलचेल होती. हिलरीच्या वडिलांनी इथंच एक दुमजली घर घेतलं. हवामान चांगलं असताना या परिसरातली मुलं एकत्र जमून लपंडाव, चोर-पोलीस तसंच चेंडूचे खेळ अशा गोष्टींमध्ये रमून जात. अर्थातच यामुळे सगळं आलबेल होतं असं नाही. वयाला साजेशी भांडणं मुलांमध्ये नेहमी होत. खास करून सुझी नावाची चार भाऊ लाभलेली एक मुलगी हिलरीला खूप त्रास देई. दमदाटी करून ती हिलरीला चोपही देई. यामुळे रडत-रडत हिलरी घरी येत असे. अशा वेळी हिलरीची आई तिची समजूत तर घालेच; पण विनाकारण कुणाकडूनही अन्याय सहन करायचा नाही, अशी शिकवणही तिला देत असे. शेवटी हिलरीनं तिथल्या तिथं सुझीला प्रत्युत्तर दिलं पाहिजे आणि गरज पडल्यास तिला मारही दिला पाहिजे, असं हिलरीला सांगून टाकलं. आपल्या मुलीनं विनाकारण कुणाकडून मानहानी पत्करणं तिला मान्य नव्हतं. यामुळे स्फुरण चढलेली चार वर्षीय हिलरी पुन्हा खेळायला गेली. सुझी तिथं तिची वाट बघतच होती. हिलरी

येताच सुझीनं तिची टर उडवली. या खेपेला मात्र हिलरी तयार होती. तिनं सुझीला जोरदार ठोसा मारला. त्याबरोबर सुझीची बोबडी वळली आणि तिनं हिलरीला त्रास देणं बंद केलं. हिलरीच्या आईनं आपल्या घराच्या खिडकीतून हे दृश्य बघत समाधान व्यक्त केलं.

आपल्यापेक्षा आपल्या मुलांना जास्त चांगलं आयुष्य लाभावं अशी प्रत्येक आईची इच्छा असते. तशीच इच्छा हिलरीच्या आईच्या मनातही होती. हिलरीच्या आईचं वय आठ असताना तिच्या आई-वडिलांचा घटस्फोट झाल्यामुळे लहानपणापासूनच हिलरीच्या आईला एकटेपणा सहन करावा लागला. आपल्या धाकट्या बहिणीसह ती निराश होऊन कसाबसा वेळ काढत असे. हिलरीची आई आणि तिची बहीण म्हणजेच हिलरीची मावशी यांना आपला मुक्काम आपल्या आईच्या आई-वडिलांच्या म्हणजेच आजोबा-आजींच्या घरी हलवावा लागला. हिलरीच्या आईची आजी खूपच कडक शिस्तीची भोक्ती होती. साहजिकच हिलरीच्या आईचं तिच्याकडचं आयुष्य एकदम उदास आणि कठोर झालं. वारंवार शिक्षा आणि कटू प्रसंग यांना तिला सामोरं जावं लागे. यातून सुटका व्हावी म्हणून हिलरीच्या आईनं आपल्या वयाच्या चौदाव्या वर्षी एका कुटुंबात घरकाम करण्याची जबाबदारी स्वीकारली. तिची राहायची सोयही तिथंच झाली. अशी काही वर्षं काढून झाल्यावर महाविद्यालयीन शिक्षणाविनाच हिलरीची आई शिकागोला परतली. तिथं नोकरी करत असताना तिची ओळख वयानं आपल्याहून आठ वर्षं मोठ्या असलेल्या ह्यू नावाच्या एका कंपनीत विक्रेता म्हणून काम करणाऱ्या युवकाशी झाली. १९४२ मध्ये आपल्या वयाच्या बाविसाव्या वर्षी हिलरीच्या आई-वडिलांचं लग्न झालं. अमेरिकेनं तेव्हा नुकताच दुसऱ्या महायुद्धात प्रवेश केला होता.

हिलरीची आई आता आपल्या संसारात रमून गेली. आपल्या मुलांना उत्तम प्रकारे वाढवण्यावर तिनं खूप भर दिला. त्या काळात शाळेत गेलेली मुलं दुपारचं जेवण घेण्यासाठी घरी येत. हिलरीची आई आपल्या दोन्ही मुलांना स्वतः जेवायला वाढत असे आणि त्यांच्या लहानपणी न कंटाळता त्यांना भरवत असे. त्या काळात करमणुकीची साधनं मर्यादित असल्यामुळे रॉडहॅम कुटुंब आपला एकत्र वेळ गप्पा मारण्यात आणि पत्ते किंवा इतर बैठे खेळ खेळण्यात प्रामुख्यानं घालवे. हिलरीची आई तिला नेहमी वाचनालयात नेई आणि तिनं खूप वाचलं पाहिजे यासाठी प्रयत्न करे. हिलरी तेव्हापासूनच शहाण्यासारखं वागे, असं तिच्या आईनं नंतर म्हटलं.

त्या काळात महिलांना खूप दुय्यम वागणूक दिली जाई. महिलांचे हक्कही मर्यादित होते. हिलरीनं मात्र आपलं आयुष्य अशा अडथळ्यांना पार करून जगलं पाहिजे यासाठी ती प्रयत्नशील असे. हिलरीची आई स्वभावानं शांत आणि सोशीक असली तरी तिचे वडील मात्र कडक शिस्तीच्या स्वभावाचे होते. उदाहरणार्थ समजा

आपल्या मुला/मुलीकडून दात घासताना टूथपेस्टचं बूच लावायचं राहिलं तर हे बूच ते खिडकीतून बाहेर भिरकावून देत. ऐन थंडीतसुद्धा ज्याच्याकडून ही चूक घडली असेल त्याला बाहेर जाऊन घरानजीकच्या बागेतून हे बूच शोधून आणावंच लागे. हिलरीला बेसबॉल नीट खेळता येत नाही हे बघितल्यावर तिच्या वडिलांनी तिच्याकडून अनेक दिवस याचा सराव करूनच घेतला. त्यानंतर तिचा खेळ जरा सुधारला. कपड्यांशी संबंधित असलेला व्यवसाय हिलरीचे वडील काही तात्पुरत्या मदतनिसांच्या साहाय्यानं चालवत. आपल्या ग्राहकांवर आपला ठसा उमटावा यासाठी ते त्या काळात एकदम झकपक समजली जाणारी कॅडिलॅक गाडी वापरत. वैयक्तिक आयुष्यात आणि आपल्या कुटुंबासाठी खर्च करताना मात्र ते एकदम कंजूषपणे वागत. कदाचित १९२९ मध्ये अमेरिकेत सुरू झालेल्या आणि जगभर पसरलेल्या भीषण महामंदीत बालपण घालवल्याचे अनुभव त्यांच्या मनावर कायमसाठी ठसले असावेत. यामुळेच रात्री झोपताना ते घरात ऊब निर्माण करणारी यंत्रणा बंद करत आणि सकाळीच ती पुन्हा सुरू करत. आपल्या मुलांनी घरकामात मदत करावी अशी त्यांची अपेक्षा असे; पण त्यांना मनोरंजनासाठी ते फार मोकळीक देत नसत. 'मित्रमैत्रिणींबरोबर चित्रपट बघायला जाऊ का?' असं त्यांनी विचारताच वडिलांचं उत्तर ठरलेलं असे. घरीच तळलेल्या बटाट्याचं 'बक्षीस' ते आपल्या मुलांना देऊन गप्प करत. घरात कुणालाही कपडे विकत घ्यायचे असतील तरीसुद्धा हिलरीच्या वडिलांशी खूप वाटाघाटी कराव्या लागत. 'ही खरेदी केल्यामुळे आपल्याला विलक्षण दारिद्र्याचा सामना करावा लागेल' अशा त्यांच्या विचित्र मताला खोडून काढताना त्या सगळ्यांच्या नाकीनऊ येत. फक्त अशाच बाबतींमध्ये हिलरीचे वडील एकदम कटकटे होते असं नाही; तर आपल्या मुलांचं कौतुक करण्याच्या संदर्भातही ते एकदम हात राखून वागत. उदाहरणार्थ एकदा हिलरीचा भाऊ ह्यू यानं फुटबॉलच्या एका सामन्यात मोठा पराक्रम गाजवला तेव्हा त्याचं कौतुक करायचं सोडून त्यांनी 'तू आणखी थोडी सरस कामगिरी करू शकला असतास' असं म्हणून त्याला हिणवलंच. तसंच एकदा हिलरीनं परीक्षेत उत्तम गुण मिळाल्याचं प्रगतिपुस्तक त्यांना जेव्हा दाखवलं, तेव्हा 'तुमच्याकडे परीक्षा फारच सोप्या असतात' असं ते म्हणाले!

हिलरीची शालेय कामगिरी सुरुवातीपासूनच चांगली होती; पण ती अगदी सर्वोत्तम वगैरे नसे. ती अभ्यासू वृत्तीची असल्यामुळे तिच्या भावंडांना तिच्याबरोबर खूप खेळता येत नसे. जेव्हा ती अभ्यासात गुंग झालेली नसेल तेव्हा मात्र ती आपल्या दोन धाकट्या भावांना आणि मित्रांना घेऊन बागेत खेळण्यासाठी जात असे. हिलरीचे वडील आणि दोघं भाऊ यांना खेळांमध्ये खूप रस असल्यामुळे आपोआपच हिलरीमध्येही तो उतरला. खास करून बेसबॉल तिला खूप आवडे. याखेरीज तिला

आपल्या आजूबाजूला काय सुरू आहे हे समजून घेण्यात आणि इतिहासातही रमून जायला खूप आवडे. निरनिराळ्या वादविवाद आणि वक्तृत्व स्पर्धांमध्ये ती बक्षिसं मिळवे. हिलरीचे वडील स्वयंपूर्णता आणि स्वावलंबन अशा संकल्पनांचे भोक्ते असल्यामुळे त्यांनी हेच संस्कार आपल्या मुलांवर करण्याचा प्रयत्न केला. सरकारवर कुणीही मदतीसाठी अवलंबून राहू नये, असं त्यांचं स्पष्ट मत होतं. स्वाभाविकपणे घरामधलं वातावरण रिपब्लिकन पक्षाच्या विचारसरणीकडे झुकलं होतं. याचाच अर्थ सोव्हिएत युनियन आणि काही आशियाई देश इथल्या साम्यवादी संकल्पनांना त्यांचा प्रचंड विरोध होता. हिलरीची आई मात्र वेगळ्या विचारांची होती. सरकारनं गोरगरिबांच्या मदतीसाठी प्रयत्नशील असलं पाहिजे, असं ती म्हणे. खासगी उद्योगांना तिचा विरोध नसला तरी सगळंच खासकीरणातून साध्य होणार नाहा, असं तिचं मत असल्यामुळे ती डेमोक्रॅटिक पक्षाला पाठिंबा देई. आपल्या वर्चस्ववादी नवऱ्याच्या पुढे आपली मतं मांडण्याची हिंमत नसल्यामुळे मात्र ती ही सगळी मतं स्वतःपुरती ठेवी. आपला मुद्दा आपल्या कुटुंबीयांच्या मनांवर ठसवण्यासाठी हिलरीचे वडील अधूनमधून त्यांना गरीब लोकांच्या वस्त्यांपाशी नेत. तिथं अजिबात शिस्त आणि मेहनत घेण्याची तयारी नसल्यामुळे लोकांची अवस्था कशी होते हे त्यांनी बघावं, असा त्यांचा आग्रह असे.

हिलरी मात्र लहानपणापासूनच इतरांची काळजी घेण्यासाठी तत्पर असे. शाळेमधल्या यासाठीच्या सगळ्या उपक्रमांमध्ये ती सहभागी होई. याचा अर्थ ती एकदमच गंभीर होती असं मात्र नाही. वयोमानानुसार तिच्यामध्ये खट्याळपणा, खेळकरपणा हे सगळं दिसत असे. तिला एका हॉटेलमध्ये कधीतरी तिची आवडती तिखट स्फगेटी खायला मिळे. तेव्हापासूनच तिला जरा तिखट खायला आवडतं. याखेरीज शिकत असताना कमाई करायची म्हणून ती आपल्या आजूबाजूच्या परिसरात गरज असेल त्या घरांमध्ये मुलांना काही तास सांभाळण्याचं काम करे. तसंच महाविद्यालयीन शिक्षण सुरू करण्यापूर्वीपर्यंत ती उन्हाळ्याच्या सुट्टीत साधीसुधी कामं करत राही. सहावीत असतानाच आपल्याला शिक्षण क्षेत्रात आणि मुख्य म्हणजे 'घरादारापलीकडचं' काम करायचं असल्याचं तिनं एका दीर्घ निबंधात लिहिलं होतं. त्या काळातल्या परिस्थितीकडे बघता, हे जरा धाडसाचंच होतं. तरीसुद्धा आपल्याला उत्कृष्ट शिक्षण घेण्याची संधी मिळाली तर आपल्याला हे साध्य होईल, असा आशावाद तिनं यात प्रकट केला होता. १९५७ सालच्या ऑक्टोबर महिन्यात सोव्हिएत युनियननं अंतराळात 'स्पुटनिक' हा पहिला कृत्रिम उपग्रह पाठवून जोरदार खळबळ माजवल्यानंतर मात्र हिलरीच्या मनातही खळबळ सुरू झाली. आता आपण शिक्षक बनावं की अणुशास्त्रज्ञ व्हावं हे आपल्याला समजत नसल्याचं द्वंद्व तिच्या लिखाणात उतरलं. यापाठोपाठ १९६१ मध्ये अमेरिकी राष्ट्रपती जॉन एफ. केनेडी यांनी 'एका दशकभराच्या

आत आपण नक्कीच चंद्रावर माणूस उतरवू' असं जाहीर करताच हिलरीनं नासाला पत्र लिहून आपल्याला अंतराळवीर बनायचं असल्याचं सांगितलं. यावर नासाचं नकारार्थी उत्तर तर आलंच; पण त्यात खटकणारा भाग म्हणजे हे काम मुलींसाठी नाहीच, असं त्यांनी स्पष्टपणे कळवलं.

मुली/स्त्रिया यांच्या संदर्भात कसा भेदभाव केला जातो याविषयी हिलरीनं यापूर्वी बरंच वाचलं होतं आणि आपल्या आईकडून त्याविषयी ऐकलंही होतं. याचा प्रत्यक्ष अनुभव घेण्याचा मात्र हा तिच्यासाठीचा पहिलाच प्रसंग होता. आपण कितीही जिद्द मनाशी बाळगली आणि प्रयत्नांची शिकस्त केली तरीसुद्धा आपल्यासाठी या संधीची दारं उघडू शकणारच नाहीत ही खिन्न करून सोडणारी भावना तिनं प्रथमच अनुभवली. अर्थात नंतरच्या काळात आपल्या अधू नजरेमुळे आपल्याला नासामध्ये काहीही केल्या प्रवेश मिळूच शकला नसता हे तिच्या लक्षात आलं; पण आपल्या जाडजूड काचांच्या चश्म्याचा अडसर निर्माण होण्यापूर्वीच आपण पुरुष नसल्याचा अडथळा जास्त मोठा आहे, ही खंत तिला सतावत राहिली. अर्थातच काही काळापुरताच भौतिकशास्त्र आणि अंतराळ मोहिमा यांच्यामध्ये आपल्या मनात रस निर्माण झाला असल्याचं कालांतरानं तिच्या लक्षात आल्यावर ती हा विषय बऱ्यापैकी विसरूनही गेली.

हळूहळू आपला कल तिच्या लक्षात येत गेला. आपलं भविष्य कशात घडू शकतं, हे तिला उमगत गेलं.

◆

पायाभरणी

१९६० सालची अमेरिकी राष्ट्रपतिपदासाठीची निवडणूक चांगलीच चुरशीची झाली. डेमोक्रॅटिक पक्षाचा अत्यंत तरुण वाटणारा जॉन एफ. केनेडी रिपब्लिकन पक्षाच्या तत्कालीन उपराष्ट्रपती असलेल्या रिचर्ड निक्सनशी झुंजत होता. अर्थातच हिलरीचे वडील रिपब्लिकन विचारसरणीचे असल्यामुळे त्यांचा निक्सनला पाठिंबा होता. अजून पक्की विचारसरणी बनलेली नसल्यामुळे हिलरीसुद्धा निक्सनच्याच बाजूनं होती. शेवटी केनेडीचा निसटत्या फरकानं विजय झाला. यामुळे वादविवाद निर्माण झाले. बनावट मतदान करून डेमोक्रॅटिक पक्षानं आपली मतसंख्या वाढवली असल्याचे आरोप रिपब्लिकन पक्षाच्या वतीनं करण्यात आले. या प्रकरणाचा तपास करण्यासाठी रिपब्लिकन पक्षाच्या काही समर्थकांनी एक मोहीम सुरू केली. त्यात सहभागी होण्याची संधी आपल्याला मिळू शकते हे समजताच तेरा वर्षं वयाची हिलरी एका पायावर तयार झाली. ज्यांच्या नावावर मतं नोंदवली गेली आहेत ते मतदार खरोखरच अस्तित्वात आहेत, का त्यांच्या नावावर कुणीतरी बनावट मतं टाकली आहेत, हे तपासण्याचं काम असलेल्या गटात तिचा समावेश करण्यात आला. यामुळे या मतदारांची नावं आणि त्यांचे पत्ते घेऊन हिलरी त्यांच्या शोधार्थ निघाली. काही लोकांनी तिला आवश्यक असलेली माहिती आनंदानं पुरवली; तर काही जणांनी मात्र तिला अगदी दारातसुद्धा उभं केलं नाही. तरीसुद्धा खचून न जाता हिलरीनं आवश्यक असलेली माहिती गोळा केली. त्यात तिला तिच्याकडे असलेल्या बऱ्याच पत्त्यांच्या ठिकाणी कुणीच राहत नसल्याचं लक्षात आलं. म्हणजेच हे बनावट मतदार होते.

काही लोकांनी तर तिला जवळच्या बिअरबारमध्ये पाठवून तिथे काही मतदार भेटतील असं सांगितलं. प्रत्यक्षात हिलरी तिथं गेली तर दारूच्या नशेत तर्र झालेले आणि तिच्याशी बोलण्यास अजिबात उत्सुक नसलेले काही लोक तिला भेटले. घरी

पोहोचताच हिलरीनं बनावट मतदारांविषयीच्या संशयात दम असल्याचं मत आपल्या वडिलांना सांगितलं. यामुळे आपले वडील खूश होतील अशी आशा मनात बाळगून असलेल्या हिलरीला त्यांच्या प्रतिक्रियेनं जोरदार धक्का बसला. त्यांनी हिलरीला फक्त मारलं नाही, एवढंच. एकटीनं असा धोका पत्करण्याची अजिबात गरज नसल्याचं त्यांनी जोरात ओरडून तिला सांगितलं. तसंच आता असल्या कुठल्याही गोष्टींनी कसलाच फरक पडणार नसल्याचं सांगून, केनेडी हेच आपले राष्ट्रपती असल्याचं सत्य स्वीकारण्याशिवाय दुसरा पर्याय नाही, असं ते म्हणाले. या घटनेमुळे हिलरी काही काळ व्यथित झाली खरी; पण राजकारणामधला तिचा रस काही कमी झाला नाही.

नववीत असताना हिलरीला परंपरावादी विचारसरणीशी घट्ट बांधिलकी असणारा आणि साम्यवादाविषयी विलक्षण चीड असलेला एक शिक्षक होता. तो आपल्या विद्यार्थ्यांना नुसता इतिहास शिकवण्यापेक्षा त्यांची वैचारिक वीण परंपरावादीच व्हावी यासाठी खूप प्रयत्नशील असे. त्यानं साम्यवाद कसा जाचक असतो हे नुसतं सांगण्यापेक्षा सोव्हिएत युनियनमधून तिथल्या जाचाला कंटाळून अमेरिकेमध्ये आश्रयाला आलेल्या एका माणसालाच वर्गात उभं केलं. यामुळे साम्यवादासंबंधीची हिलरीची विरोधात्मक मतं अजूनच घट्ट झाली. त्या काळातलं परंपरावादी विचारसरणीच्या संदर्भातलं 'बायबल' म्हणून ओळखलं जाणारं एक पुस्तक वाचण्यासाठी या शिक्षकानं हिलरीला प्रेरित केलं. या पुस्तकात 'सामाजिक व्यवस्था न बिघडू देता जवळपास पराकोटीचं वैयक्तिक स्वातंत्र्य उपभोगू देणारी विचारसरणी' असं परंपरावादाचं वर्णन करण्यात आलं आहे. काही मूलभूत गोष्टींमध्ये सरकारनं पडावं; पण त्यापलीकडे लोकांना भरपूर स्वातंत्र्य द्यावं, असं संबंधित लेखकाचं ठाम मत होतं. तसंच केंद्र सरकारनं आपली मतं देशभर लादू नयेत; तर राज्यांनी आपापल्या हिताचं काय आहे याचा विचार करून त्यानुसार कार्यक्रम आखावेत, असं तो म्हणत असे. याचं ठळक उदाहरण म्हणजे गौरवर्णीय आणि कृष्णवर्णीय मुलामुलींनी एकाच शाळेत शिकायला या लेखकाचा विरोध नसला तरी मुळात यासंबंधीचा निर्णय केंद्रीय पातळीवर न होता मिसिसिपीसारख्या या प्रश्नानं गांजलेल्या राज्यांनी घेतला पाहिजे, असं त्याचं मत होतं. हे पुस्तक वाचून हिलरी पार भारावून गेली. तिनं आपल्या शालेय प्रकल्पासाठी 'अमेरिकी परंपरावाद' हाच विषय घेतला आणि चक्क पंचाहत्तर पानं लिहून काढली.

एकीकडे परंपरावादी विचारसरणीशी हिलरीची नाळ घट्ट जुळत असताना दुसरीकडे चर्चला जात असल्यामुळे तिला सोशिकपणा, सामाजिक भान, समाजाप्रती आपण उत्तरदायी असणं, अशा गोष्टींचीही जाण आली. म्हणजेच एका बाजूला फक्त तर्कबुद्धी लढवून विचार करायचा, तर दुसरीकडे धर्माच्या आधारे समाजाचं भलं करण्याचा विचार करायचा, अशी तिची दुहेरी वैचारिक कसरत सुरू झाली.

चर्चमध्ये धार्मिक शिकवण द्यायला येणारा तरुण नुसता शाब्दिक बुडबुडे सोडणारा नव्हता. समाजाची सेवा म्हणजे नक्की काय हे दाखवून देण्यासाठी त्यानं चर्चमध्ये येणाऱ्या कृष्णवर्णीय आणि अल्पसंख्याक दक्षिण अमेरिकी लोकांच्या गरीब वस्त्यांमध्ये हिलरीच्या वयाच्या मुलामुलींना नेलं. याखेरीज कृष्णवर्णीयांच्या प्रश्नाविषयीही तो भरभरून बोले. गुलामगिरी आणि वर्णद्वेष यांचा अमेरिकी समाजातून अंत केला पाहिजे, असं तो आग्रहानं सांगे आणि या संबंधीच्या बैठकांनाही या मुलामुलींसह अधूनमधून हजेरी लावे. अशाच एका कार्यक्रमात हिलरीला थेट मार्टिन ल्यूथर किंग (कनिष्ठ)चं भाषण ऐकण्याची संधी मिळाली आणि तिचे डोळे खाडकन उघडले. आपल्या आजूबाजूला किती भीषण परिस्थिती आहे आणि आपल्यासारख्याच माणसांना केवळ ते कृष्णवर्णीय असल्यामुळे किती अमानवी वागणुकीला तोंड द्यावं लागतं आहे, याची तिला खरी जाणीव झाली. इतकंच नव्हे तर चर्चमधल्या शिक्षकानं हिलरीसकट सगळ्यांना किंगच्या भाषणानंतर व्यासपीठाच्या मागच्या बाजूला नेलं आणि त्यांची किंगशी ओळख करून दिली. याचा हिलरीवर प्रचंड मोठा प्रभाव पडला. यामुळे आपल्या काही मैत्रिणींच्या साथीत हिलरीनं जमेल तशी समाजसेवा सुरू केली. आजूबाजूच्या गरीब वस्त्यांमधल्या मुलांना सांभाळण्यासारख्या गोष्टींचा त्यात समावेश होता.

अशा प्रकारे हिलरीच्या सामाजिक जाणिवा विकसित होत गेल्या असल्या तरी तिच्यासमोरचं पहिलं आणि मुख्य लक्ष्य शालेय आणि कनिष्ठ महाविद्यालयीन काळात चांगलं यश मिळवण्याचं होतं. आपण घेत असलेल्या शिक्षणाचा फायदा उठवू शकलो नाही, तर आपण कितीही प्रयत्न करूनसुद्धा काहीच बनू शकणार नाही, याची तिला कल्पना होती. यामुळे तिनं अभ्यासावर भर दिला; पण त्याचबरोबर विद्यार्थी परिषदेमध्ये सहभागी होणं, विद्यार्थ्यांतर्फे चालवल्या जाणाऱ्या कनिष्ठ महाविद्यालयीन वर्तमानपत्रासाठी काम करणं, विविध गुणदर्शन आणि वादविवाद/वक्तृत्व स्पर्धांमध्ये चमकणं, हे प्रकार सुरूच राहिले. मुलींनी भाषणं देण्याचे प्रकार तसे दुर्मीळ असल्यामुळे टारगट मुलं तिला खूप भंडावून सोडत. हिलरी बोलायला उठली की ते प्रचंड गोंधळ घालत. सुरुवातीला यामुळे हिलरी बुजल्यासारखी होई; पण लवकरच तिला याची सवय झाली. इतकंच नव्हे तर भविष्यात आपल्याला या तयारीचा फायदाच झाला, असं ती म्हणे. आपले विरोधक कितीही कुचेष्टा करणारे आणि आपल्या मार्गात अडथळे आणणारे असले तरीसुद्धा आपण खचून जायचं नाही आणि आपलं म्हणणं ठामपणे मांडायचं याची सवय आपल्याला याच काळात झाली अशी हिलरीची धारणा आहे.

हिलरीचा दृष्टिकोनही आता अधिकाधिक व्यापक होत चालला होता. स्वाभाविकपणे आपल्या वडिलांची मतं खुजी आणि पूर्वग्रहदूषित असल्याची जाणीव तिच्यामध्ये

विकसित होत गेली. डेमोक्रॅटिक पक्षाचे लोक, कृष्णवर्णीय लोक, ज्यू धर्मीय तसंच कॅथॉलिक पंथीय हे सगळे तिच्या वडिलांच्या लेखी दुय्यम होते. फक्त मध्यमवर्गीय आंग्ल प्रोटेस्टंट पंथीयच त्यांना आपले वाटत. इतर सगळ्यांच्या विरोधात लढलं पाहिजे असं ते म्हणत. कुठलीही विविधता त्यांना मान्य नव्हती. यामधला पोकळ युक्तिवाद हिलरीला आता अजिबात पटेनासा झाला. वडिलांबरोबरचे तिचे वैचारिक मतभेद इतक्या टोकाला गेले की मुद्दामच त्यांना धडा शिकवण्यासाठी आपण डेमोक्रॅटिक विचारसरणीच्या कॅथॉलिक पंथीयाशी लग्न करणार असल्याचं तिनं घरी सांगून टाकलं. यामुळे तिच्या वडिलांना मोठा धक्का तर बसलाच; पण शिवाय तिच्या वडिलांकडच्या नातेवाइकांनी एक सुरात हिलरीचं भविष्य दारुण असल्याचं स्पष्टपणे सांगून टाकलं. अर्थात हळूहळू त्यांचं मतपरिवर्तन झालं आणि त्यांचा रागही निवळत गेला.

अशा प्रकारे एकीकडे हिलरीमधली बंडखोरी दिसून येत असली तरी दुसरीकडे ती सर्वसामान्य मुलींप्रमाणे होती. तिच्या आवडीनिवडी, तिच्या सवयी, तिचे छंद हे सगळं तारुण्यसुलभ आणि कालानुरूपच होतं. बीटल्सच्या संगीतानं तेव्हा अमेरिकेला भारून टाकलं होतं. हिलरीचाही त्याला अपवाद नव्हता. बीटल्सपैकी पॉल मॅकार्टनी तिचा सगळ्यात आवडता होता. १९६५ सालच्या 'रोलिंग स्टोन्स'च्या एका 'लाईव्ह कार्यक्रमाचं तिकीट मिळाल्यानंतर हिलरीच्या आनंदाला पारावार उरला नाही. काही क्रीडा स्पर्धांमध्ये भाग घेणं आणि मित्र-मैत्रिणींबरोबर पार्ट्यांना जाणं या गोष्टीही ती करत असे. मुलांविषयी तिला तारुण्यसुलभ आकर्षण वाटे; पण अमेरिकी प्रथेप्रमाणे तिचा कुणी 'बॉयफ्रेंड' नव्हता. तसंच कुणाच्या प्रेमात पडून लवकर लग्न करायचं आणि घरकामात रमून जायचं, अशी संकल्पनाही तिला अजिबात मान्य नव्हती. आपली प्रतिमा ती खूप जपत असल्यामुळे मुलांशी ती एकदम सावधपणे वागे. हिलरीच्या आईनं तिला एक-दोन वेळा मेकअप करण्याचा सल्ला दिला खरा; पण हिलरीनं तो साफ धुडकावून लावला. असले कृत्रिम प्रकार आपल्याला अजिबात पसंत नसल्याचं आणि त्यात वेळ फुकट घालवणं मान्य नसल्याचं तिनं आईला सांगून टाकलं.

कनिष्ठ महाविद्यालयात हिलरीची प्रतिमा हुशार आणि चौकस बुद्धीची विद्यार्थिनी म्हणून पक्की होत गेली. याखेरीज हिलरीमध्ये आत्मविश्वास भरलेला आहे आणि ती मोठी स्वप्नं बघते हेसुद्धा सगळ्यांच्या लक्षात आलं. हळूहळू हिलरीमधले नेतृत्वगुणही उठून दिसायला लागले. कनिष्ठ महाविद्यालयामधल्या अनेक गोष्टींशी संबंधित असलेल्या संघटनांची जबाबदारी तिच्याकडे आली. १९६३ सालच्या नोव्हेंबर महिन्यात हिलरी भूमितीच्या वर्गात शिकत असताना राष्ट्रपती जॉन एफ. केनेडीची हत्या झाल्याची सनसनाटी बातमी आली. यामुळे सगळ्या परिसरात

अक्षरशः स्मशानशांतता पसरली. आपल्या आयुष्यामधला हा 'टर्निंग पॉईंट' ठरल्याची प्रतिक्रिया नंतर हिलरीनं दिली. सगळे आपापल्या घरी गेले. हिलरी घरी गेली तेव्हा तिची आई टीव्हीवर याच संदर्भातली 'ब्रेकिंग न्यूज' बघताना दुःखात बुडून गेली होती. हे सगळं बघून हिलरीसुद्धा एकदम दुःखी झाली. सगळ्या देशभर त संतापमिश्रित दुःखाची लाट आली असल्याचं चित्र दिसत होतं. याच काळात आपण केनेडीला मत दिलं असल्याची कबुलीही हिलरीच्या आईनं दिली. याच सुमाराला हिलरी आपल्या महाविद्यालयात मुलांविरुद्ध एका निवडणुकीला उभी राहिली आणि पराभूत झाली. मुळात हिलरीनं मुलांविरुद्ध उभं राहण्याची हिंमत करावी, हेच अत्यंत मूर्खपणाचं असल्याचं सांगून मुलांनी तिची पार खिल्ली उडवली, याचा हिलरीला आपल्या पराभवापेक्षा जास्त राग आला.

गंमत म्हणजे एकीकडे सर्वधर्मसमभावाची शिकवण मिळून आणि आपल्या आईच्या विचारसरणीचा प्रभाव वाढूनसुद्धा हिलरीवरचे परंपरावादी संस्कार टिकून राहिले. रिपब्लिकन पक्षाच्या तरुण कार्यकर्त्यांबरोबर ती सक्रिय होती. या दरम्यान १९६४ सालच्या अमेरिकी राष्ट्रपतिपदाच्या निवडणुकीची धूमधाम सुरू झाली होती. रिपब्लिकन पक्षाच्या वतीनं उभ्या असलेल्या उमेदवाराला हिलरीचा पाठिंबा होता. साहजिकच तिनं यासाठीचा प्रचार सुरू केला. गंमत म्हणजे तिच्या महाविद्यालयात आयोजित करण्यात आलेल्या एका वादविवाद स्पर्धेत हिलरीला तिच्या प्राध्यापकानं डेमोक्रॅटिक पक्षाचा उमेदवार लिंडन जॉन्सन याची बाजू मांडायला सांगितलं. आपल्या विचारसरणीच्या पूर्ण विरुद्ध विचारसरणीच्या उमेदवाराचा प्रचार करणं आणि प्रत्यक्षात आपण ज्या उमेदवाराचा प्रचार करत आहोत त्याच्याच उलटी मतं मांडणं, हे तिला खूप जड वाटलं. तिनं खूप प्रयत्न करूनसुद्धा तो प्राध्यापक काही बधला नाही. साहजिकच हिलरीनं डेमोक्रॅटिक पक्षाची बाजू समजून घेण्यासाठी ग्रंथालयात बैठक मारली. कदाचित या प्रसंगामुळेच हिलरीच्या विचारसरणीत बदल घडला असावा आणि ती आपल्या आईकडे झुकली. हिलरीनं प्रयत्न करून अगदी हिरिरीनं जॉन्सनची बाजू आपल्या वर्गमित्रांसमोर मांडली. तरीसुद्धा तिच्या वर्गात घेतल्या गेलेल्या लुटुपुटूच्या निवडणुकीत जॉन्सनचा पराभव झाला; म्हणजेच हिलरीची बाजू लंगडी पडली. प्रत्यक्षातल्या निवडणुकीत मात्र लिंडन जॉन्सनची अमेरिकेचा नवा राष्ट्राध्यक्ष म्हणून दणदणीत मतांनी निवड झाली.

राजकारणामधल्या अशा प्रकारच्या बारीकसारीक लुडबुडीखेरीज हिलरी सांस्कृतिक कार्यक्रमांमध्येही सहभागी होई. तिचा आवाज खूपच वाईट असल्यामुळे तिला प्रत्यक्षात गाण्याची संधी देण्याचं धाडस कुणी करत नसे; पण तिला ध्वनिमुद्रित केलेल्या गाण्यापुढे नुसतेच ओठ हलवण्याचं म्हणजेच 'लिपसिंकिंग'चं काम मिळत असे. काही विनोदी नाटकांमधल्या हिलरीच्या भूमिका मात्र प्रेक्षकांना खूप हसवून

सोडत. हिलरीचं कनिष्ठ महाविद्यालयीन शिक्षण पूर्ण व्हायच्या सुमाराला तिला इतकी बक्षिसं मिळाली की तिच्या आईला जरा अवघडल्यासारखंच झालं! आता महाविद्यालयीन शिक्षण कुठं घ्यायचं हे हिलरीला ठरवणं भाग होतं. तिच्या घरापासून नॉर्थवेस्टर्न विद्यापीठ, इलिनॉय विद्यापीठ आणि शिकागो विद्यापीठ जवळ असल्यामुळे अनेक पर्याय तर सहज उपलब्ध होते; तिच्या अनेक मित्रमैत्रिणींनी यालाच पसंती दिली. हिलरीनं मात्र इतर ठिकाणी आपलं नशीब आजमावून बघायचं ठरवलं. हिलरीनं विद्यार्थिदशेतच चळवळींमध्ये भाग घेण्यासारख्या भानगडींमध्ये पडू नये आणि तिची विचारसरणी क्रांतिकारी होऊ नये, अशी तिच्या वडिलांची खूप इच्छा होती. यामुळे अशा प्रकारच्या महाविद्यालयात हिलरीनं प्रवेश घेतला नाही तरच आपण तिच्या पुढच्या शिक्षणाचा खर्च उचलू, असं त्यांनी घोषित केलं. अखेर हिलरीनं तिच्या एका प्राध्यापकाच्या सांगण्यानुसार बॉस्टनमधल्या वेलस्ली महाविद्यालयात प्रवेश घेतला. तिच्या वडिलांनी यासाठीचा तेव्हाचा दोन हजार आठशे डॉलर्सचा म्हणजेच आजच्या हिशेबानं एकवीस हजार डॉलर्सचा खर्च केला. तिला सोडून येताना तिची आई प्रवासभर रडत होती. आता आपल्या घरापासून तब्बल तेराशे किलोमीटर्स अंतरावर असलेल्या हिलरीला एकदम नव्या जगाचा सामना करायचा होता.

◆

वेलस्ली ते येल

१९६५ मध्ये हिलरी रोडहॅम ही वेलस्ली महाविद्यालयात आली. फक्त मुलींसाठीचं हे महाविद्यालय एकदम कडक नियमांसाठी प्रसिद्ध होतं. मुलींनी तोकडे कपडे घालण्यावर पूर्ण बंदी होती. आपलं बोलणंचालणं कसं असावं या संदर्भात विद्यार्थिनींना खास प्रशिक्षण दिलं जाई. मुलींच्या वसतिगृहात जाण्याची बाहेरच्या मुलांना फक्त रविवारी दुपारी परवानगी असे. तसंच या वेळात मुलींच्या खोल्यांची दारं सताड उघडी असणं गरजेचं असे. दररोज जास्तीत जास्त मध्यरात्रीपर्यंत प्रत्येकीनं आपल्या खोलीत परतणं अपेक्षित असे. कित्येक मुली या महाविद्यालयात सुयोग्य वर निवडण्यासाठीची तयारी म्हणूनच प्रवेश घेत! साहजिकच त्या मधूनच आपलं शिक्षण सोडून देत. ज्या कुणी मुली आपलं शिक्षण पूर्ण करत त्या लग्न होईपर्यंत किंवा लग्न झालेलं असेल तर मूल होईपर्यंत नोकरी करत आणि नंतर कामाला रामराम ठोकत. दर शंभर वकिलांमधल्या फक्त तीन महिला असत आणि दर शंभर डॉक्टरांपैकी फक्त सहा महिला असत. महिलांनी आपल्या हक्कांसंबंधी बोलण्याची आणि पुरुषांइतकेच आपण सक्षम आहोत असा आवाज उठवण्याची नुकतीच सुरुवात झाली होती.

पहिले काही दिवस हिलरीला एकदम एकाकी वाटे. घर सोडून इतक्या लांब राहण्याची तिची ही पहिलीच वेळ होती. स्वाभाविकपणे तिला घरची खूप आठवण येई. अभ्यासात गणित आणि भूगर्भशास्त्र या विषयांमध्ये खास करून तिला बऱ्याच अडचणी यायला लागल्या. अखेर बेचैन अवस्थेत असताना वेलस्लीला येऊन जेमतेम एक महिना झाल्यावर हिलरीनं घरी फोन केला. आपल्याला इथं राहणं शक्य नसल्याचं तिनं आपल्या पालकांना सांगून टाकलं. हिलरीच्या वडिलांना तिची खूप आठवण येत होतीच; त्यामुळे त्यांनी तिला घरी परतण्याची परवानगी दिली. आश्चर्य म्हणजे या खेपेला हिलरीची आई एकदम ठाम होती. आपल्या मुलीनं कुठल्याही परिस्थितीत अशा प्रकारे पराभव स्वीकारून घरी परतता कामा नये, असा तिचा

आग्रह होता. म्हणजेच आई आणि वडील यांच्या भूमिका आता बरोबर उलट्या झाल्या होत्या. यामुळे नाइलाजानं हिलरी वेलस्लीमध्येच राहिली आणि बऱ्याच जणांच्या बाबतीत घडतं तसं होऊन हळूहळू तिथं रमायला लागली. अभ्यासाची गोडी वाढताच आपल्याला राज्यशास्त्र हा विषय सगळ्यात आवडत असल्याचं तिच्या लक्षात आलं. रिपब्लिकन पक्षाची विचारसरणी स्वीकारून तिनं 'आपण रिपब्लिकन का आहोत?' या विषयावर एक चर्चासत्रही भरवलं. काही महिन्यांनंतर मॅसॅच्युसेट्स या तिच्या सध्याच्या राज्याच्या सिनेटर पदासाठीची निवडणूक होती. या निवडणुकीत रिपब्लिकन पक्षाच्या उमेदवारालाच मतं द्यावीत यासाठी तिनं आपल्या मित्र-मैत्रिणींमध्ये खूप प्रचार केला.

आजवर हिलरी फक्त गौरवर्णीयांच्या वर्तुळात राहिली होती. पूर्वी चर्चची सेवा करत असताना ती कृष्णवर्णीयांच्या प्रश्नाकडे थोड्या प्रमाणात वळली होती खरी; पण तिच्या मित्रपरिवारात कुणी कृष्णवर्णीय नव्हतं. आता प्रथमच एक कृष्णवर्णीय तिचा मित्र झाला. त्या काळाच्या मानानं हे अगदीच वेगळं होतं. त्याच्याबरोबर ती चर्चमध्ये जात असे; पण यावर टीका झाली. मुद्दामच हिलरीनं एका कृष्णवर्णीयाशी दिखाऊपणे मैत्री केली, असं काही जण म्हणाले. आपण किती उदारमतवादी आहोत हे दाखवण्यासाठी हिलरी असं करते, असं तिच्या कानांवर आल्यावर तिला स्वतःलाही आपण खरंच असं वागतो का, असा प्रश्न पडायला लागला. तरीसुद्धा हिलरीनं आपला निर्धार कायम ठेवला. आपण स्वतःची आणि चर्चचीसुद्धा परीक्षा बघत होतो, असं तिनं नंतर म्हटलं. हळूहळू हिलरीची इतर कृष्णवर्णीयांशी मैत्री झाली. त्या काळात कृष्णवर्णीयांना वेगळं ठेवण्याची प्रथा असल्यामुळे वेलस्ली महाविद्यालयाच्या वसतिगृहातसुद्धा कृष्णवर्णीयांसाठीच्या खोल्या वेगळ्या विभागात असत. या विरोधात लढा देणाऱ्या गटात सहभागी होत हिलरीनं ही घृणास्पद प्रथा बंद करण्यात यश मिळवलं. बहुतेक सगळे गौरवर्णीय विद्यार्थी-विद्यार्थिनी त्या काळात वर्णद्वेषाविषयी बोलताना कचरत असत. कदाचित आपल्याच पूर्वजांपासून चालत आलेल्या या असमर्थनीय परंपरेची त्यांना लाज वाटत असावी; पण त्याचबरोबर कदाचित त्यांच्यामध्ये यातून आलेला वर्चस्ववादही असावा. हिलरी मात्र अगदी बिनधास्तपणे या प्रश्नाविषयी बोलत राही. मुळात आपण असं केलं नाही तर कृष्णवर्णीयांच्या समस्या आपण समजून तरी कशा घेणार, असा सवाल ती इतरांना करे.

या काळात जेफ्री शील्ड्स नावाच्या तरुणाशी हिलरीचे प्रेमसंबंध काही काळासाठी जुळले. गौरवर्णीय शील्ड्सला कृष्णवर्णीयांच्या प्रश्नाविषयी कणव होती. त्याचा एक 'रूममेट' कृष्णवर्णीय होता. यामुळेच कदाचित हिलरीला शील्ड्सचं आकर्षण वाटलं असावं. एकूणच यातून घडणाऱ्या चर्चेतून हिलरीचा दृष्टिकोन अधिकाधिक

व्यापक होत गेला. बहुतेक शनिवार-रविवार हिलरी आणि शील्ड्स एकत्रच घालवत. शील्ड्स शिकायला हार्वर्ड विद्यापीठात होता. हिलरी तिथंच त्याला भेटायला जाई. एल्व्हिस प्रिस्ली आणि बीटल्स यांच्या, त्या काळात जनमानसात स्थान मिळवलेल्या, संगीतावर ते दोघं नृत्य करत. तसंच वेलस्लीमध्ये शील्ड्स आलेला असताना एका तळ्याभोवती ते मोठा फेरफटका मारत. त्या वेळी पुस्तकं आणि तत्त्वज्ञान हे त्यांच्या चर्चेचे मुख्य विषय असत. हळूहळू हिलरीची विचारसरणी रिपब्लिकन पक्षाकडून डेमोक्रॅटिक पक्षाकडे वळत चालली असली तरी हा बदल वेगानं घडत नव्हता. अजूनही ती रिपब्लिकन संकल्पनांनीच भारून गेली होती. नंतरच्या काळात हिलरी आकर्षक, बुद्धिमान आणि चांगली नर्तक असल्याचं विधान शील्ड्सनं केलं. खास करून कुठल्याही चर्चेमध्ये तात्त्विक मुद्द्यांपेक्षा प्रत्यक्ष आयुष्यामधल्या गोष्टींविषयीचा ऊहापोह सुरू झाला की हिलरी एकदम जीव तोडून बोलायला लागते, हे शील्ड्सच्या लक्षात आलं होतं आणि त्याला ते खूप आवडे. उदाहरणार्थ वर्णद्वेष, व्हिएतनाम युद्ध, समान नागरी हक्क, सर्वसमावेशकता असे मुद्दे तिला खूपच प्रिय असत.

प्रत्यक्षात हिलरी आणि शील्ड्स यांचे संबंध किती घट्ट होते याची कल्पना नाही. हिलरीनं नंतर शील्ड्सच्या नावाचाही उल्लेख टाळला. फक्त 'आपल्या आई-वडिलांसमोर उभे करण्याच्या लायकीचे दोन मित्र आपल्या महाविद्यालयीन आयुष्यात होते' एवढंच ती म्हणते. शील्ड्सनं मात्र हिलरीशी आपले चांगले संबंध असल्याचं म्हटलं आहे. इतकंच नव्हे तर दोघं सुट्टीत एकमेकांच्या कुटुंबीयांनाही भेटले होते. आपलं महाविद्यालयीन शिक्षण पूर्ण झाल्यानंतर या दोघांमध्ये पुन्हा मित्रत्वाचे संबंध प्रस्थापित झाल्याचं त्यांच्या पत्रव्यवहारावरून आढळून येतं.

हिलरीला 'न्यूयॉर्क टाईम्स' वाचायला आवडे. त्यामधले वेगवेगळे मुद्दे ती बारकाईनं वाचे आणि आपल्या मित्र-मैत्रिणींशी त्याविषयी बरीच चर्चा करे. यात प्रामुख्यानं जागतिक पातळीवरच्या प्रश्नांचा समावेश असे. याला कारणही तसं होतं. जगामध्ये प्रचंड खळबळ माजली होती. अमेरिकेमध्ये अनेक गोष्टी गाजत होत्या. अमेरिकेमध्ये कृष्णवर्णीय लोक आणि स्त्रिया यांच्या आपल्या हक्कांसाठी खूप चळवळी सुरू होत्या. याखेरीज साम्यवादी उत्तर व्हिएतनामशी अमेरिकेचा सुरू असलेला लढा तीव्र स्वरूप धारण करत होता. याला अमेरिकेमध्ये खूप विरोध होता. खास करून निरनिराळ्या विद्यापीठांमध्ये आणि महाविद्यालयांमध्ये याचे धुमारे दिसत होते. विद्यार्थ्यांमध्ये अमेरिकी धोरणांविषयी चीड निर्माण होत होती. दुसरीकडे या युद्धात सहभागी होण्यासाठी तरुणांवर लष्करभरतीची सक्ती करण्यात आली असली तरी, हिलरीला याची अर्थातच थेट झळ पोहोचली नव्हती. यामुळे आपण पुरुष असतो तर काय झालं असतं आणि आपण काय केलं असतं याविषयी हिलरीचा विचार सुरू झाला. ती आपल्या मैत्रिणींशीही त्याविषयी बोले. त्यांना

माहीत असलेल्या जवळपास प्रत्येक पुरुषावर या युद्धाचा प्रत्यक्ष-अप्रत्यक्ष परिणाम झाला होता. आता हिलरीचं वैचारिक द्वंद्व वाढत चाललं होतं. आपण नक्की रिपब्लिकन विचारसरणीचे आहोत का डेमोक्रॅटिक विचारसरणीचे आहोत, याविषयी तिलाच खात्री वाटत नसे. म्हणूनच 'आपलं मन परंपरावादी असलं तरीसुद्धा आपलं हृदय उदारमतवादी असू शकतं का,' असा प्रश्न तिला भेडसावायला लागला.

त्या काळात विद्यार्थ्यांमध्ये त्यांच्यावरची बंधनं झुगारून देण्याची एक लाटच आली होती. आपल्या बंडखोरीचं प्रतीक म्हणून कित्येक विद्यार्थी दारू पीत किंवा अमली पदार्थांचं सेवन करत. हिलरीनं मात्र यापासून दूरच राहणं पसंत केलं. खरं म्हणजे आपल्या वडिलांनी लादलेल्या काही सक्तींचा तिला खूप संताप येई; पण हा राग बाहेर काढण्याचे हे योग्य मार्ग नाहीत असं तिला वाटे. हळूहळू आपल्या वडिलांच्या विचारसरणीला थेट विरोध करण्याचं धैर्य तिच्यामध्ये येत गेलं. व्हिएतनाम युद्धाला आपला विरोध असल्याचं त्यांना सांगून आपण रिपब्लिकन पक्षाच्या विचारसरणीचे नसल्याचं तिनं स्वतःला बजावलं.

१९६८ हे हिलरीच्या कनिष्ठ महाविद्यालयीन आयुष्याच्या उत्तरार्धाचं वर्ष होतं. वेलस्ली महाविद्यालयाचं ठरावीक काळानंतर 'विद्यार्थिनी मंत्रिमंडळ' बनत असे. महाविद्यालयीन आयुष्यातच विद्यार्थ्यांना आपली विचारसरणी पक्की करता यावी, प्रचार करण्याची तंत्रं शिकता यावीत, वादविवाद आणि मुद्दे यांच्या संदर्भातले धडे मिळावेत यासाठी हे केलं जाई. या मंत्रिमंडळाच्या प्रमुखपदासाठी; म्हणजेच 'अध्यक्ष'पदासाठी हिलरीसकट तीन दावेदार होते. हिलरीनं आपल्या निवडीसाठी जोरदार प्रचार केला. वसतिगृहामधल्या प्रत्येक खोलीचं दार तिनं यासाठी ठोठावलं. तिच्या प्रयत्नांचं चीज झालं आणि ती खरोखरच विद्यार्थिनी मंत्रिमंडळाची प्रमुख म्हणून निवडून आली. आपल्या निवडीचा पुरेपूर फायदा हिलरीनं महाविद्यालयामधले तिला आणि तिच्या सहाध्यायिनींना जाचत असलेले नियम बदलण्यासाठी उठवला. महाविद्यालयाच्या प्रशासनावर दबाव टाकून वसतिगृहात मुलींच्या खोल्यांमध्ये किती मुलं कधी असावीत याविषयीचे कडक निर्बंध उठवण्यात आले. अभ्यासक्रमासंबंधीचे काही कठोर नियम बदलण्यात आले. निम्न आर्थिक स्तरामधल्या कुटुंबांमधून शिकायला येत असलेल्या मुलांसाठी वेलस्ली महाविद्यालयानं उन्हाळ्याच्या सुट्टीमध्ये खास वर्ग चालू केले. अशा प्रकारे हिलरीनं आपल्याला मिळालेल्या पदाचा सदुपयोग केलेला असला तरी एकदा तिच्यावर टीकाही झाली. एका समितीवर दोन सदस्य विद्यार्थिनी नेमायच्या असताना यासाठी निवडणुकीचा लोकशाही मार्ग न अवलंबता हिलरीनं स्वतःच या दोघींची नेमणूक करून टाकली. अर्थातच हे चुकीचं असल्याची हिलरीला नंतर जाणीव झाली. गमंत म्हणजे तेव्हाची हिलरी एकदम वेगळी दिसणारी होती. चोपून बसवल्यासारखे आणि मधून भांग न पाडता एका

बाजूनं भांग पाडून चप्प केलेले केस आणि जाड भिंगांचा चश्मा हे तिचं रूप आजच्या हिलरीपेक्षा पूर्णपणे वेगळं होतं.

४ एप्रिल १९६८ या दिवशी मार्टिन ल्यूथर किंगचा गोळी घालून खून करण्यात आला. अमेरिकेमध्ये कृष्णवर्णीय लोक आणि त्यांच्याविषयी सहानुभूती बाळगणारी जनता यांच्यामध्ये शोककळा पसरली. हिलरीला या घटनेचा जोरदार धक्का बसला. ती मानसिकदृष्ट्या एकदम खचली. आपल्या जडणघडणीच्या काळात तिनं किंगचं भाषण प्रत्यक्ष ऐकलं होतं आणि त्याच्याशी हस्तांदोलनही केलं होतं. अत्यंत प्रभावी वक्तृत्वशैली लाभलेला किंग हिंसाचाराला पूर्णपणे विरोध करत असे. अशा माणसाची हत्या व्हावी यासारखं दुःख नव्हतं. पुढच्याच दिवशी बॉस्टनमध्ये निघालेल्या एका निषेधासाठीच्या पदयात्रेत हिलरी सहभागी झाली. किंगच्या हत्येमुळे पुन्हा एकदा कृष्णवर्णीयांच्या चळवळीचा प्रश्न ऐरणीवर आला. वर्चस्ववादी गौरवर्णीयांनी कृष्णवर्णीयांना नव्यानं दडपून टाकण्याचे प्रयत्न सुरू केले. तसंच याउलट वेलस्ली महाविद्यालयात आणखी कृष्णवर्णीय विद्यार्थिनी आणि शिक्षक यांना स्थान मिळावं यासाठी कृष्णवर्णीय विद्यार्थ्यांनी मोहीम उघडली. गौरवर्णीय वर्चस्ववाद्यांच्या विरोधाला न जुमानता हिलरीनं या मागणीला पूर्ण पाठिंबा जाहीर केला. अखेर महाविद्यालयाच्या प्रशासनानं या मागणीचा स्वीकार करून कृष्णवर्णीयांना आणखी मोठ्या प्रमाणावर स्वीकारायला सुरुवात केली.

एकूणच या महाविद्यालयाच्या मुख्य प्रशासकाबरोबर हिलरीची दर आठवड्यात एकदा बैठक होत असे. यात हिलरी आपले मुद्दे हिरिरीनं मांडे आणि ते ताणून धरे. ती कधीच हार मानायला तयार नसे आणि आपलं म्हणणंच खरं करायचा प्रयत्न करे, अशा आठवणी या प्रशासकानं अलीकडच्या काळात सांगितल्या. तरीसुद्धा ती एकदम कट्टर नव्हती. उलट अतिक्रांतिकारी आणि कट्टर भूमिकेमुळे प्रश्न सुटत नाहीत, असं तिचं मत होतं. म्हणूनच गरज पडेल तेव्हा ती आपली भूमिका लवचीक करे आणि समोरच्या माणसाचं म्हणणं स्वीकारण्याचा प्रयत्न करे. तसंच व्यवस्था बदलण्यासाठी अंतर्गत बदलांवर तिचा भर असे. क्रांती ही बाहेर घडवायची नसते आणि त्यासाठी दंगली, जाळपोळ, खूनखराबा यांतलं काहीच करायचं नसतं यावर तिचा विश्वास असे. उलट आपण आपल्याला आखून दिलेल्या मार्गावर चालत राहिलं पाहिजे, खूप शिकलं पाहिजे आणि ते करत असताना सामाजिक प्रगती साधण्यासाठी आपल्या परीनं झटलं पाहिजे, असं ती आणि तिच्या वर्तुळातले तरुण म्हणत असत. त्या काळातलं वातावरण एकदम क्रांतिकारी आणि टोकाची मतं मांडण्यासाठी अनुकूल असलं तरी हिलरीचा मात्र असं करण्याला विरोध होता.

एकीकडे हिलरी अशा प्रकारे अभ्यासाव्यतिरिक्त गंभीर आणि राजकीय स्वरूपाच्या गोष्टींमध्ये व्यग्र असली तरी दुसरीकडे तिच्यामधला खेळकरपणा मावळलेला

नव्हता. उलट ती आपल्या मित्र-मैत्रिणींबरोबर चांगली मस्ती करत असे. हास्यविनोदाला कित्येकदा ऊत येई. एकूणच अभ्यासामध्ये आपण चांगली कामगिरी करून दाखवली पाहिजे असं तिला वाटत असलं तरी ती एकदम 'अभ्यासू' प्रकारातली नव्हती. म्हणजेच सातत्यानं अभ्यासच केला पाहिजे आणि इतर कुठल्याच गोष्टींमध्ये वेळ घालवता कामा नये, असं तिचं कधीच मत नसे. सगळ्या गोष्टींचा समतोल राखण्यावर तिचा भर असे. तो काळ तरुणाईनं बंडखोरी व्यक्त करण्याचा होता. परंपरांना धुडकावण्याचा होता. साहजिकच त्याला अनुसरून हिलरी आपल्या पेहरावाकडे अजिबात लक्ष देत नसे. चुरगाळलेले शर्ट-पँट किंवा तत्सम कपडे, जाडजूड बूट आणि जाड भिंगांचा चश्मा अशा अवतारामधली हिलरी कित्येकदा कशीतरीच दिसे; पण त्याचं तिला काहीच वाटत नसे.

राजकीयदृष्ट्या अधिकाधिक उदारमतवादी भूमिका स्वीकारणारी हिलरी १९६८ सालच्या निवडणुकीत डेमोक्रॅटिक पक्षाकडे सहानुभूतीच्या नजरेनं बघायला लागली. तरीसुद्धा तिला रिपब्लिकन पक्षाचंच काम करावं लागलं. तिला खरं म्हणजे हे नको होतं; पण तिच्या महाविद्यालयामधल्या पदामुळे तिला हे काम स्वीकारावंच लागलं. याच काळात डेव्हिड रूपर्ट नावाच्या तरुणाशी तिचं सूत जुळलं. रूपर्ट आणि हिलरी यांची भेट रिपब्लिकन पक्षासाठीचं काम करताना झाली. राजकीयदृष्ट्या दोघंही प्रगल्भ असल्यामुळे लवकरच आपली मतं रिपब्लिकन विचारसरणीशी जुळणारी नसल्याचं दोघांच्याही लक्षात आलं. यानंतर एक वर्ष दोघं निरनिराळ्या ठिकाणी असल्यामुळे त्यांचं प्रेमप्रकरण दुरूनच सुरू राहिलं. नंतर दोघं पुन्हा भेटले खरे; पण रूपर्ट अत्यंत तापट, दुराग्रही आणि आपलंच खरं करणारा असल्याचं मत नंतर काही जणांनी व्यक्त केलं. हिलरीनं आपल्या पालकांशी रूपर्टची गाठ घालून दिली. हिलरीचं बुद्धिचातुर्य, तिचं व्यक्तिमत्त्व यामुळे रूपर्टला ती आवडली होती. शारीरिकदृष्ट्याही तो तिच्याकडे आकृष्ट झाला असल्याची कबुली त्यानं नंतरच्या काळात दिली. असं असूनही त्यांनी या प्रकरणाला पुढे नेण्यासंबंधी तसा काही विचार केला नाही.

रिपब्लिकन पक्षाचा प्रचार करताना हिलरीला काही कटू अनुभव आले. या पक्षाचा परंपरावाद फक्त आर्थिक धोरणांच्या बाबतीतच असतो असं तिला वाटायला लागलं. तसंच परंपरावादाच्या नावाखाली रिपब्लिकन पक्ष सरळसरळ वर्णद्वेषाला खतपाणी घालत असल्याचं तिचं मत बनलं. दुसरीकडे डेमोक्रॅटिक पक्षातर्फे या निवडणुकीसाठी कुणाला उमेदवारी मिळेल हे अजून स्पष्ट होत नव्हतं. तत्कालीन राष्ट्रपती लिंडन जॉन्सननं फेरनिवडीसाठी उभं राहायचं नाही, असं ठरवलं होतं. पुढचा राष्ट्रपती म्हणून ज्या रॉबर्ट केनेडी या सिनेटरकडे बघितलं जात होतं, त्याची हत्या करण्यात आली. उपराष्ट्रपती ह्युबर्ट हम्फ्री यानं आपली उमेदवारी जाहीर

केलेली असली तरी त्याला लोकांचा पाठिंबा नव्हता. व्हिएतनाम युद्धाच्या पार्श्वभूमीवर वातावरण पार ढवळून निघालं होतं. लोक एकदम प्रचंड मोठा बदल हवा असल्याची मागणी करत होते. जिकडेतिकडे निदर्शनं सुरू असायची. पोलिसांना जमावबंदी, मारहाण, अटकसत्र, अश्रुधूर अशा मार्गांनी जनतेला काबूत आणण्यासाठी प्रयत्नांची शिकस्त करावी लागत होती. हे सगळं नुसतं वाचत राहण्यापेक्षा ते अनुभवावं या हेतूनं आपल्या एका मैत्रिणीच्या गाडीत बसून हिलरीनं शिकागोमधल्या एका भागात फेरफटका मारला. तिथे आपल्या वयाच्या मुलामुलींच्या टाळक्यांमध्ये पोलीस काठ्या मारत असल्याचं भयावह दृश्य तिनं बघितलं. अश्रुधूर तर पसरलेलाच होता. आपल्या काचबंद सुरक्षित जगापलीकडचं जग किती भेसूर आहे याचा अनुभव तिला पहिल्यांदाच आला. अमेरिकेमध्ये पसरलेल्या असंतोषानं वणव्याचं रूप धारण केलं तर कदाचित अमेरिकेमध्ये क्रांती घडेल आणि यादवी युद्धही होईल, अशी भीती काही जण व्यक्त करायला लागले. हिलरीला मात्र असं वाटत नव्हतं. याउलट आपण आहे त्या व्यवस्थेत बदल घडवले पाहिजेत असं ती म्हणत असे. तसंच आपण कुठल्याही क्रांतीला किंवा उठावाला कधीच पाठिंबा देणार नाही, असं ठाम मत तिनं बनवलं. अजून एकवीस वर्षं वय झालेलं नसल्यामुळे तिला मतदान करणं शक्य नव्हतं; पण आपण जमेल त्या मार्गानं बदल घडवत राहिलं पाहिजे, असं ती स्वतःला सांगत राहिली.

वेलस्लीमध्ये हिलरी फ्रेंच भाषा, मानसशास्त्र, समाजशास्त्र आणि अर्थशास्त्र हे विषय शिकत असली तरी तिचा खरा भर राज्यशास्त्रावरच होता. गरिबीत अडकलेल्या लोकांना यातून कसं बाहेर काढायचं याविषयीचं काम करत असलेल्या शिकागोमधल्या एका कार्यकर्त्याच्या प्रयत्नांसंबंधीचा प्रबंध तिनं आपल्या कनिष्ठ महाविद्यालयाच्या शिक्षणाच्या पूर्णत्वाच्या वेळेसाठी निवडला. हा ब्याण्णव पानी प्रबंध तिनं खूप विचार करून लिहिल्याचं स्पष्टपणे दिसत होतं. फक्त समान संधी दिल्यानं हा प्रश्न सुटू शकणार नाही, असं मत तिनं यात मांडलं. सरकारसकट समाजातल्या सगळ्या घटकांनी मनापासून प्रयत्न केल्याशिवाय या प्रश्नासंबंधीची प्रगती होऊ शकणार नाही, असा तिचा दावा होता. गरिबीचा प्रश्न सोडवण्यासाठी बाह्य प्रयत्नांची गरज असल्याचं या प्रश्नासंबंधी काम करणाऱ्या कार्यकर्त्यानं मांडलं असलं तरी हिलरीनं मात्र आपण याच्याशी सहमत नसल्याचं स्पष्ट केलं. हिलरीचा हा प्रबंध महाविद्यालयामधल्या परीक्षकांना खूप आवडल्यामुळे त्यांनी त्याला सर्वोच्च दर्जा दिला. ज्या कार्यकर्त्याच्या कामावर तो आधारलेला होता तोसुद्धा हिलरीच्या कामावर इतका खूश झाला की त्यानं हिलरीला आपल्याबरोबर काम करण्यासाठीचं आमंत्रण दिलं. हिलरीनं यासंबंधी विचार केला खरा; पण सामाजिक प्रश्न सोडवण्यासाठी आपल्याला कायद्याची मदत घेणं गरजेचं असल्याचं स्पष्टपणे जाणवत असल्यामुळे आपण कायद्याची पदवी

घ्यावी, असं तिनं मनाशी ठरवलं. यासाठी तिनं हार्वर्डच्या विधी महाविद्यालयाची प्रवेशचाचणी परीक्षा दिली. इथं तिला लगेचच पुरुषी अहंकाराचा आणि त्रासाचा सामना करावा लागला. हे महाविद्यालय मुलं-मुली असं संमिश्र असल्यामुळे या चाचणी परीक्षेदरम्यानच उपस्थित असलेल्या मुलांनी तिथं आलेल्या मुलींना त्रास द्यायला सुरुवात केली. काही जणांनी मुलींना सरळ 'तू इथं कशाला आली आहेस? तुझं इथं काहीच काम नाही.' असं म्हणून त्यांचं मनोधैर्य खच्ची करण्याचा प्रयत्न केला. यावर न भागल्यामुळे 'तू सरळ घरी जा आणि लग्न करून टाक' असा फुकटचा सल्लाही त्यांनी दिला. या प्रकारामुळे हिलरी हादरली खरी; पण तिनं कसंबसं आपलं भान राखत प्रवेशचाचणी दिली. ज्या प्राध्यापकानं हिलरीची उत्तरपत्रिका तपासली आणि तिची तोंडी चाचणीसुद्धा घातली त्यानं तिच्याविषयी खूप चांगलं मत व्यक्त केलं. हिलरी अत्यंत हुशार आणि तल्लख असून, अमेरिकी समाजासाठी मोठं काम करण्याची क्षमता तिच्यामध्ये असल्याचा अहवाल त्यानं दिला.

आता आपण हिलरीच्या शिक्षणाचा खर्च उचलू शकत नसल्याचं तिच्या वडिलांनी आधीच जाहीर केलं होतं. यामुळे हिलरी द्विधा मनःस्थितीत होती. नशिबानं वेलस्ली महाविद्यालयाकडून तिला अडीचहजार डॉलर्सची अत्यंत मानाची शिष्यवृत्ती मिळू शकेल असं समजल्यामुळे तिला जरा हायसं वाटलं. या रकमेत तिच्या एका वर्षाची फी भागू शकत होती. इतर खर्च भागवण्यासाठी हिलरीला कर्ज घेणं आणि कुठंतरी अर्ध वेळ काम धरणं भाग होतं. हार्वर्डखेरीज येल विद्यापीठाच्या विधी महाविद्यालयाच्या प्रवेशचाचणीतसुद्धा हिलरी उत्तीर्ण झाल्यामुळे आता यातलं काय निवडायचं हे ठरवणं भाग होतं. हार्वर्डमधल्या एका पार्टीमध्ये एका मित्रानं तिची ओळख तिथल्या एका प्रसिद्ध प्राध्यापकाशी करून दिली. हिलरीनं आपली द्विधा मनःस्थिती त्याच्यासमोर मांडताच अत्यंत कोरडेपणानं आणि अहंमन्यतेनं त्यानं हार्वर्डच्या जवळपाससुद्धा दुसरं कुठलं विद्यापीठ येऊ शकत नसल्याचं आणि आपल्याला एवीतेवी विद्यार्थिनी नकोच असल्याचं सांगितलं. यामुळे हिलरी पार उखडली आणि तिनं हार्वर्डचं नाव बाद करून टाकलं. येलमध्ये तिनं प्रवेश घेतला.

गमतीची गोष्ट म्हणजे हिलरीचं व्यक्तिमत्त्व, तिचा करारीपणा, तिचे विचार आणि तिची हुशारी हे सगळं बघून ती अमेरिकेची पहिली महिला राष्ट्रपती होईल असं तेव्हाच तिच्या काही मैत्रिणींना वाटत होतं! स्वतः हिलरीला मात्र आपण कधी राजकारणाच्या फंदात पडू असं वाटत नसे. हिलरीच्या मैत्रिणींचं असं मत होण्यामागे एक प्रसंग कारणीभूत होता. वेलस्ली महाविद्यालयाचा पदवीदान समारंभ जवळ आलेला असताना कुणीतरी या समारंभात विद्यार्थिनींच्या प्रतिनिधीनंही भाषण करण्याची टूम काढली. अशी प्रथा नसल्यामुळे त्याला सुरुवातीला नकार देण्यात आला; पण विद्यार्थिनींनी खूपच रेटून धरल्यानंतर त्याला मान्यता देण्यात आली. या कार्यक्रमाला

प्रमुख पाहुणा म्हणून एका रिपब्लिकन सिनेटरला महाविद्यालयानं आमंत्रित केलं होतं. या सिनेटरनं आपला राजकारणी मुखवटा धारण करत देशात सगळं कसं आलबेल आहे याचं खोटं वर्णन केलं. व्हिएतनामविषयी त्यानं चकार शब्दसुद्धा काढला नाही. उपस्थित असलेल्या दोन हजार लोकांनी या भाषणाला सौम्य टाळ्या वाजवून प्रतिसाद दिला. यानंतर हिलरीच्या भाषणाचा क्रम होता. हिलरीनं खरं म्हणजे आपलं भाषण तयार केलं होतं; पण सिनेटरच्या भाषणामुळे तिनं ते बाजूला ठेवलं. देशात इतक्या असंतोषाची परिस्थिती असताना त्याकडे साफ दुर्लक्ष करण्याच्या सिनेटरच्या धोरणाची तिला मनापासून चीड आली होती. सगळं ठीकठाक आहे असं भासवण्याचा राजकीय प्रयत्न तिला हाणून पाडायचा होता. तिनं अत्यंत कठोर शब्दांमध्ये प्राप्त परिस्थितीचे वाभाडे काढले. आपल्या पिढीला प्रश्न विचारण्याचा हक्क असल्याचं तिनं स्पष्टपणे सांगितलं. आपल्याला आणि आपल्या सहाध्यायींना विलासी, आरामदायी आयुष्याची भूक नसून आपल्याला सर्वसामान्य लोकांच्या अडचणी दूर करण्याचा प्रयत्न करायचा असल्याचं ती म्हणाली. फार काळापासून राजकारण्यांनी आपल्या सत्तेचा गैरवापर केलेला असून, आपल्याला त्यात बदल घडवायचा असल्याचं तिनं सांगून टाकलं. जे अशक्य वाटतं ते प्रत्यक्षात घडवून आणण्यासाठी झटणं आणि ते करून दाखवणं, हे खरं राजकारण असल्याचं आपण मानत असल्याचं ती म्हणाली. याच संदर्भातल्या आपल्या एका वर्गमैत्रिणीची कविता वाचून दाखवत तिनं आपल्या दणदणीत भाषणाची सांगता केली.

हिलरीच्या या भाषणामुळे प्रेक्षक स्तब्ध झाले. अमेरिकी सिनेटरचा दुतोंडीपणा हिलरीनं अगदी सहजपणे उघडा पाडला होता. यामुळे प्रौढ उपस्थितांमध्ये तर एकदम खळबळच माजली. असं त्यांच्या आयुष्यात यापूर्वी कधीच घडलं नव्हतं. तरुणांनी टाळ्यांचा जल्लोष केला; पण या महाविद्यालयातून पूर्वी शिकून बाहेर पडलेल्या लोकांमध्ये स्मशानशांतता पसरली होती. ते अत्यंत अवघडलेले चेहरे घेऊन बसले होते. तरुणाईनं मात्र नुसता जल्लोष केला; तब्बल सात मिनिटं उभं राहून त्यांनी टाळ्यांचा पाऊस पाडत हिलरीला चिंब केलं! वर्तमानपत्रांनीसुद्धा हिलरीच्या या भाषणाची दखल घेतली. काही वर्तमानपत्रांनी हिलरीनं कुठलीही भीडभाड न ठेवता तरुणांच्या मनात काय खदखदतं आहे हे निर्भयपणे मांडल्याबद्दल हिलरीचं कौतुक केलं. काही वर्तमानपत्रांनी मात्र सिनेटरनं योग्य भाषण केल्यानंतर हिलरीनं विनाकारणच आपली पातळी सोडून उद्धट वक्तव्यं केल्याची टीका तिच्यावर केली. तेव्हा वेलस्लीमध्ये प्राध्यापक असलेल्या आणि नंतरच्या काळात कवी म्हणून बऱ्यापैकी गाजलेल्या रॉबर्ट पिन्स्की यानं हिलरीच्या भाषणाचं वर्णन करताना 'एखाद्या किमयागार तरुण वादकाचा सूरझंकार ऐकल्यासारखं मला वाटत होतं' असे शब्द वापरले. हिलरीबद्दल त्यानं पूर्वी फक्त ऐकलं होतं; पण आता

तिच्यामध्ये बेधडकपणे आपल्या पिढीमधल्या सगळ्यांच्या मनात असलेल्या अस्वस्थतेला टोकदार शब्दांमध्ये वाट करून देण्यासंबंधीच्या असलेल्या कौशल्याला त्यानं दाद दिली. हिलरीच्या मुलाखती घेण्यासाठी माध्यमांचे फोन धडधडायला लागले. अपेक्षेप्रमाणेच 'आपल्या पिढीचं प्रतिनिधित्व करणारी तेजस्वी तारका' असं तिला एकीकडे काही जण म्हणत होते; तर दुसरीकडे 'ही स्वतःला समजते तरी कोण?' अशी राग व्यक्त करणारी प्रतिक्रियाही उमटत होती.

हिलरीनं याला फार महत्त्व दिलं नाही. अलास्कामध्ये सुट्टीसाठी काही दिवस मजेत घालवल्यानंतर ती येलमध्ये कायद्याचं शिक्षण घेण्यासाठी दाखल झाली. अर्थात इथं आपल्या पुढ्यात काय वाढून ठेवलं आहे याची तिला अजिबातच कल्पना नव्हती.

येलमध्ये त्या वर्षी दोनशेएक विद्यार्थी होते तर फक्त छत्तीस विद्यार्थिनी होत्या. त्याआधी येल विद्यापीठानं पदव्युत्तर शिक्षणासाठी विद्यार्थिनींना प्रवेश दिला असला तरी पदवीच्या अभ्यासक्रमात विद्यार्थिनींना प्रवेश मिळण्याचा हा पहिलाच प्रसंग होता. कहर म्हणजे 'लाईफ' मासिकात हिलरीवर त्याच सुमाराला एक लेख छापून आलेला असल्यामुळे येलमधल्या विद्यार्थ्यांना तिच्याविषयी आधीच माहीत झालं होतं. याखेरीज १९६९ सालच्या ऑक्टोबर महिन्यात तिला तरुण महिला मतदारांसाठीच्या एका परिषदेत भाषण करण्यासाठीचं आमंत्रण मिळालं. महिला मतदारांची संख्या वाढवण्यासाठी काय केलं पाहिजे याविषयी तिला बोलायचं होतं. मतदानासाठीचं किमान वय एकवीस वरून अठरा वर्षांवर आणण्यासाठीसुद्धा ही परिषद आयोजित करणारे लोक धडपडत होते. जर अठरा वर्षांवरचे युवक युद्धभूमीवर जाऊ शकत असले तर त्यांना योग्य मतदान करण्याची जाण नक्कीच असते, असं या गटाचं म्हणणं होतं. या गटानं टाकलेल्या दबावाचा तसंच इतर अनेक जणांच्या प्रयत्नांचा फायदा झाला आणि १९७१ मध्ये अमेरिकेनं मतदान करण्यासाठीचं किमान वय अठरा वर्षं केलं. अशा प्रकारच्या कामांमध्ये सामील झाल्यामुळे हिलरीची ओळख राष्ट्रीय पातळीवरचे कार्यकर्ते, राजकारणी, समाजकारणी यांच्याशी व्हायला लागली.

वेलस्लीमधलं वातावरण एकदम थंडगार होतं. या तुलनेत येलमध्ये मात्र एकदम उत्साहानं सळसळणारं वातावरण होतं. राजकीय तसंच सामाजिक प्रश्नांविषयी इथं सतत चर्चा चाले. विद्यार्थ्यांनी या संदर्भात काय भूमिका घेतली पाहिजे, चळवळी कशा उभ्या केल्या पाहिजेत, यावर वादविवाद होत. अनेक लोक तावातावानं आपलं म्हणणं मांडत. या काळात 'ब्लॅक पँथर' नावाची संघटनात्मक चळवळ उभी राहिली होती. कृष्णवर्णीय लोकांच्या हक्कांसाठी ही संघटना लढत असे. सहज उल्लेख करायचा तर आपल्याकडची दलित पँथर संघटना नंतर याच ब्लॅक पँथर संघटनेकडून

प्रेरणा घेऊन निर्माण करण्यात आली. ब्लॅक पँथर संघटनेनं एका एकोणीस वर्षीय गौरवर्णीय तरुणाची हाल करून हत्या केल्याचा आरोप या सुमाराला करण्यात आला. हा गौरवर्णीय तरुण पोलिसांचा खबऱ्या असल्याचा संशय होता. त्याची हत्या करण्याचा आदेश बॉबी सील नावाच्या एका ब्लॅक पँथर संघटनेच्या नेत्यानं दिला असल्याच्या बातम्या पसरल्या. हा सील काही दिवसांनी येलमध्ये भाषण करण्यासाठी येणार होता. या पार्श्वभूमीवर हिलरीला शिकवायला असलेल्या एका प्राध्यापकानं आपल्या विद्यार्थ्यांना सीलच्या विरोधात सुरू होणार असलेल्या खटल्याच्या सुनावणीकडे बारकाईनं लक्ष ठेवायला आणि त्यामधल्या विविध मुद्द्यांवर प्रबंध लिहायला सांगितलं. या सगळ्या घटनाक्रमावर बारीक लक्ष ठेवण्याची आणि आपल्या सहाध्यायींपैकी कुणी ना कुणीतरी न्यायालयात हजर असेल याची काळजी घेण्यासाठीचं वेळापत्रक बनवण्याची जबाबदारी हिलरीनं स्वीकारली. अमेरिकेची 'फेडरल ब्यूरो ऑफ इन्व्हेस्टिगेशन्स (एफबीआय)' ही संघटना अमेरिकी सरकारच्या वतीनं ब्लॅक पँथर संघटनेमध्ये फूट पाडणं आणि एकूणच तिचं निरनिराळ्या मार्गांनी कंबरडं मोडणं यासाठी प्रयत्न करत होती. साहजिकच ताकदवान एफबीआयची नजर येलमधल्या या विद्यार्थ्यांवरही पडण्याची दाट शक्यता होती. हे बघून येलच्या प्रमुखानंही सुरू असलेल्या प्रकारांविषयी तीव्र नाराजी व्यक्त करून अमेरिकेमध्ये अशा प्रकारची परिस्थिती निर्माण झाल्याबद्दल खेद व्यक्त केला. तसंच ब्लॅक पँथरला न्याय्य वागणूक मिळेल का याविषयी शंका व्यक्त केली. प्रत्यक्षात जसजशी खटल्याची तारीख जवळ येत गेली तसतसा तणाव वाढत गेला. ब्लॅक पँथरच्या समर्थनार्थ लोकांनी एकजूट निर्माण करण्याचा प्रयत्न केला. निदर्शनं आणि मोर्चे यांच्यासाठीची जय्यत तयारी सुरू झाली.

तेवढ्यात येलमधल्या तळमजल्यावरच्या आंतरराष्ट्रीय ग्रंथालयाला अचानकपणे आग लागली. हे कळताच हिलरी, तिचे मित्र-मैत्रिणी आणि काही प्राध्यापक मंडळी हे तिथं धावत पोहोचले आणि त्यांनी ही आग विझवण्यासाठी शर्थीचे प्रयत्न केले. या आगीत पाचशे पुस्तकं जळून खाक झाली. ही आग आपोआप लागली नसून ती मुद्दाम आपल्या विरोधकांनी लावली असली पाहिजे याविषयी हिलरीच्या मनात शंका नव्हती. कुणी एखाद्या गोष्टीसंबंधीचा राग काढण्यासाठी पुस्तकं जाळावीत हे तिला कल्पनेपलीकडचं वाटत होतं. काही जणांचं मत मात्र ब्लॅक पँथर संघटनेला पुरेसा पाठिंबा न दिल्यामुळे या संघटनेनंच हे ग्रंथालय जाळलं असणार, असं होतं. काहीही असो; इथून पुढे या ग्रंथालयाची आणखी हानी होऊ नये यासाठी हिलरी आणि तिच्या मित्रमैत्रिणी यांनी ग्रंथालयाभोवती जागता पहाराच द्यायला सुरुवात केली.

हा सगळा प्रकार विद्यार्थिदशेत कमी होता म्हणून की काय; पण राष्ट्रपती रिचर्ड निक्सननं एप्रिल महिन्याच्या अखेरीला कंबोडियामध्ये अमेरिकी लष्कर धाडून तिथंही

युद्ध सुरू केलं! यामुळे वातावरण आणखी बिघडलं. दंगे आणि जाळपोळ यांच्यात वाढ होऊ नये यासाठी दुकानं लवकर बंद करणं, कचरापेट्या रिकाम्या करून ठेवणं अशी उपाययोजना करण्यात आली. सुमारे तीन हजार रक्षकांचा पहारा रस्त्यांवर सुरू झाला. येलनं विद्यार्थ्यांच्या आणि इतर कर्मचाऱ्यांच्या सुरक्षिततेसाठी वर्ग बंद केले. एक मोठी निषेधसभा योजण्यात आली. त्यात बारा हजार-पंधरा हजार तरुण सहभागी झाले. फक्त एकदा अश्रुधूर वापरण्याची वेळ आली. अर्थात म्हणून देशभर शांतता होती असं नाही. ४ मे या अमेरिकेच्या स्वातंत्र्यदिनी ओहायोमधल्या एका विद्यापीठात पोलिसांनी गोळीबार करून चार तरुण निदर्शकांना ठार केलं. ही बातमी ऐकताच हिलरीला रडू फुटलं. तसंच या घटनेच्या निषेधार्थ शेकडो महाविद्यालयांमध्ये निषेधसत्र सुरू झालं. त्या रात्री येलनंसुद्धा या संघर्षात सहभागी व्हावं का हे ठरवण्यासाठी एक बैठक बोलावण्यात आली. आपल्या बेलबॉटमच्या निळ्या जीन्सच्या पेहरावात असलेली हिलरी या बैठकीचं सूत्रसंचालन करण्यासाठी अगदी पुढच्या रांगेत बसली होती. महाविद्यालयाच्या पहिल्या वर्षात शिकत असूनसुद्धा तिनं आपल्याविषयी असा विश्वास इतरांच्या मनात निर्माण केल्याचं हे द्योतक होतं. आपल्याहून वरिष्ठ विद्यार्थी तसंच महाविद्यालयाचे सगळे प्राध्यापक आणि पदाधिकारी यांच्याशी तिचं चांगलं नातं जुळलं होतं. आताच्या बैठकीतसुद्धा हिलरीचा आत्मविश्वास आणि तिचा शांतपणा ठळकपणे दिसून येत होता. चर्चा भरकटली किंवा कुणी संतापाच्या भरात वेडंवाकडं बोलायला लागलं की हिलरी पुन्हा गाडी मूळ रस्त्यावर आणत असे. एका विद्यार्थ्यानं तर हिलरी जणू एखाद्या अनुवादकाचं काम करत असावी असं म्हटलं. म्हणजेच कुणी खूप जोरजोरात, रागारागानं काही बोलत असेल तर शांतपणे साध्या शब्दांमध्ये हिलरी त्याला काय म्हणायचं असेल हे सगळ्यांना त्याच्या वतीनं सांगत असे. अखेर चर्चेनंतर येलमधल्या विद्यार्थ्यांनी २३९-१२ अशा फरकानं या आंदोलनात सहभागी व्हायचं ठरवलं. जणू अमेरिकी सरकार आपल्याच जनतेच्या विरोधात लढत असल्याची भावना सगळीकडे पसरली असावी असं वाटत असल्याचं विधान हिलरीनं केलं.

याला काही दिवस होऊन गेल्यानंतर महिलांना समान हक्क मिळावेत या संदर्भातल्या एका चर्चासत्रासाठी हिलरीला वॉशिंग्टनला येण्याचं आमंत्रण आलं. तिथं तिनं निक्सन सरकारवर निक्षून टीका केली. कंबोडियामध्ये अमेरिकी लष्कर घुसवल्याचा तीव्र निषेध करत सगळ्या विद्यार्थ्यांना याचा मनापासून संताप आल्याचं विधान तिनं केलं. आपण लोकशाही मार्गानं निवडून दिलेलं सरकार हुकूमशाही पद्धतीनं काम करत असल्याबद्दल तिनं नाराजी व्यक्त केली. हे सरकार आधी लोकांच्या अहिताचे निर्णय घेतं, ते अमलात आणतं आणि त्यानंतर लोकांना त्याविषयी सांगतं हे अत्यंत चुकीचं असल्याचं मत तिनं मांडलं. याखेरीज महिलांना

दुजाभावाची वागणूक दिल्याबद्दल तिनं कंपन्यांवर टीकास्त्र सोडलं आणि महिलांनीच या अन्यायाच्या विरोधात आवाज उठवण्याची गरज अधोरेखित केली. हिलरीच्या भाषणाला जोरदार टाळ्या मिळाल्या. त्या उन्हाळ्याच्या सुट्टीत तिनं या संदर्भातल्या एका कार्यकर्तीबरोबर काम केलं. यातून तिला स्थलांतरित कुटुंबांचे प्रश्न जवळून समजून घेण्याची संधी मिळाली. यातल्या अनेक गोष्टी तिला आतून हलवून गेल्या. साध्या सोयीसुद्धा त्यांना मिळू शकत नसल्याबद्दल तिला खूप खंत वाटली.

एकूणच विद्यार्थिदशेतच हिलरीच्या राजकीय प्रवासाची जोरदार सुरुवात झाली होती हे नक्की!

◆

बिलचं आगमन

येलमधल्या आपल्या दुसऱ्या वर्षाच्या पहिल्याच दिवशी हिलरीची पुनर्भेट आपला जुना मित्र रॉबर्ट रिचशी झाली. रिच तिथं पहिल्या वर्षाच्या अभ्यासक्रमासाठी दाखल झाला होता. पूर्वी हिलरीपेक्षा एक वर्ष मागे असूनही रॉबर्टचे तिच्याबरोबर काही काळ प्रेमसंबंध निर्माण झाले होते. ते फार काळ टिकले नाहीत. आता रिचबरोबर सहा फूट दोन इंच उंची लाभलेला आणि आकर्षक दिसणारा एक तरुण होता. रिचपेक्षा तो खूपच ताडमाड दिसत होता. ऱ्होड्स विद्यापीठात 'स्कॉलर' म्हणून कायद्याचं प्रशिक्षण घेणारा बिल क्लिंटन हा तो तरुण होता. आश्चर्याची गोष्ट म्हणजे पहिल्या भेटीत बिल क्लिंटन आणि हिलरी यांच्यामध्ये अजिबात आकर्षण निर्माण झालं नाही. इतकंच नव्हे तर दोघं एकमेकांच्या लक्षातसुद्धा राहिले नाहीत. त्यांना या भेटीचं स्मरण करून दिल्यानंतरही त्यांना काहीच आठवलं नाही!

हिलरीचं दुसरं वर्ष पहिल्या वर्षाइतकं संस्मरणीय ठरलं नाही; कारण यात फारसं काही नाट्यमय घडलं नाही. तरीसुद्धा ती कायम कशात ना कशात तरी व्यग्र असे. लहान मुलांच्या हक्कांसाठी लढणं, तसंच न्यायालयामधले खटले चालवण्यासाठी वकिलीची फी न परवडणाऱ्या लोकांना मदत करणं, अशी कामं ती करे. एकदा ती अशाच प्रकारचं काम करायला गेलेली असताना तिला तिथं एक दाढीवाला आणि घनदाट केशसंभार असलेला एक युवक 'आमच्याकडे जगामधली सगळ्यात मोठी कलिंगडं पिकतात' असं कुणाला तरी सांगत असलेला दिसला. जणू तो काही पूर्वीच्या 'व्हायकिंग' लोकांसारखाच वाटत होता. यामुळे कुतूहलापोटी हिलरीनं आपल्या एका मैत्रिणीला हा कोण माणूस आहे असं विचारलं. उत्तरापोटी 'अर्कान्सॉ राज्यामधला हा बिल क्लिंटन नावाचा माणूस सतत हीच गोष्ट सगळ्यांना सांगत असतो,' असं त्या मैत्रिणीनं सांगितलं!

थोड्याच दिवसांमध्ये आपण एक विषय एकत्र शिकत असल्याचं बिल आणि हिलरी यांच्या लक्षात आलं. 'राजकीय आणि नागरी हक्क' अशा या विषयाच्या तासाला बिल क्लिंटन हा युवक नेहमीच हजेरी लावे असं नाही; पण जेव्हा तो हजर

असे तेव्हा बहुतेक सगळ्या प्रश्नांची बिनचूक उत्तरं मात्र देत असे. हिलरीमधला आत्मविश्वास आणि कणखरपणा स्पष्टपणे जाणवत असल्याचं बघून बिलच्या मनात तिच्याविषयी कुतूहल निर्माण झालं. जाड सोनेरी केस आणि जाडजूड काचांचा चश्मा असलेली हिलरी आत्तापर्यंत आपण बघितलेल्या सगळ्या मुलींपेक्षा वेगळी असल्याचं त्याचं मत झालं. हळूहळू वर्ग संपल्यानंतर तिच्याशी बोलण्याचा विचार त्यानं सुरू केला; पण लवकरच हे प्रकरण वाढणार असं वाटल्यावर त्यानं अचानकपणे स्वतःला थांबवलं. जर आपण हिलरीबरोबर वेळ घालवायला लागलो तर कदाचित आपण तिचा गांभीर्यानं विचार करू आणि ते आपल्याला सध्या सगळ्याच दृष्टींनी परवडण्यासारखं नाही, असं बिलला वाटत होतं. एकदा हिलरी येलच्या ग्रंथालयात वाचत असताना तिथंच असलेला बिल दुसऱ्या कुणाशी तरी बोलत होता. त्याचं सगळं लक्ष हिलरीकडे होतं. हिलरीच्या ते लक्षात आलं; पण तिनं ते जाणवू दिलं नाही. थोडा वेळ गेल्यानंतर मात्र ती सरळ उठून बिलपाशी आली. थेटपणे तिनं 'जर तू माझ्याकडे बघत राहिलास आणि मी तुझ्याकडे बघत राहिले तर आपण किमान एकमेकांची ओळख करून घेणं तरी गरजेचं नाही का? माझं नाव हिलरी रॉडहॅम' असं त्याला म्हटलं. हिलरीच्या या अनपेक्षित पवित्र्यामुळे पार गांगरून गेलेला बिल काही सेकंद स्तब्धच झाला. कसंबसं अवसान गोळा करून त्यानं आपलं नाव हिलरीला सांगितलं. दोनचार मिनिटं काहीतरी बोलून दोघं आपापल्या मार्गांनी निघून गेले. अर्थातच हिलरीविषयी बिलच्या मनात आकर्षण निर्माण झालं होतं. ते दाखवायचं नाही यासाठी तो प्रयत्न करत राहिला. त्यांची पुढची भेट एका रांगेत झाली. नव्या शैक्षणिक सत्रासाठीच्या एका विषयासंबंधीच्या नावनोंदणीसाठी हिलरी रांगेत उभी होती. त्याच रांगेत बिलही होता. आपणही हा ऐच्छिक विषय घेतला असून त्या संदर्भातल्या नोंदीच्या रांगेत उभं असल्याचं त्यानं हिलरीला सांगितलं. दोघांचं थोडं बोलणं रांगेत पुढे सरकत सरकत झालं. तेवढ्यात बिलची पाळी आली आणि त्याचं भांडं फुटलं. याचं कारण म्हणजे त्यानं या विषयासाठीची नावनोंदणी आधीच केली होती. साहजिकच संबंधित अधिकाऱ्यानं 'तू आधीच नावनोंदणी केलेली असताना पुन्हा रांगेत का उभा आहेस?' असं बिलला विचारलं आणि हिलरीला हसू फुटलं. तिथून ते दोघं चालत येलमधल्या कलादालनात गेले. ते कलादालन बंद असल्यामुळे तिथल्या सुरक्षारक्षकानं त्यांना आत जाण्याला मज्जाव केला; पण बिलनं त्याला काहीतरी सांगून आत प्रवेश मिळवलाच. संध्याकाळ होईपर्यंत ते दोघं तिथंच होते. दोघं एकमेकांशी खूप बोलले. अमेरिकी संस्कृतीनुसार सांगायचं तर त्यांची ती पहिली 'डेट' ठरली.

बिल आणि हिलरी यांच्यामध्ये अशा प्रकारे घनिष्ठ नातं निर्माण व्हायला सुरुवात होण्याची चिन्हं दिसत असली तरी त्यात एक अडचण होती. डेव्हिड रूपर्ट

हा हिलरीचा आधीचा प्रियकर अजून टिकून होता. दर शनिवार-रविवारी रूपर्टला भेटायला हिलरी जात असे. आत्तासुद्धा तिची रूपर्टशीच भेट ठरली होती. तरीसुद्धा रूपर्ट आणि हिलरी यांचे संबंध बिघडत चालले होते. त्यांची मतं एकमेकांना पटेनाशी झाली होती. साहजिकच या खेपेला रूपर्टला भेटून आल्यावर हिलरीला जरा आजारी असल्यासारखंच वाटत होतं. आता बिल तिच्यासाठी ऑरेंज ज्यूस आणि चिकन सूप घेऊन आला. त्यांनी आपलं कलादालनामधलं बोलणं पुढे सुरू ठेवलं. आता आपलं शैक्षणिक सत्र संपायला आलं असलं तरी आपण एकमेकांना भेटत राहिल्याशिवाय टिकाव धरू शकणार नाही, याची जाणीव दोघांनाही व्हायला लागली. त्या काळात बिल कनेक्टिकट राज्यामध्ये तीन रूममेट्ससह राहत असे. हिलरी त्याला तिथं भेटायला जायला लागली. बिलकडे १९७० सालची एक साधी स्टेशनवॅगन गाडी होती. त्यातून ते एकत्र फिरत. दोघं एकमेकांशी भरभरून बोलत. आपल्याला आपल्या राज्यात परतून राज्यपातळीवरचा सिनेटर व्हायचं असल्याचं स्वप्न बिल तिच्यासमोर कायम मांडत असे. हिलरीला मात्र अजून नक्की काय करायचं, हे पक्कं ठरवता येत नव्हतं.

दोघं आपापल्या बालपणाविषयी बरंच बोलत. आपलं बालपण तसं सरळसोट आणि आरामदायी असल्याचं हिलरीनं बिलला सांगितलं. तुलनेनं बिलचं बालपण मात्र तसं वादळी होतं. १९४६ सालच्या ऑगस्ट महिन्यात अर्कान्सॉ राज्यामधल्या होप गावात बिलचा जन्म झाला. त्याच्या जन्माच्या तीन महिने आधी विल्यम जेफरसन ब्लिथ (कनिष्ठ) या त्याच्या वडिलांचं अपघाती निधन झालं होतं. यामधलं दुर्दैव म्हणजे बिलची आई आणि वडील यांनी आपला संसार उभा करण्यासाठी एक छोटं घर विकत घेतलं होतं. काही दिवस कामानिमित्त बिलचे वडील तिथं एकटेच राहायचे. यानंतर बिलच्या आईला तिथं आणण्यासाठी म्हणून मोटार चालवत ते निघाले आणि या प्रवासातच रात्री त्यांच्या मोटारीचं पुढचं चाक फुटून त्यांचा अपघाती मृत्यू झाला! खरं म्हणजे हा अपघात झाल्यावर ते गाडीबाहेर फेकले गेले आणि तिथे एका घाणीनं भरलेल्या खड्ड्यात पडले. तिथून बाहेर पडण्यासाठी त्यांनी भरपूर धडपड केली; पण त्याच अवस्थेत शेवटी त्यांचं निधन झालं. नंतरच्या काळात उपलब्ध झालेल्या माहितीनुसार बिलच्या आईशी लग्न करण्याआधी बिलच्या वडिलांची बहुधा तीन लग्नं झाली होती आणि यातून त्यांना दोन मुलं झाली होती असं आढळून आलं. बिल १९९२ मध्ये राष्ट्रपतिपदाच्या निवडणुकीसाठीची तयारी करत असताना लिऑन रिट्झनथॅलर नावाच्या माणसानं त्याच्याशी संपर्क साधला आणि आपण त्या दोन मुलांपैकी एक असल्याचा दावा केला. बिलनं त्याची भेट घेतली तेव्हा खरंच तो एकदम आपल्यासारखा दिसत असल्याचं बिलच्या लक्षात आलं. त्याच्याकडच्या जन्मदाखल्यामध्ये त्याच्या वडिलांचं नावही विल्यम ब्लिथ

असंच होतं. हे ऐकून बिलच्या आईला मोठा धक्का बसला. तेव्हा ती कर्करोगानं आजारी होती. कालांतरानं तिनं तारुण्यामध्ये अनेक लोकांच्या हातून असं घडतं, असं म्हणून या गोष्टीचा स्वीकार केला.

बिलच्या जन्माच्या वेळी व्हर्जिनिया या त्याच्या आईचं वय फक्त तेवीस वर्षांचं होतं. तिनं नर्स म्हणून काम करण्याचं प्रशिक्षण घेतलं असलं तरी आपल्या मुलाचं चांगलं भविष्य घडावं यासाठी ती प्रयत्नशील होती. यामुळे बिल फक्त एक वर्षाचा असताना त्याला आपल्या आई-वडिलांकडे सांभाळ करण्यासाठी सोडून तिनं न्यू ऑर्लिन्समध्ये नर्सिंगमधलंच पुढचं प्रशिक्षण घेण्यासाठी स्थलांतर केलं. बिलच्या आईची आई म्हणजेच त्याची आजी प्रेमळ असली तरी कडक स्वभावाची होती. तीसुद्धा नर्सच होती. बिलचे आजोबा प्रेमळ आणि दयाळू होते. त्यांचं किराणामालाचं एक दुकान होतं. त्या काळात गौरवर्णीय आणि कृष्णवर्णीय लोकांसाठीची दुकानंसुद्धा वेगळी असायची. बिलच्या आजोबांनी मात्र उदारमतवादी धोरण स्वीकारून आपल्या दुकानात असला भेदभाव करायचा नाही, असं सुरुवातीपासूनच ठरवलं होतं. साहजिकच त्यांच्या दुकानात सगळ्या प्रकारची गिऱ्हाइकं येत असत. यामुळे बिलला गौरवर्णीय आणि कृष्णवर्णीय अशा दोन्ही प्रकारच्या लोकांच्या मुलांशी खेळायला मिळे.

काही काळानंतर बिलची आई घरी परतली. आता तिचं रॉजर क्लिंटन नावाच्या दोन वेळा घटस्फोट झालेल्या मोटारविक्रीच्या व्यवसायात असलेल्या माणसाशी प्रकरण सुरू होतं. १९५० साली त्यांनी लग्न केलं. त्यानंतर बिल आपलं नाव 'बिली क्लिंटन' असं सांगायला लागला. काही दिवसांनंतर हे नवं क्लिंटन कुटुंब 'हॉट स्प्रिंग्ज' इथं स्थलांतरित झालं आणि तिथं रॉजर या त्याच्या सावत्रभावाचा जन्म झाला. बिलचे सावत्र वडील तसे प्रेमळ होते. बिलला ते आवडायचेही; पण ते अधूनमधून प्रमाणाबाहेर दारू प्यायचे. साहजिकच अशा वेळी त्यांना कसली शुद्ध राहत नसे. ते बिलच्या आईचा या काळात छळ करत. एकदा तर ते दारू पिऊन तर्र अवस्थेत असताना घरी झालेल्या बाचाबाचीमुळे भडकले. त्यांनी सरळ एक पिस्तूल काढून गोळी झाडली. ती गोळी बिल आणि त्याची आई व्हर्जिनिया यांच्यामधून गेली आणि मागच्या भिंतीतून आरपार पुढे गेली. पार भेदरलेल्या अवस्थेमध्ये बिल आपल्या आईसोबत शेजारच्या घरी गेला. ती रात्र त्यांनी कशीबशी तिथंच काढली; तर दारूच्या नशेत असलेला रॉजर क्लिंटन रात्रभर तुरुंगात राहिला. अशा प्रसंगांमुळे त्याला अद्दल घडली नाही. तो दारू पिऊन व्हर्जिनियाचा छळ अधूनमधून करतच असे. बिलनं नाइलाजानं हे काही काळ सहन केलं खरं; पण एकदा त्याला ते फार असह्य झालं. तो चौदा वर्षांचा असताना आपल्या आईला मारहाण होत असल्याचं दृश्य सहन न झाल्यामुळे त्यानं गॉल्फ खेळण्यासाठीचा 'क्लब' हातात धरून आपल्या वडिलांना धमकावलं. यानंतर बिलच्या आईला पुन्हा

कधीच मारहाण झाली नाही. काही काळातच बिलच्या आई-वडिलांचा घटस्फोट झाला; पण तो टिकू शकला नाही. रॉजर क्लिंटननं माफी मागून पुन्हा व्हर्जिनिया आणि मुलं यांना आपल्यासोबत राहण्यासाठी त्यांची मनधरणी केली. त्याला मान देत पुन्हा एकदा क्लिंटन कुटुंब एकत्र आलं! हे सगळं बिलनं फक्त स्वतःपुरतंच ठेवलं. यामुळे त्याची घुसमट होत राहिली.

बिल दहा वर्षांचा असताना त्यांच्या घरी प्रथमच टीव्ही आला. त्यावरचे वेगवेगळे कार्यक्रम बघून तो हरखून तर गेलाच; पण त्याला सगळ्यात जास्त मजा निवडणुका, राजकारणाशी संबंधित असलेले कार्यक्रम अशा गोष्टींमध्ये येई. तेव्हा ड्वाईट आयसेनहॉव्हर हा अमेरिकी राष्ट्रपती दुसऱ्यांदा राष्ट्रपती बनण्यासाठी उत्सुक होता. टीव्हीवर या निवडणुकीविषयीचे अनेक कार्यक्रम दाखवले जात. बिल त्यात पार रंगून जाई. हिलरीप्रमाणेच बिलसुद्धा शालेय जीवनात सर्वांगांनी हुशार आणि यशस्वी विद्यार्थी म्हणून ओळखला जाई. अभ्यासातल्या यशाबरोबरच तो वाद्यं वाजवणं, नृत्यं करणं यातही प्रवीण होता. याखेरीज त्याला राजकारणातही रस होता. १९६३ मध्ये त्याची अर्कान्सॉ राज्यातर्फे वॉशिंग्टनमधल्या एका कार्यक्रमामध्ये प्रतिनिधित्व करण्यासाठी निवड झाली. चक्क 'व्हाईट हाउस'मध्ये जाऊन आपला हीरो जॉन एफ. केनेडीशी हस्तांदोलन करण्याची अविस्मरणीय संधी त्याला यामुळे लाभली. त्याच वर्षी राजकारणात उतरून समाजसेवेला हातभार लावण्याचा निश्चय त्यानं मनाशी केला. हिलरीप्रमाणेच जवळपास अर्धा देश दूरवरच्या वॉशिंग्टनमधल्या जॉर्जटाऊन विद्यापीठात त्यानं महाविद्यालयीन शिक्षण घेतलं. म्हणजेच हिलरी आणि बिल यांच्यामध्ये अनेक बाबतींमध्ये विलक्षण साम्य होतं. त्याचबरोबर त्यांच्या स्वभावांमध्ये आणि सवयींमध्ये काही फरक होते. थेट बोलणाऱ्या हिलरीप्रमाणे आपला मुद्दा मांडणं बिलला जमत नसे; तो खुबीनं मृदू शब्दांमध्ये आपलं म्हणणं सांगत असे. हिलरीला उगीचच लांबण लावणं पसंत नसे. ती संबंधित गोष्टीला सरळ हात घालत असे; बिल मात्र हळूहळू मूळ मुद्द्याकडे वळत असे. हिलरी पटकन निर्णय घेऊन मोकळी होत असे; बिल मात्र निर्णयाचा आधीच विचार करून इतरांना आपण दुखावत नाही ना, याची काळजी घेत असे. हिलरीमधल्या थेटपणामुळेच बिल बहुधा तिच्याकडे आकर्षित झाला असावा, असं त्याच्या मित्रांना वाटे. वरवर बिल कसा भासतो यापेक्षा तो कसा आहे हे तिनं लगेचच जाणून घेतलं आणि तिच्या या कौशल्यामुळे बिल प्रभावित झाला असं म्हणतात. त्यांना एकमेकांचा सहवास खूप आवडत असल्याचं लगेचच जाणवायला लागलं.

हिलरी आणि बिल यांच्या प्रेमप्रकरणाला सुरुवात होऊन जेमतेम एक महिना उलटल्यावर त्यांच्यामध्ये भौगोलिक अंतर निर्माण होणार, हे स्पष्ट झालं. हिलरीला कॅलिफोर्नियाला जाऊन मानवी हक्कांसाठी लढणाऱ्या एका वकिली कंपनीसाठी

काम करण्याचा अनुभव घ्यायचा होता; तर राष्ट्रपतिपदासाठी डेमोक्रॅटिक पक्षातर्फे उमेदवारी मिळवलेल्या नेत्याचा प्रचार फ्लॉरिडा राज्यात जाऊन बिलला करायचा होता. त्यांच्या उन्हाळ्याच्या सुट्टीत त्यांना प्रत्यक्ष कामाचा अनुभव मिळावा यासाठीची ही तरतूद होती. आपल्याला हिलरीपासून इतक्या लवकर लांब जावं लागणार ही कल्पना त्याला सहन होत नव्हती. अखेर त्यानं फ्लॉरिडाला जाण्याचा निर्णय रद्द केला. हिलरीला हे कळताच तिला बिल आपल्यासाठी इतकी मोठी संधी गमावत असल्याचं आश्चर्य वाटलं खरं; पण ती अर्थातच एकदम खूश झाली. ज्या ठिकाणी हिलरी काम करत होती त्या ठिकाणचे लोक एकदम कट्टर क्रांतिकारी विचारसरणीचे होते, असं मानलं जातं. त्यामधले काही जण तर साम्यवादी होते असे आरोप केले जातात आणि म्हणूनच हिलरीचे टीकाकार ती स्वतःसुद्धा एके काळी साम्यवादी होती असं म्हणतात. प्रत्यक्षात मात्र यात तथ्य नाही. या ठिकाणचे लोक फार तर उदारमतवादी आणि डाव्या चळवळींविषयी सहानुभूती बाळगणारे होते, असं आपण म्हणू शकतो. खरं म्हणजे प्रस्थापित व्यवस्थेला आव्हान देणाऱ्या लोकांविषयी हिलरीला फार आदर वाटत नसे. तरीसुद्धा १९७१ मध्ये हिलरीनं अशा संस्थेसाठी काम करावं याविषयी काही जणांना आश्चर्य वाटतं. कदाचित कायद्याचा अभ्यास करणारी विद्यार्थिनी म्हणून तिच्यासमोर फार पर्याय नसावेत. बहुतेक ठिकाणी तर महिला वकिलांना कामावर ठेवलंच जात नसे.

एकीकडे हिलरीची उमेदवारी सुरू असताना दुसरीकडे बिल वाचन आणि सॅनफ्रान्सिस्को भागामधल्या महत्त्वाच्या ठिकाणांचा शोध घेणं यात व्यग्र असे. आपल्याला बिलपासून दूर राहणं अवघड होत चालल्याचं लक्षात आल्यामुळे हिलरीनं रूपर्टबरोबरचे आपले संबंध तोडून टाकायचं ठरवलं. तिनं त्याला तसं सांगितलंही. अर्थातच रूपर्ट यामुळे दुखावला गेला; पण आपल्यासमोर दुसरा पर्याय नसल्याचं कटू सत्य त्यानं शांतपणे स्वीकारलं.

१९७१-७२ सालच्या महाविद्यालयीन सत्रासाठीच्या वर्षात बिल आणि हिलरी यांनी एकत्र राहायचं ठरवलं. यासाठी त्यांनी एक अतिसाधारण फ्लॅट भाड्यानं घेतला. तसंच बिलबरोबरच आपलं शिक्षण पूर्ण व्हावं यासाठी हिलरीनं आपलं शिक्षण एक वर्ष लांबवायचं ठरवलं. म्हणजेच त्याच वर्षी आपलं शिक्षण पूर्ण न करता आणखी एक म्हणजे चौथं वर्ष येलमध्ये काढून लहान मुलांशी संबंधित असलेल्या कामकाजात सहभागी व्हायचा निर्णय तिनं घेतला. अर्थातच आपल्या कुटुंबीयांना आपलं हे प्रकरण मान्य होईल का, हे दोघांनाही माहीत नव्हतं.

काही काळातच बिल क्लिंटन नाताळानंतरच्या संध्याकाळी हिलरी रॉडहॅमच्या घरी दाखल झाला. हिलरीची आई डोरोथी हिनं दार उघडलं. बिलनं आपलं नाव सांगताच अत्यंत नाराजीनं आणि नाइलाजानं डोरोथीनं त्याचं स्वागत केलं. ती रात्र

बिलनं हिलरीचा भाऊ टोनी याच्या खोलीत घालवली. हिलरीच्या आई-वडिलांचं बिलवर बारीक लक्ष होतं. त्यांची सुरुवातीची नाराजी हळूहळू जरा दूर झाली. याचं कारण म्हणजे डोरोथीला बिल हुशार असल्याचं जाणवायला लागलं. डोरोथी तेव्हा महाविद्यालयात तत्त्वज्ञान हा विषय शिकवत असल्यामुळे त्यासंबंधीचं एक पुस्तक वाचत बसली होती. ते बघून बिल तिथं आला आणि त्या विषयासंदर्भात त्यानं डोरोथीशी बराच काळ चर्चा केली. त्याला या विषयामधलं माहीत असल्याचं बघून डोरोथी खूश झाली. याच दिवसांमध्ये बिलला भविष्यात नक्की काय करायचं आहे हे डोरोथीनं विचारलं तेव्हा त्यानं आपल्या निश्चयाला अनुसरून अर्कान्सॉ राज्यात परतून आपल्याला राजकारणात उतरायचं असल्याचं तिला सांगितलं. डोरोथीच्या तुलनेत हिलरीचे वडील ह्यू यांना मात्र बिल फारसा आवडला नाही. त्यांच्या मनातली बिलविषयीची अढी दूर व्हायला बराच काळ गेला. एका दाक्षिणात्य राज्यामधून आलेला हा उदारमतवादी युवक आपल्या मुलीसाठी लायक असेल असं त्यांना वाटत नव्हतं. त्यातच त्यांची वैयक्तिक विचारसरणी एकदम उलट होती. एकत्र टीव्हीवर फुटबॉल बघणं, पत्ते खेळणं अशा मार्गांनी ह्यू आणि बिल यांच्यामधली कोंडी काही अंशी फुटत गेली; पण हे सगळं एकदम सावकाशीनंच झालं.

दरम्यान येलला परतल्यावर हिलरीचं लहान मुलांशी संबंधित असलेल्या प्रश्नांवरचं काम वाढलं. अत्याचारांना बळी पडलेली मुलं, अनाथ मुलं हे सगळं बघून ती उद्विग्न होई; पण त्याच वेळी अशा मुलांसाठी लढण्याचा तिच्या मनातला निर्धार अजून पक्का होई. कायद्याच्या मुद्द्यांखेरीज लहान मुलांशी खेळणं, त्यांना शिकवण्यासाठी नेमलेल्या शिक्षकांबरोबर वेगवेगळ्या विषयांवर चर्चा करणं, हेही ती आनंदानं करे. बिलबरोबरचं तिचं प्रेम बहरत गेलं. १९७२ मध्ये येलमधल्या विद्यार्थ्यांसाठीच्या खोट्या खटल्यामध्ये हिलरी आणि बिल यांचीच टीम झाली. त्यांनी आपल्या स्पधर्कांना हरवून अंतिम फेरीत प्रवेश केला. इथं एका लांब केसांच्या तरुणाला जीवघेणी मारहाण करण्याच्या आरोपावरून खटला भरण्यात आलेल्या पोलिसाला दोषी ठरवण्यासाठीची जबाबदारी हिलरी आणि बिल यांच्यावर होती. त्यांना उपलब्ध करून दिलेले पुरावे तोकडे असले तरी त्यांनी आपली बाजू शर्थीनं मांडली. दुर्दैवानं त्या दिवशी बिल नेहमीच्या जोषात नव्हता आणि हिलरी एकदम विचित्र भडक रंगाचे कपडे घालून आली होती. यामुळेही त्यांच्याविषयीचं न्यायाधीशाचं मत जरा कलुषित झालं असावं. खूप प्रयत्न करूनही हिलरी आणि बिल यांचा अंतिम फेरीत पराभव झाला. तरीसुद्धा त्यांनी नेटानं लढा दिल्याचं मत सगळ्यांनी व्यक्त केलं. हे शैक्षणिक वर्ष संपल्यानंतरच्या उन्हाळ्याच्या सुट्टीत मात्र बिल त्या वेळच्या राष्ट्रपतिपदाच्या उमेदवाराच्या निवडणुकीच्या प्रचारासाठी फ्लॉरिडामध्ये गेला आणि हिलरी पुन्हा एकदा वकिलीच्या उमेदवारीसाठी वॉशिंग्टन शहराकडे रवाना झाली.

बिल ज्या उमेदवाराचा प्रचार करत होता तो पूर्णपणे व्हिएतनाम युद्धाच्या विरोधात होता. देशात तसे वारे वाहत असले तरी हा उमेदवार एकदम टोकाचा उदारमतवादी आणि जवळपास डाव्या विचारसरणीचाच होता. साहजिकच प्रस्थापित व्यवस्था मोडून काढून तो फेरनिवडीसाठी रिपब्लिकन पक्षातर्फे उमेदवार असलेल्या रिचर्ड निक्सनला पराभूत करेल, हे निव्वळ दिवास्वप्न होतं. बिल मात्र तेव्हा स्वप्नरंजनाच्या वयात असल्यामुळे आणि व्यवस्थेमध्ये आमूलाग्र बदल करण्याच्या त्वेषानं भारून गेलेला असल्यामुळे चमत्कार घडण्याची आशा बाळगून होता. प्रत्यक्षात व्हायचं तेच झालं. निक्सन प्रचंड बहुमतानं निवडून आला.

आता येलला परतण्यापूर्वी बिल आणि हिलरी यांनी मेक्सिकोमध्ये छोटी सुट्टी साजरी केली. आता त्यांचं येलमधलं शेवटचं वर्ष शिल्लक होतं. इथून पुढे काय करायचं हे स्वतंत्ररीत्या आणि त्याहून महत्त्वाचं म्हणजे संयुक्तरीत्या ठरवणं दोघांच्याही दृष्टीनं गरजेचं होतं. या संदर्भातला एक रंजक किस्सा म्हणजे नंतरच्या काळात हिलरीनं आपल्याला बिल आवडल्याचं मुख्य कारण 'त्याला माझी भीती वाटत नव्हती' असं सांगितलं असलं तरी बिलनं मात्र 'हे खरं असूनसुद्धा मला आमच्या एकत्र भविष्याविषयी मात्र नक्कीच भीती वाटत होती' असं म्हटलं! याचं कारण म्हणजे हिलरी हुशार आणि तडफदार असल्यामुळे ती खूप प्रगती साधू शकते याची त्याला खात्री होती. आपल्यामुळे तिच्या मार्गात काही अडथळे निर्माण होणार नाहीत ना आणि तिची प्रगती खुंटणार नाही ना, याची त्याला शंका वाटत असे. आपल्याला आपल्या मूळ राज्यात परतून राजकारणात जायचं असल्यामुळे हिलरीला नाइलाजानं आपल्याबरोबर यावं लागेल आणि तिला जे सहजपणे करणं शक्य आहे ते करणं अशक्य होऊन बसेल असं, त्यानं तिला बोलूनसुद्धा दाखवलं. सध्या तरी त्यानं अर्कान्सॉमधल्या फेटव्हिल इथल्या विद्यापीठात शिकवायचं काम धरलं. हिलरीला अर्कान्सॉमध्ये जायची अजिबात इच्छा नव्हती. इतकंच नव्हे तर त्या काळात शिकागोमध्ये राहिलेल्या अनेक जणांप्रमाणेच तिलाही मुळात अर्कान्सॉ कुठं आहे याची कल्पनासुद्धा नव्हती! पदवीचं शिक्षण पूर्ण झाल्यानंतर बिल आणि हिलरी काही काळ इंग्लंड आणि वेल्स इथं गेले. तिथं एका संध्याकाळी सूर्यास्त होत असतानाच्या रम्य प्रसंगी भावुक झालेल्या बिलनं हिलरीला आपल्याशी लग्न करण्याविषयी विचारलं. हिलरीचं बिलवर प्रेम होतं यात शंकाच नाही; पण लग्न करणं म्हणजे आयुष्यभरासाठीची गुंतवणूक एका माणसात करणं, अशी तिची व्याख्या असल्यामुळे ती विचारात पडली. आपण अजून हा निर्णय घेण्याइतपत अगदी बिलमध्येसुद्धा गुंतू नये असं तिचं अंतर्मन सांगत असल्यामुळे तिनं बिलचा हा प्रस्ताव नामंजूर केला. राजकारण आणि समाजसेवा हे दोघांच्याही आवडीचे विषय असले तरी आपल्यासारख्या दोन जणांचं लग्न टिकून राहणं सोपं नसल्याची

भावना तिला सतावत होती. साहजिकच आपण हे लग्न केलं तरी ते लवकरच मोडेल अशी भीती तिला खात होती. तरीसुद्धा अमेरिकेला परतल्यावर वकिली करण्यासाठीच्या पर्यायांमध्ये आपण अर्कान्सॉ राज्याचा विचार करू, असं तिनं बिलला सांगितलं. यासाठी एका पात्रता परीक्षेत उत्तीर्ण व्हावं लागे. हिलरीनं यासाठीची वॉशिंग्टनमधलीही परीक्षा दिली; पण गंमत म्हणजे ती वॉशिंग्टनमधल्या परीक्षेत अनुत्तीर्ण झाली आणि अर्कान्सॉच्या परीक्षेत उत्तीर्ण झाली. नियतीचा खेळ, असंच याचं वर्णन करता येईल! आता हिलरी अर्कान्सॉमध्ये दाखल झाली. तिथं तिची भेट बिलची आई व्हर्जिनिया हिच्याशी झाली. व्हर्जिनिया एकदम टीपटाप राहत असे. डोक्यावरच्या केसांची मधली बट वगळता इतर केस ती काळे करे आणि लिपस्टिक वगैरे मेकअपनं सजलेली असे. हिलरीला भेटून व्हर्जिनियाला फार काही खास वाटलं नाही. बिलनं यापूर्वी 'मिस अर्कान्सॉ' म्हणून निवडल्या गेलेल्या एका मुलीसकट अनेक मुलींशी यापूर्वी डेटिंग केलं होतं. त्या तुलनेत हिलरी दिसायला आणि राहणीमानानुसार अगदीच साधी असल्याचं व्हर्जिनियाचं रास्त मत झालं. तिनं हिलरीला बघितल्यावरची आपली मजेशीर प्रतिक्रिया 'कसलाच मेकअप नाही ... कोकाकोलाच्या बाटलीच्या असतात तशा काचांचा चश्मा ... तपकिरी रंगाचे साधे केस ...' अशी लगेचच नोंदवली. अर्थातच हिलरीला असल्या कोणत्याच गोष्टींमध्ये रस नसल्यामुळे तिनं व्हर्जिनियाला आपल्याविषयी काय वाटेल याचा कधी विचार केलाच नव्हता! बिलला मात्र आपल्या आईनं हिलरीविषयी तिच्या तोंडावरच अशी प्रतिक्रिया द्यावी, याचा मोठा धक्का बसला. त्यानं तातडीनं आपली आई आणि आपला धाकटा सावत्र भाऊ या दोघांना स्वयंपाकघरात नेलं. अनेक सौंदर्यवतींबरोबर प्रेमप्रकरणं झाल्यानंतर त्यांच्यामधला बिनडोकपणा आपल्याला नकोसा झालेला असून, आपल्याला आता कुणीतरी बुद्धिमान मुलगी मैत्रीण म्हणून हवी असल्याचं तो म्हणाला. व्हर्जिनियाला हे पटायला वेळ लागला. तशी हिलरीच्या वडिलांनाही बिलविषयी लगेचच आत्मीयता वाटलीच नव्हती. अजूनही बिलशी आपण लग्न करू असं हिलरीला वाटतच नव्हतं. तिनं याविषयी फार विचार न करत बसता जे घडेल ते घडू द्यावं, असा विचार केला. आपण आणि बिल इतके वेगळे आहोत की दीर्घ काळ आपलं नातं टिकून राहूच शकणार नाही, असं मात्र तिला नेहमीच वाटत राहिलं. आपल्या दोघांच्या कारकिर्दीसुद्धा पूर्णपणे वेगवेगळ्या मार्गांनी जाणार असल्याचा अडथळा महत्त्वाचा ठरणार, असं तिला जाणवत असे. आता तिनं मॅसॅच्युसेट्स राज्यामधल्या केंब्रिज इथं लहान मुलांच्या संरक्षणासंबंधीचं काम करणाऱ्या एका संस्थेमध्ये नोकरी स्वीकारली. साहजिकच बिल आणि हिलरी आता वेगळ्या ठिकाणी राहायला लागले.

बिलचा हिलरीच्या आयुष्यामधला प्रवेश असा चढउतारांचा ठरला.

◆

राष्ट्रपतीला पदच्युत करण्यात सहभाग

नव्या ठिकाणी हिलरीला राहण्यासाठी प्रथमच स्वतःची जागा मिळाली. एका बहुमजली घराचा सगळ्यात वरचा अख्खा मजला तिच्या वाट्याला आला. आता तिला तिचं आवडतं काम मिळालं होतं. मुलांच्या हक्कांविषयी जागृती निर्माण करणं आणि या संदर्भात उद्‌भवणाऱ्या प्रकरणांमध्ये मुलांना न्याय मिळवून देणं, हे तिचं केव्हापासूनचं स्वप्न होतं. यासाठीच तर तिनं कायद्याचा अभ्यासक्रमही पूर्ण केला होता. या काळात 'हार्वर्ड एज्युकेशनल रिव्ह्यू' या नियतकालिकात तिचा याच विषयावरचा पहिला अभ्यासपूर्ण लेखही प्रकाशित झाला. या लेखाचं येलमधल्या हिलरीच्या एका प्राध्यापकानं तोंड भरून कौतुक केलं. खरं म्हणजे मुलांच्या हक्कांविषयीची जागरुकता नुकतीच निर्माण होत होती. साहजिकच या नव्या विषयाला हिलरीनं जणू तोंडच फोडलं. याखेरीज किशोरवयीन मुला-मुलींकडे बघण्याचा समाजाचा दृष्टिकोन बदलण्याची गरज हिलरी आपल्या यानंतरच्या लिखाणात अधोरेखित करत राहिली. पालक आपल्या मुलांच्या निर्णयप्राक्रियांमध्ये प्रमाणाबाहेर ढवळाढवळ करत असल्याची आणि त्यांना स्वतंत्रपणे विचार करण्याची मोकळीक देत नसल्याची तिला चीड येई. म्हणजेच वयानं सज्ञान समजल्या जाणाऱ्या लोकांनी वयानं सज्ञान नसलेल्या लोकांना चुका करू द्याव्यात, असं ती म्हणायला लागली. किमान आपलं शिक्षण, आपली नोकरी किंवा आपला व्यवसाय, आपल्या शारीरिक गरजा या बाबतींमध्ये किशोरवयीन मुलं प्रगल्भ असतात असं समजून त्यांना योग्य तितकं स्वातंत्र्य मिळालं पाहिजे, असा तिचा दावा होता. हिलरीच्या या लेखांमुळे तिच्या प्रसिद्धीच्या म्हणजेच नंतरच्या काळात खळबळ माजली. हिलरीचं म्हणणं अपरिपक्व असल्याची टीका विरोधकांनी केली.

हिलरी काम करत असलेल्या संस्थेनं काही काळासाठी तिला साऊथ कॅरॉलिना राज्यात एका मोहिमेवर पाठवलं. इथं अल्पवयीन गुन्हेगारांना वयानं मोठ्या असलेल्या गुन्हेगारांबरोबरच एकत्र कोठडीत ठेवलं जाई. हा अत्यंत चुकीचा प्रकार बंद

करण्यासाठी आणि अल्पवयीन गुन्हेगारांना स्वतंत्र कोठडीत ठेवण्यासाठी हिलरीनं प्रयत्न केले. याखेरीज मॅसॅच्युसेट्स राज्यामधल्याच न्यू बेडफर्ड इथंही हिलरी काही काळ गेली. इथल्या लोकसंख्या अहवालानुसार बरीच मुलं या भागात राहत असूनसुद्धा त्यांच्यापैकी बरेच जण शाळेत जात नाहीत असं दिसून आलं होतं. यामागची कारणं हिलरीला शोधायची होती. यासाठी ती दारोदारी फिरली. अनेक ठिकाणी शालेय वयातली मुलं नाइलाजानं घरी आपल्या इतर धाकट्या भावंडांना सांभाळत असल्याचं तिला आढळलं. याखेरीज व्हीलचेअरमध्ये बसलेली अपंग मुलं, अंध किंवा मूकबधिर मुलं ही दृश्यं बघून हिलरीचं हृदय पिळवटून निघत असे. अशा मुलांना सार्वजनिक शाळांमध्ये घ्यायला कुणीच तयार नसे. जरी अशी मुलं शाळेत गेली तरी इतर मुलं त्यांचं जगणं नकोसं करून सोडत. या सर्वेक्षणाचा वापर करून तिच्या संस्थेनं 'अमेरिकेमधली शालेय शिक्षणाला वंचित असलेली मुलं' हा पहिला मोठा अहवाल तयार केला. याचा वापर अमेरिकी सरकारनं अपंग मुलांसाठीच्या शिक्षणासंबंधीचा खास कायदा तयार करण्यासाठी केला.

आपलं काम हिलरीला खूप आवडत असलं तरी बिलच्या आठवणींनी ती अधूनमधून बेचैन होई. कधीतरी बिल आला तर किंवा हिलरी त्याच्याकडे गेली तर त्यांची भेट होत असे; पण असे प्रसंग दुर्मीळ असत. तिकडे बिलचा शिकवण्याचा पहिला अनुभव ठीकठाक होता. अर्थातच त्याची राजकारणात घुसण्याची मूळ इच्छा आता अगदी जोरानं डोकं वर काढत होती. अमेरिकी 'हाउस ऑफ रिप्रेझेंटेटिव्ह्ज' या सभागृहाच्या सदस्यपदासाठीच्या सलग चार निवडणुका जिंकलेल्या रिपब्लिकन पक्षाच्या उमेदवाराच्या विरोधात अर्कान्सॉ राज्याच्या गव्हर्नरपदासाठी उभं राहायचा त्याचा विचार सुरू होता. राष्ट्रीय पातळीवर अखेर व्हिएतनाम युद्ध थांबवून राष्ट्रपती रिचर्ड निक्सननं आपल्या विरोधातली टीका बोथट करण्याचा प्रयत्न केला खरा; पण १९७२ सालच्या राष्ट्रपतिपदासाठीच्या निवडणुकीत झालेल्या कथित गैरप्रकारांमुळे पुन्हा एकदा निक्सनविषयी संशयाचं दाट धुकं निर्माण झालं. आपल्या विरोधी डेमोक्रॅटिक पक्षाच्या हालचालींवर पाळत ठेवण्यासाठी 'वॉटरगेट' नावाच्या हॉटेलमध्ये निक्सनच्या सहायकांनी अवैधरीत्या फोन टॅपिंग केलं असल्याचं प्रकरण बाहेर आलं. अर्थातच हे विलक्षण स्फोटक रसायन होतं. तत्कालीन राष्ट्रपतीनं आपल्या पदाचा गैरवापर करून आपल्या विरोधकांवर पाळत ठेवण्यासाठी सार्वजनिक यंत्रणेचा उपयोग करणं हे तात्त्विकदृष्ट्या, तसंच नीतिमत्तेच्या नजरेतून साफ चुकीचं होतं. स्वतः निक्सननं या प्रकरणाशी आपला दुरूनही संबंध नसल्याचं जाहीर केलं असलं तरी तो खोटं बोलत असल्याचं लवकरच आढळून आलं. निक्सनच्या निकटवर्तींच्या चौकशीदरम्यान हे स्पष्ट झालं. या 'वॉटरगेट प्रकरणानं' रौद्र रूप धारण केलं तर स्वतः निक्सन तर अडचणीत येईलच; पण शिवाय आपल्याला अर्कान्सॉमधल्या

निवडणुकीत रिपब्लिकन पक्षाच्या उमेदवाराला हरवण्याची संधी मिळू शकेल, असं सत्तावीस वर्षं वयाच्या बिलला वाटायला लागलं.

निक्सन प्रकरणाशी संबंधित असलेली आणखी एक महत्त्वाची घडामोड म्हणजे निक्सननं खरोखर गैरप्रकार केले का हे तपासण्यासाठी स्थापन करण्यात आलेली एक समिती होती. मानवी हक्कांसाठी झटणाऱ्या जॉन डोर नावाच्या एका प्रसिद्ध वकिलाकडे त्या संदर्भातली प्रमुख जबाबदारी सोपवण्यात आली. डोरनं आपला अहवाल 'हाउस ऑफ रिप्रेझेंटेटिव्ह्ज' या सभागृहाच्या सदस्यांकडे द्यायचा आणि त्यांनी डोरच्या सल्ल्यानुसार निक्सनला पदच्युत करायचं का नाही हे ठरवायचं, असं याचं स्वरूप होतं. आपल्या कामामध्ये काही तरुण वकिलांची मदत लागेल याची डोरला कल्पना होती. त्यानं येलमधल्या एका प्राध्यापकाकडे या कामामध्ये आपल्याला रात्रंदिवस अविरत काम करू शकणाऱ्या तल्लख युवा वकिलांची नावं मागितली. या प्राध्यापकानं दिलेल्या यादीत बिल आणि हिलरी या दोघांचीही नावं होती. डोरची पूर्वी येलमध्ये एका कार्यक्रमात बिल आणि हिलरी यांची निसटती भेट झाली होती. बिलनं आपल्याला निवडणुकीच्या रिंगणात उतरायचं असल्यामुळे या कामाला नकार दिला. हिलरीनं मात्र हे काम स्वीकारलं आणि ती वॉशिंग्टनमध्ये दाखल झाली.

१९७४ सालच्या सुरुवातीला हिलरीनं या कामाला सुरुवात केली. अमेरिकी राष्ट्रपतीला पदच्युत करण्यासंबंधीचा इतिहास अगदीच अस्पष्ट होता. अशा घटना जवळपास कधीच घडल्या नव्हत्या. साहजिकच आधीच्या कुठल्या प्रकरणाला आधार मानून काम करणं अशक्य होतं. यामुळे अमेरिकी राज्यघटना या संदर्भात काय सांगते या संदर्भात काही संशोधन करण्याची कामगिरी डोरनं हिलरी आणि तिचा एक सहकारी यांना दिली. बरेच महिने काम करूनसुद्धा नक्की कुठल्या प्रकरणांना पुरेसं गंभीर मानायचं, कुठल्या गुन्ह्यांसाठी राष्ट्रपतीला पदच्युत करण्याचा निर्णय घ्यायचा, हे त्यांना ठरवता आलं नाही. डोरनं यातून मार्ग काढण्यासाठी आपल्याला मदत करणाऱ्या वकिलांचे काही गट बनवले. यातला एक गट वॉटरगेट प्रकरणासंबंधीचे सगळे तपशील बारकाईनं तपासत होता तर दुसरा गट निक्सन सरकारनं केलेल्या घोडचुकांचा अभ्यास करत होता. हिलरीचा समावेश अमेरिकी राज्यघटना आणि तिच्याशी संबंधित असलेल्या कायदेशीर तरतुदी यांचा विचार करणाऱ्या गटात होता. या प्रकरणाचा निःपक्षपणे तपास व्हावा आणि त्याला राजकीय रंग चढू नये यासाठी डेमोक्रॅटिक आणि रिपब्लिकन या दोन्ही पक्षांच्या प्रतिनिधींना चर्चांमध्ये सहभागी करून घेतलं जाई. तसंच त्यांना आपल्या राजकीय भूमिका दाराबाहेर सोडूनच येण्याची विनंती केली जाई. तसंच निक्सनवर आरोप झालेले असले तरी त्याचा कुणाकडून जाणते/अजाणतेपणानं अपमान होऊ नये

यासाठी कुणीच त्यांचा उल्लेख नावानं न करता 'राष्ट्रपती' असा करावा, असा दंडक डोरनं घालून दिला होता. हिलरी हे सगळं जवळून बघत आणि आत्मसात करत होती.

अर्थातच हे सगळं प्रकरण इतकं गोपनीय होतं, की कुणीच त्याविषयी इतर कुणाशी बोलण्याचा प्रश्न नव्हता. आपल्या कुटुंबीयांशीसुद्धा या संदर्भात काहीच बोलण्याची कुणाला परवानगी नव्हती. पत्रकारांना तर चार हात लांबच ठेवलं जाई. तसंच अतिगोपनीय कागदपत्रं नष्ट करण्यासाठी वेगळी यंत्रणा राबवली जात असे.

हिलरीसकट एकूण फक्त तीन महिला वकील या कामामध्ये सामील असल्यामुळे कधीकधी त्यांना आपलं इथलं काम नक्की काय आहे, याची आठवण आपल्या पुरुष सहकाऱ्यांना करून द्यावी लागे. या तिघींनी आपली सटरफटर कामं करावीत; तसंच आपल्यासाठी कॉफी तयार करावी अशी या पुरुष सहकाऱ्यांची अपेक्षा असे. शेवटी 'इथं काम करणाऱ्या महिला वकिलांना कॉफी बनवण्यासाठी पाचारण करण्यात आलेलं नाही ... स्वतः आपली कॉफी बनवून घ्यावी ...' अशा अर्थाची एक पाटीच या तिघींनी लावली!

नेहमीप्रमाणेच सुरुवातीला हिलरीनं आपल्या पेहरावाबद्दल काही काळजी घेतली नाही. निळी जीन्स आणि निळा शर्ट अशा अवतारात ती असे. हळूहळू इथं अमेरिकी काँग्रेसचे सदस्य अधूनमधून येतात हे लक्षात आल्यावर तिनं आपल्या पोशाखात सुधारणा केली.

त्या काळातले संगणक आकारानं अतिबलाढ्य आणि वापराच्या दृष्टीनं बऱ्यापैकी किचकट असत. डोरचा तर संगणकांवर फारसा विश्वासच नव्हता. साहजिकच सगळी माहिती योग्य पद्धतीनं साठवताना आणि तिचं विश्लेषण करताना हिलरीची पार दमछाक होई. जरा धडपड करून तिनं यासाठीची एक पद्धत आपल्या सहकाऱ्याच्या मदतीनं तयार केली. तरीसुद्धा या पद्धतीचा फारसा उपयोग होऊ शकला नाही. मुळात माहितीच इतकी जास्त होती, की संगणकांशिवाय ती साठवण्याचं दिव्य पेलवण्यासारखं नव्हतंच. अमेरिकी राष्ट्रपतीला पदच्युत करावं का, याचा निर्णय घेण्यासाठीच्या प्रक्रियेत आपण सहभागी होत असल्याच्या भव्यतेमुळेच हिलरी पार हरखून गेली होती. तसंच देशामधल्या इतर अनेक विलक्षण हुशार वकिलांबरोबर आपण काम करत असल्याची जाणीवही तिला होती. साहजिकच 'या काळात मी कायम आश्चर्यानं आ वासूनच राहिलेली असे' असं हिलरी म्हणते. अत्यंत गंभीरपणे आणि तहानभूक हरपून हिलरीनं स्वतःला या कामाला जुंपून घेतलं. आपण जगामधलं सगळ्यात महत्त्वाचं काम करत असल्याविषयी तिच्या मनात कुठलीच शंका नव्हती. तिच्या सहकाऱ्यांना तिच्या क्षमतेची लगेचच जाणीव झाली. अनुभवी वकील तिच्यावर विसंबून राहायला लागले. कुणालाही

एखादं महत्त्वाचं काम वेळेवर आणि अचूकपणे करून हवं असेल तर तो माणूस हमखास हिलरीकडे येई. खुद्द डोरलाही हिलरीचं महत्त्व जाणवल्यामुळे तो तिला आता महत्त्वाच्या बैठकांमध्ये समाविष्ट करे. कधीकधी तर तो हिलरीला एखाद्या निर्णयासंबंधीचं तिचं मतही विचारत असे.

या ठिकाणचे सगळे लोक रात्रं-दिवस कामातच बुडालेले असत. रविवारीसुद्धा सगळे कामाच्या ठिकाणी असत. रात्रीचं जेवण जवळपास मध्यरात्री घेतल्यानंतरसुद्धा ते तिथं परतत. यामुळे सगळ्यांची एकमेकांशी घट्ट मैत्री झाली; पण यातून प्रेमप्रकरणं उद्‌भवण्याचा वगैरे प्रश्न नव्हता. याचं कारण म्हणजे यासाठी कुणाकडे पुरेसा वेळच नव्हता! यातून कसाबसा वेळ काढून हिलरी दररोज बिलला अर्कान्सॉमध्ये फोन करे आणि त्याच्या निवडणुकीच्या विरत चाललेल्या स्वप्नांना उभारी देण्याचा प्रयत्न करे. मोठमोठी फोनबिलं भरूनसुद्धा तिचं समाधान होत नसे. आपल्या अनुपस्थितीत बिल इतर कुठल्या मुलीच्या प्रेमात पडला की काय, अशा शंकेनं ती अधूनमधून अस्वस्थ होई. हिलरीकडे गाडी नसल्यामुळे एक वरिष्ठ सहकारी तिला घरी सोडायला येई. अशाच एका प्रसंगी बिल हा आपला प्रियकर सध्या इथं आलेला असून, आपण त्याची ओळख करून देणार असल्याचं हिलरीनं आपल्या सहकाऱ्याला सांगितलं. बिलनंही वकिलीचा अभ्यासक्रम पूर्ण केला असल्याचं हिलरीनं त्याला सांगताच त्यानं निरागसपणे 'बिल कुठल्या वकिली कंपनीसाठी काम करतो?' असं हिलरीला विचारलं. यावर हिलरीनं दिलेलं उत्तर 'आत्ता तो अर्कान्सॉच्या गव्हर्नरपदासाठीच्या निवडणुकीसाठी उभा राहणार असून भविष्यात तो अमेरिकेचा राष्ट्रपती बनेल' असं होतं! बहुधा कामामुळे प्रचंड थकल्याच्या कारणामुळे किंवा वैतागून गेल्यामुळे हिलरीनं असं विधान केलं असावं. काहीही असो. हिलरीवर तो वरिष्ठ सहकारी एकदम उखडला. आपण आत्तापर्यंत ऐकलेलं हे सगळ्यात मूर्खपणाचं विधान असल्याचं त्यानं अगदी स्पष्टपणे हिलरीला सांगितलं. कहर म्हणजे यामुळे हिलरीसुद्धा भडकली. तिनं न छापण्यासारख्या काही उद्‌गारांनंतर 'तू अजून त्याला भेटलासुद्धा नाहीस म्हणून असं म्हणतोस आणि खरं म्हणजे तूच अत्यंत बिनडोक आहेस' असं म्हणून त्याच्या गाडीचं दार जोरानं बंद करण्यासाठी आपटलं! पुढच्या दिवशी दोघांनी एकमेकांची माफी मागितली आणि आपल्यामधले संबंध सुरळीत केले. हा सहकारी बिलला भेटला आणि त्यानं वरवर का होईना; पण बिलला त्याच्या निवडणुकीसाठी शुभेच्छा दिल्या.

गोळा झालेल्या पुराव्याच्या विश्लेषणातून हळूहळू निक्सन दोषी ठरणार असल्याची हिलरी आणि तिचे सहकारी यांची खात्री पटत गेली. व्हाईट हाउसमधून नक्की कोणते निर्देश देण्यात आले, त्यांच्यावर कुणी अंमलबजावणी केली आणि कुणी त्यानुसार काम केल, या सगळ्या गोष्टींचा तपास करण्याची जबाबदारी हिलरीचा

समावेश असलेल्या टीमवर होती. यासाठी एका 'साउंडप्रूफ' खोलीत हेडफोन्स लावून हिलरी निक्सन प्रकरणामधल्या टॅप केलेल्या संभाषणांचा बारकाईनं अभ्यास करत असे. कहर म्हणजे ही नुसती संभाषणं नव्हती. खुद्द निक्सन टॅप केलेली संभाषणं ऐकतानाचं हे ध्वनिमुद्रण होतं. म्हणजेच आपल्या आदेशांनुसार गैरमार्गांनी टॅप केलेलं संभाषण निक्सन ऐकत असे. ते ऐकताना या संभाषणासंबंधीच्या प्रतिक्रिया निक्सन आपल्या सहकाऱ्यांना देत असे. तेव्हा करण्यात आलेलं हे ध्वनिमुद्रण होतं. अर्थातच हे जवळपास अद्‌भुत प्रकरण होतं. अमेरिकी राष्ट्रपतीनं केलेल्या गैरप्रकारांचा याहून मोठा पुरावा असायची गरजच नव्हती.

१९७४ सालच्या मे महिन्यात अमेरिकी संसदीय समितीपुढे या प्रकरणाची सुनावणी सुरू झाली. जुलै महिन्यात सर्वोच्च न्यायालयानं निक्सनला त्यानं आत्तापर्यंत न पुरवलेलं आणखी काही ध्वनिमुद्रण समितीसमोर सादर करण्याचे आदेश दिले. यानंतर काही दिवसांनीच संसदीय समितीनं निक्सनची हकालपट्टी करण्यासंबंधीची प्रक्रिया सुरू केली. यातून मिळालेले निष्कर्ष निक्सननं आपल्या पदाचा गैरवापर केला असल्याचे, सगळ्यांची दिशाभूल केल्याचे आणि म्हणूनच त्याची हकालपट्टी करणं योग्यच असल्याचे निघाले. साहजिकच निक्सनचा दुबळा बचाव पोकळ ठरत असल्याचं चित्र निर्माण झालं. तो आपलं पद गमावण्याची चिन्हं दिसायला लागली. निक्सननं आणखी खोटेपणा करून बघितला; पण संसदीय समितीनं सर्वोच्च न्यायालयाच्या आदेशानुसार आणखी ध्वनिमुद्रण सादर केलं. यात निक्सननं हे प्रकरण दाबून टाकण्यासाठी केलेल्या प्रयत्नांचे अगदी ढळढळीत पुरावे दिसत होते. इतकंच नव्हे तर एफबीआयनं केलेल्या चौकशीमध्ये निक्सननं अडथळे आणण्याचा प्रयत्न केल्याचंही दिसून आलं. अजूनही निक्सनचे काही सल्लागार त्याचं स्थान सुरक्षित असल्याचा दिलासा त्याला देत असले तरी प्रत्यक्षात परिस्थिती खूपच बिघडत चालली असल्याचं स्पष्टपणे दिसत होतं. आश्चर्य म्हणजे अजूनही अमेरिकी जनतेचा निक्सनला असलेला पाठिंबा संपुष्टात आला नव्हता. याचा काही उपयोग झाला नाही. ८ ऑगस्ट १९७४ या दिवशी अमेरिकेच्या या सदतिसाव्या राष्ट्रपतीनं राजीनामा देणार असल्याची घोषणा केली. अमेरिकेच्या इतिहासात यापूर्वी असं कधीच न घडल्यामुळे हा अत्यंत अभूतपूर्व आणि सगळ्यांना हादरवून सोडणारा प्रसंग होता.

निक्सनचं हे भाषण कृष्णधवल दूरचित्रवाणी संचावर बघणारा डोर आणि त्याची टीम यांच्या दृष्टीनं एकदम सनसनाटी ठरलं. गंमत म्हणजे या सनसनाटीमुळे त्यांचं काम अत्यंत अनपेक्षितपणे संपुष्टात आलं. म्हणजेच एकदम जोमात आणि जोषात सुरू असलेला अहोरात्र प्रकार संपला. यामुळे हिलरीसकट सगळ्यांना आता पुढे काय करायचं, या प्रश्नानं भेडसावायला सुरुवात केली. निक्सन प्रकरणाचा

तपास सुरू असताना हिलरीला आपण अशा प्रकरणांची वकिली करावी असं वाटायला लागलं होतं. म्हणून तिनं एका वरिष्ठ वकिलाला याविषयी विचारलं. त्यावर या वकिलानं हे काम अत्यंत अवघड असून घरादाराकडे आपलं पूर्ण दुर्लक्ष होत असल्याचं सांगितलं. म्हणजेच हिलरी स्त्री असल्यामुळे तिला हे काम जमणार नाही, असं त्यानं अप्रत्यक्षपणे सुचवलं होतं. अर्थात हिलरीनं हा फक्त एक पर्याय म्हणून विचार केला होता. त्याआधी ती बिलला भेटायला गेलेली असताना तिथल्या कायद्यासंबंधीचा अभ्यासक्रम चालवणाऱ्या महाविद्यालयाच्या डीनला ती भेटली होती. त्याच्यावर हिलरीनं भलतीच छाप पाडली होती. हिलरीला कधीही नोकरीची गरज पडली तर आपल्याला फोन करायला त्यानं सांगितलं. यामुळे आता हिलरीनं त्याला फोन केला आणि त्यानं लगेचच हिलरीची मुलाखत घेण्याची व्यवस्था केली. या मुलाखतीत हिलरी सहजपणे उत्तीर्ण झाली आणि तिला या महाविद्यालयात काम मिळालं. आता बिलसोबत राहण्याची संधी तिला पुन्हा मिळाली.

अमेरिकी राष्ट्रपतीला गैरव्यवहारांसाठी पदच्युत करण्यासंबंधीच्या चौकशी समितीमध्ये काम केल्यामुळे हिलरीला अभूतपूर्व अनुभव मिळाले. अर्थात जवळपास असाच प्रकार भविष्यात राष्ट्रपती होऊ घातलेल्या आपल्या आत्ताच्या प्रियकरावर आणि भविष्यातल्या नवऱ्याच्या बाबतीत घडणार आहे, याची तिला काय कल्पना!

◆

विवाहाच्या बंधनात

नव्या महाविद्यालयात हिलरीला गुन्हेगारीशी संबंधित असलेला कायदा तसंच खटला चालवण्याची प्रक्रिया हे विषय शिकवायचे होते. खरं म्हणजे तिला हे जरा नवीनच होतं. दरम्यानच्या काळात अर्कान्सॉ राज्यातर्फे हाउस ऑफ रिप्रेझेंटेटिव्ह्ज' या अमेरिकी संसदेच्या सभागृहाच्या सदस्यत्वासाठी डेमोक्रॅटिक पक्षातर्फे उमेदवारी मिळाल्यामुळे बिलनं आपली शिक्षकाची नोकरी सोडली होती. बिल ही निवडणूक जिंकणं तसं अवघड दिसत असलं तरी खरोखर त्याला विजय मिळाला तर तो थेट अमेरिकी संसदेमध्ये पोहोचणार आणि म्हणूनच वॉशिंग्टनला राहायला जाणार, हे स्पष्ट होतं. साहजिकच हिलरीचं अर्कान्सॉ राज्यामधलं वास्तव्य पुन्हा संपुष्टात आलं असतं. यामधला गमतीचा भाग म्हणजे बिलला डेमोक्रॅटिक पक्षातर्फे ही उमेदवारी मिळण्यामागे हिलरीचे वडील ह्यू यांची मदत झाली होती! हिलरीच्या आग्रहामुळे ह्यू आणि हिलरीचा भाऊ टोनी हे दोघं अर्कान्सॉ राज्यात काही आठवडे ठिय्या मांडून बसले आणि त्यांनी बिलचा जोरदार प्रचार केला. आपण रिपब्लिकन असूनसुद्धा केवळ हिलरीसाठी हे करत असल्याची ह्यूची स्पष्ट भूमिका होती. या निवडणुकीत मतदारांनी बिलला मतं द्यावीत असं आपण म्हणत असलो तरी इतर सगळ्या निवडणुकांमध्ये मात्र मतदारांनी रिपब्लिकन उमेदवाराच्या पाठीशीच उभं राहिलं पाहिजे असं ह्यूचं म्हणणं कायम टिकून राहिलं. ह्यू आणि टोनी यांनी मोठ्या प्रमाणावर बिलची भित्तिपत्रकं स्वतः चिकटवली.

ह्यू आणि टोनी यांनी बिलच्या प्रचारासाठी आणि त्याला मदत करण्याच्या हेतूनं अर्कान्सॉमध्ये आपला मुक्काम ठेवला असला तरी यामागे आणखी एक छुपा हेतू असावा असं मानलं जातं. बिलला निवडणुकीच्या संदर्भात मदत करणाऱ्या एका महाविद्यालयीन युवतीबरोबर बिलचं प्रकरण सुरू असल्याचा संशय हिलरीला येत होता. यामुळे बिलवर पाळत ठेवण्यासाठीसुद्धा तिनं आपले वडील आणि आपला

धाकटा भाऊ यांना बिलच्या जवळ धाडलं असावं असं म्हणतात. यात तथ्यही असावं; कारण जेव्हा निक्सन प्रकरणानंतर अर्कान्सॉमध्येच नोकरी करण्यासाठी खुद्द हिलरी दाखल झाली तेव्हा ही युवती तिथून कायमसाठी गायबच झाली.

निवडणुकीत बिलनं आपल्या रिपब्लिकन प्रतिस्पर्ध्याला कडवी झुंज दिली. दैवदुर्विलास म्हणजे जर निक्सन पदच्युत झाला नसता तर कदाचित बिल जिंकला असता! म्हणजेच हिलरीनं ज्या प्रकरणामध्ये आपल्या जिवाचं रान केलं आणि निक्सनचं पद जाण्याला हातभार लावला, ते प्रकरण बिलला प्रतिकूल ठरलं. यामागचं कारण म्हणजे निक्सन जर अजून आपल्या पदाला चिकटून राहिला असता तर त्याची आणि त्याच्याबरोबरच त्याच्या रिपब्लिकन पक्षाची प्रतिमा डागाळलेलीच राहिली असती. आता मात्र निक्सननं राजीनामा दिलेला असल्यामुळे लोकांच्या मनातला रिपब्लिकन पक्षाविषयीचा राग काही प्रमाणात कमी झाला होता आणि उलट त्यांच्या मनात रिपब्लिकन पक्षाविषयी जरा सहानुभूती निर्माण झाली होती. याचा फटका बिलला निश्चितच काही प्रमाणात सोसावा लागला. तरीसुद्धा ४८% मतं मिळवून बिलनं प्रभावी कामगिरी करून दाखवली, असं म्हटलं पाहिजे. या निकालामुळे बिल वॉशिंग्टनला जाणार नाही आणि तो हिलरीसोबत अर्कान्सॉमध्येच राहणार, हे निश्चित झालं. दरम्यानच्या काळात हिलरीची प्रतिमा कडक आणि मुलांकडून चांगली कामगिरी अपेक्षित असलेली शिक्षिका म्हणून पक्की होत होती. इथंही बिल आणि हिलरी यांच्यामधला फरक अगदी स्पष्टपणे दिसून येई. शिक्षक म्हणून बिल एकदम बोलघेवडा आणि मोकळाढाकळा होता. तसंच कुणी विद्यार्थ्यानं विषयांतर केलं तर बोलण्याच्या नादात बिल कुठं भरकटेल आणि त्यानंतर किती वेळ मूळ विषयापासून दूर जाईल, हे सांगणं कठीण असे. हिलरी मात्र एकदम शिस्तबद्ध असे. आक्रमकपणे आपल्या विद्यार्थ्यांना प्रश्न विचारणं आणि कुणाचं लक्ष नसलं तर त्या विद्यार्थ्याला झापणं, हे तिला सहज जमे. विद्यार्थ्यांना गुण देण्याच्या संदर्भातसुद्धा बिलचा हात एकदम मोकळाढाकळा असे. कहर म्हणजे प्रचार करण्याच्या काळात बिलनं काही विद्यार्थ्यांच्या उत्तरपत्रिकाही हरवल्या! यामुळे त्याची घाबरगुंडी उडाली आणि त्यानं संबंधित विद्यार्थ्यांना पुनर्चाचणी देणं किंवा कुठल्याही श्रेणीविनाच या विषयात उत्तीर्ण झाल्याचं मान्य करणं, असे पर्याय ठेवले. साहजिकच हे विद्यार्थी आणि महाविद्यालयाचं व्यवस्थापन या सगळ्यांचं बिलविषयीचं मत प्रतिकूल झालं. हिलरी मात्र सोप्या प्रश्नपत्रिका किंवा इतर चाचण्या अजिबात ठेवत नसे. तसंच उत्तरं तपासताना ती कठोरपणे मूल्यांकन करे आणि गुणांची खिरापत करणं पूर्णपणे टाळे.

शिक्षकाचं काम करताकरता हिलरीनं काही गरीब लोकांचे खटलेही चालवावेत अशी विनंती तिला करण्यात आली आणि तिनं अनुभव मिळवण्याचा चांगला मार्ग

म्हणून या प्रस्तावाचा स्वीकार केला. १९७५ सालच्या वसंत ऋतूत बारा वर्षांच्या मुलीवर बलात्कार केला असल्याचा आरोप असलेल्या एका एकेचाळीस वर्षं वयाच्या कामगाराची वकिली एका न्यायाधीशानं हिलरीला दिली. खरं म्हणजे या प्रकरणात आपण पडू नये असं हिलरीला वाटत होतं; पण संबंधित न्यायाधीशाची विनंती धुडकावून लावणं अशक्य झाल्यामुळे तिच्यासमोर दुसरा पर्याय उरला नाही. हिलरीच्या अशिलानं आपण निर्दोष असल्याचा दावा केला. त्याचा बचाव करण्यासाठी हिलरीनं आपली पूर्ण शक्ती पणाला लावली. जामिनावर त्याची मुक्तता करणं, सगळे पुरावे बारकाईनं तपासणं, कथित घटनास्थळाला भेट देणं आणि तिथल्या साक्षीदारांशी विस्तारानं बोलणं या सगळ्या गोष्टी तिनं मनापासून केल्या. याखेरीज तिनं उचललेलं एक पाऊल जरा वादग्रस्त होतं. केवळ बलात्काराचा आरोप असलेल्या पुरुषावरच या प्रकरणासंबंधीची सगळी जबाबदारी टाकण्यापेक्षा ज्या मुलीनं हा आरोप ठेवला आहे तिची मानसिक चाचणी घेणं गरजेचं आहे, असं ती म्हणाली. यापूर्वी हिलरीनं लहान मुलांशी संबंधित असलेलं काम केल्याचा तिला इथं फायदा होत होता. कुठलंही प्रकरण आंधळेपणानं न हाताळता त्यासंबंधीचे सगळे मुद्दे समजून घेणं आणि मुळापासून तपासणं आवश्यक असल्याचा तिचा दृढ विश्वास होता. म्हणूनच संबंधित मुलीची विश्वासार्हता तपासणं, तिनं कुठल्या परिस्थितीत जबानी दिली, तिची मानसिक अवस्था स्थिर आहे का हे सगळं जोखणारी चाचणी घ्यावी, असं हिलरीनं सांगितलं. खरं म्हणजे अशा चाचण्या आधीपासून घेतल्या जात. आत्ताच्या प्रकरणामधला मुख्य मुद्दा म्हणजे एका महिला वकिलानं मुलीवरच्या बलात्काराच्या प्रकरणात आरोपीचा बचाव करण्यासाठी या मार्गाचा वापर करावा, हे अभूतपूर्व होतं. इतकी वर्षं मुलीला निर्दोष मानून सगळा दोष कथित बलात्काऱ्यावर टाकण्यासाठी या चाचणीचा वापर होई. मुलांच्या आणि स्त्रियांच्या हक्कांसाठी लढणाऱ्या हिलरीनं हा मार्ग आता बरोबर उलट्या कारणासाठी वापरावा हे एकदम वेगळंच प्रकरण होतं. प्रत्यक्षात हिलरी मात्र एकदम प्रामाणिकपणे आपलं काम करत होती. तिला हे प्रकरण नको असताना ते तिच्या गळ्यात टाकण्यात आलं होतं. त्यानंतर ज्या बाजूचं प्रतिनिधित्व ती करत होती त्या बाजूला शक्य तितका न्याय देणं आणि सत्य समोर आणणं यासाठी तिनं सगळे न्याय्य पर्याय वापरणं एकदम क्षम्य होतं. अर्थातच त्या बारा वर्षं वयाच्या मुलीच्या दृष्टीनं कथित बलात्कारानंतरचा हा दुसरा मोठा मानसिक आघात होता; पण त्याला हिलरीचा इलाज नव्हता.

न्यायालयात झालेल्या उलटतपासणीच्या वेळी हिलरीनं साक्षीपुराव्यांमधल्या फटी उघडून दाखवल्या. साहजिकच बलात्काराचा आरोप सिद्ध होऊ शकला नाही. दरम्यान आपण फिर्यादी मुलीवर बलात्कार केला नसला तरी तिच्या शरीराशी

झोंबाझोंबी करून तिचा विनयभंग केला असल्याचं फिर्यादीनं मान्य केलं. यामुळे त्याला शिक्षा मिळणार, हे निश्चित होतं. जर बलात्काराचा आरोप सिद्ध झाला असता तर त्याला पुढची तीन दशकं गजांआड काढावी लागली असती; आता हा काळ अर्ध्या दशकावर आला. यामधली एक उल्लेखनीय गोष्ट म्हणजे या प्रकरणाची सुनावणी सुरू असताना महिला न्यायाधीशाला अवघडल्यासारखं झालं. कथित बलात्कार किंवा विनयभंग या प्रकरणाची सुनावणी म्हणजे अत्यंत खासगी आणि अवघडणाऱ्या तपशिलांची चर्चा, हे उघडच होतं. अशा वेळी हिलरीनं न्यायालयामध्ये हजर नसावं, अशी महिला न्यायाधीशाची इच्छा होती. तिच्या उपस्थितीत आपण याविषयी बोलू शकणार नाही, असं ती न्यायाधीश म्हणत होती. हिलरीनं मात्र नेटानं आपण तिथं हजर राहणार असल्याचं सांगितलं. तसंच त्या महिला न्यायाधीशाची कशीबशी समजूतही घातली. आपण या प्रकरणात महिला म्हणून नव्हे तर वकील म्हणून हजेरी लावत आहोत, याचं स्मरण तिनं न्यायाधीशाला करून दिलं आणि तिथं उपस्थित राहण्याची परवानगी मिळवली.

या प्रकरणामुळे हिलरी अस्वस्थ झाली होती. तिनं बलात्काराचा आरोप असलेल्या माणसाच्या वतीनं हा खटला चालवला असला तरी एकूणच बलात्कारी मुलींना आणि स्त्रियांना मदत मिळावी या हेतूनं आपण काहीतरी केलं पाहिजे, असं तिला सारखं वाटत राहिलं. यामुळे तिनं त्या भागातल्या काही समविचारी स्त्रियांच्या साथीनं बलात्कार झालेल्यांना मदत मिळवून देणारं एक केंद्र सुरू केलं. अर्कान्सॉ फार आवडलेलं नसूनसुद्धा हिलरीनं हळूहळू अनेक जणांशी मैत्री केली. त्या भागात अविवाहित जोडप्यांनी एकत्र राहण्याकडे खराब नजरेनं बघितलं जात असल्यामुळे नाइलाजानं बिल आणि हिलरी वेगवेगळ्या ठिकाणी राहत असत. अर्थात ते शक्य होईल तेव्हा एकत्र भेटणं, खायला-प्यायला-भटकायला-चित्रपटांना जाणं या गोष्टी करत असत. आता हिलरीला अर्कान्सॉमध्ये येऊन एक वर्ष झालं तरी अजूनही त्यांच्या लग्नाचा विषय निर्णायक टप्प्यावर आलाच नव्हता. बिल अधूनमधून हिलरीला त्याविषयी विचारत राही; पण हिलरीला मात्र नक्की काय करावं, हे समजत नसे. आपण अर्कान्सॉ राज्यात किती काळ राहावं हेसुद्धा ती अजून ठरवू शकली नव्हती. तिनं या संदर्भात आपल्या माजी सहकाऱ्यांना आणि मित्रमैत्रिणींना भेटण्यासाठी वॉशिंग्टन, न्यूयॉर्क, बॉस्टन आणि शिकागो या भागांचा एक प्रदीर्घ दौराही केला. आपल्याला खरोखर अर्कान्सॉमधून बाहेर पडल्यावर किती बरं वाटतं हे तिला जोखायचं होतं. बिलला आपण हिलरीच्या भविष्याशी खेळत असल्याची जाणीव होती. आपल्याला राजकारणात कारकीर्द घडवायची असल्यामुळे अर्कान्सॉमध्ये राहणं भाग असलं तरी आपल्यामागे नाइलाजानं अर्कान्सॉमध्ये राहून हिलरी आपल्या उज्ज्वल भविष्यावर बोळा फिरवणार असल्याचं तो हताश होऊन आपल्या जवळच्या

लोकांपाशी बोलून दाखवे. यातून कसा मार्ग काढायचा, हेही त्याला समजत नसे.

हिलरी फेरफटका मारायला गेलेली असताना आपलं भविष्य जरातरी ठीकठाक करावं या हेतूनं बिलनं एक अगदी छोटं घर विकत घेतलं. हिलरीला ते पूर्वी आवडलं होतं. या घरात वातानुकूलन यंत्रणा नव्हती आणि एकूणच ते ऐसपैस नव्हतं. तरीसुद्धा काही वर्षांसाठी आपल्याला तिथं एकत्र निश्चिंतपणे राहता यावं यासाठी बिलनं हे पाऊल उचललं. तसंच त्यामध्ये वॉलमार्टमधून आणलेलं जुजबी फर्निचर आणि इतर सामानसुमानानं त्यानं ते सजवलं. हिलरी परत आल्यावर तिला घ्यायला बिल विमानतळावर गेला होता. तिथं त्यानं हिलरीला आवडलेलं घर आठवतं का, असं विचारलं. हिलरीला ते आठवत नव्हतं; पण ते आपल्या सहजीवनासाठी आपण विकत घेतल्याचं सांगताच हिलरीची कळी खुलली. अर्कान्सॉपासून लांब असताना हिलरीनं आपल्या निर्णयाविषयी बराच विचार केला होता. यातून बिलशी लग्न करण्याचा तिचा निर्णय पक्का झाला होता. तिनं त्याला तसं सांगितलं. साहजिकच बिलचा आनंद गगनात मावेनासा झाला. अर्थातच याचा अर्थ हिलरी अर्कान्सॉमध्येच राहणार आणि आपल्या कारकिर्दीशी संबंधित असलेल्या भविष्याची स्वप्नं उद्ध्वस्त झाल्याचं हताशपणे बघणार, हेही स्पष्ट झालं. यामुळे तिला जवळून ओळखणारे काही लोक एकदम नाराज झाले. हिलरीनं आपल्या पायांवर अशा प्रकारे धोंडा पाडून घेण्याचा निर्णय अजिबात घेता कामा नये, असं अनेक जण तिला सांगत होते. त्यांचा आता नाइलाज झाला. शेवटी तिचं नशीब तिच्यापाशी असल्याचं मानून त्यांनी उसासे सोडले.

१९७५ सालच्या ऑक्टोबर महिन्यातच आपल्या छोट्याशा घरात लग्न करायचा बिल आणि हिलरी यांनी निर्णय घेतला. त्याआधी घराची रंगरंगोटी करण्यासाठी हिलरीचा भाऊ तिथं दाखल झाला. बिल-हिलरी यांचा लग्नसमारंभ अगदी साधा होता. लग्नाच्या पत्रिकाही छापण्यात आल्या नाहीत. लग्नाच्या आदल्या दिवशी हिलरीकडे वधूनं लग्नात घालण्यासाठीचा खास पोशाख नसल्याचं तिच्या आईला समजताच घाईघाईनं तिनं एका दुकानातून असा साधाच पोशाख तिला विकत घेऊन दिला. व्हर्जिनिया या बिलच्या आईला हिलरी अजूनही पसंत नव्हतीच; पण आपल्या मुलाच्या निर्णयापुढे तिचं काही चालत नव्हतं. किमान आपण हिलरीला मेकअप कसा करायचा हे तरी शिकवू शकू, अशी आशा तिनं बिलपाशी व्यक्त केली! यातून बिलचं मन दुखावत असल्याचं बघून अचानकपणे तिला आपली चूक जाणवली. तिनं बिलचा निर्णय खुल्या दिलानं मान्य करत असल्याचं त्याला सांगितलं. तरीसुद्धा तिच्या मनातली अढी पूर्णपणे गेलीच नाही. लग्नाच्या दिवशी हिलरी लग्नानंतरही आपलं लग्नाआधीचं नाव-आडनावच लावणार असल्याचं बिलनं आपल्या आईला सांगितलं. हे ऐकून तिला खूप धक्का बसला. असं कुणी

केल्याचं यापूर्वी तिला आठवत नव्हतं. तिच्या डोळ्यांमध्ये पाणी आलं. खरं म्हणजे हिलरीनं अगदी लहानपणीच हा निर्णय घेतला होता. एक तर तिला आपलं नाव खूप आवडायचं आणि शिवाय आपल्या सगळ्या कुटुंबीयांवरही तिचा जीव होता. यामुळे तिनं ही आठवण कायम ठेवायचं ठरवलं होतं. आपण लग्न केल्यानंतर नक्की काय घडणार आहे याची बिलला शाश्वती नव्हती; पण जरी आपलं लग्नपश्चात आयुष्य अगदी ठीकठाक नसलं तरी ते कंटाळवाणं किंवा एकसूरी नक्कीच नसेल, असं त्याचं मत होतं.

बिल आणि हिलरी यांचं लग्न साधेपणानं पार पडल्यानंतर मेजवानीचा एक छोटेखानी कार्यक्रम आयोजित करण्यात आला. यानंतर एक विचित्र प्रसंग घडला. रात्री हिलरीचा भाऊ टोनी दारूच्या नशेत असताना गाडी चालवत असताना नेमकं त्याला एका पोलिसानं पकडलं. यामुळे बिल आणि हिलरी यांना पहाटे चार वाजता उठवण्याची पाळी त्यांच्या नातेवाइकांवर आली! अशा प्रकारे त्यांची लग्नानंतरची रात्र पहाटेच संपली आणि हिलरीच्या भावाला जामीन मिळवून देण्याच्या प्रयत्नांत त्यांचा उरलासुरला वेळ गेला. दरम्यान एका राजकारण्याची पत्नी म्हणून आपल्याकडे आता नक्की कसं बघितलं जाईल याविषयी हिलरीच्या मनात द्वंद्व सुरू झालं. इतके दिवस निर्भयपणे आपला स्वतंत्र बाणा गाजवणाऱ्या हिलरीच्या प्रगतीवर आता नक्कीच मर्यादा येतील आणि तिला खूप जपून राहावं लागेल, असं मत तिच्या सहायकांनी व्यक्त केलं होतं. हिलरीनं ते साफ खोडून काढलं होतं. आपण लग्न झाल्यानंतरसुद्धा आधीप्रमाणेच धडाडीनं काम करू, असं ती त्यांना आत्मविश्वासानं सांगत असे. या संदर्भातलं तिचं सोपं तर्कशास्त्र 'बिल सकाळी उठून आपलं राजकारण सुरू करेल आणि आपण आपलं काम करू' असं होतं. जसं एखादा डॉक्टर किंवा नोकरी करणारा माणूस आपल्या कामाला लागतो आणि त्याच्या घरची मंडळी आपापल्या दिनक्रमाला सुरुवात करतात, तसंच इथं घडेल अशी तिची भाबडी समजूत होती. राजकारण्याच्या कुटुंबाच्या बाबतीत मात्र असं घडत नसतं, याची तिला जाणीव नव्हती. हे कळायला आपल्याला बराच उशीर लागला अशी कबुली तिनं काही काळानंतर दिली. बिल आणि हिलरी यांना आपल्या मधुचंद्रासंबंधीचे बेत आखायला अजिबातच जमलं नाही. शेवटी हिलरीची आई डोरोथी हिनं मेक्सिकोमध्ये त्यांना जाता येईल असं एक 'पॅकेज' शोधून काढलं. त्यानंतर डिसेंबर महिन्यात हिलरीच्या सगळ्या कुटुंबासह बिल आणि हिलरी अमेरिकेमधल्या दक्षिणेकडच्या राज्यांची एक सहल करून आले.

दरम्यानच्या काळात अर्कान्सॉ राज्याच्या सर्वोच्च न्यायाधीशासाठीच्या म्हणजेच 'ॲटर्नी जनरल' पदासाठीच्या निवडणुकीत उतरायचं बिलनं ठरवलं. त्याआधी त्यानं 'हाउस ऑफ रिप्रेझेंटेटिव्ह्ज' पदासाठीच्या निवडणुकीत उतरण्याचा विचार केला

होता; पण नंतर त्यानं तो रद्द केला. याचं कारण म्हणजे या सभागृहाच्या सदस्यांना पुढे फार वेगानं प्रगती साधता येत नाही; पण गव्हर्नर आणि सिनेटर यांना मात्र ही संधी मिळू शकते, असं त्याचं मत झालं होतं. आताच्या निवडणुकीसाठी बिलनं जोरदार प्रचार केला. त्यानं आपल्या अध्यापनाच्या नोकरीतून एक वर्ष सुट्टीच घेतली. त्याच्या विरोधात दोन उमेदवार असूनसुद्धा ५५% मतं मिळवून १९७६ सालच्या मे महिन्यात बिल अखेर निवडणूक जिंकला. एकीकडे बिलच्या या निवडणुकीसाठी झटणाऱ्या हिलरीचं लक्ष त्याच वेळी अमेरिकेच्या राष्ट्रपतिपदासाठीच्या निवडणुकीकडे लागलं होतं. पदच्युत करण्यात आलेल्या रिचर्ड निक्सनच्या जागी राष्ट्रपती झालेल्या गेराल्ड फोर्डची लढत डेमोक्रॅटिक पक्षाच्या आणि जॉर्जिया राज्याचा भूतपूर्व गव्हर्नर असलेल्या जिमी कार्टरशी होती. पदच्युत निक्सनला माफीनामा देण्याचा निर्णय फोर्डनं घेतला असल्यामुळे लोकांच्या मनात त्याच्याविषयी नाराजी होती. निक्सनला त्याच्या अपराधांची पुरेशी शिक्षा मिळाली नसल्याचं त्यांचं मत होतं. कार्टरशी हिलरी आणि बिल यांची पूर्वी एकदा भेट झाली होती. त्याच्या निवडणुकीसाठी प्रचार करण्यामध्ये मदत करायचं त्यांनी ठरवलं. त्यापूर्वी फ्रान्स आणि स्पेन इथं दोन आठवड्यांच्या सुट्टीसाठी जायचा बेत त्यांनी आखला.

कार्टरच्या प्रचारासाठी बिलला अर्कान्सॉमध्येच राहता येणार असलं तरी हिलरीला मात्र इंडियाना राज्यामधली जबाबदारी देण्यात आली. यामुळे काही महिने ते पुन्हा एकमेकांपासून दूर राहिले. इंडियाना राज्याचा सर्वसाधारणपणे रिपब्लिकन पक्षाला पाठिंबा असल्यामुळे हिलरीसमोरचं आव्हान कठीण होतं. प्रचारासाठी स्वयंसेवक गोळा करणं, सभा भरवून त्या यशस्वी करून दाखवणं, अशी कामं या पार्श्वभूमीवर अवघड होती. नाइलाजानं ती अशा वेळी अत्यल्प मोबदला देऊन कामगार आणि वयोवृद्ध माणसांना 'स्वयंसेवक' तसंच 'प्रेक्षक' म्हणून उभं करत असे. अशा प्रकारे आपल्या मूळ स्वभावाला लगाम देत हिलरीला काम करावं लागत असलं तरी याचा अर्थ ती सगळ्याच गोष्टी निमूटपणे स्वीकारे, असं मात्र अजिबातच नाही. वेळप्रसंगी ती आपल्याला काय वाटतं हे निर्भीडपणे सांगे आणि कधीकधी अशक्यप्राय जबाबदाऱ्या स्वीकारायला नकार देई. तिच्याशी वाद घालण्याची हिंमत फारसं कुणी करत नसे. याचं कारण म्हणजे ती आपला मुद्दा काही केल्या सोडणार नाही आणि आपल्यालाच शेवटी माघार घ्यावी लागेल, हे समोरच्याला माहीत असे.

अखेर जिमी कार्टरनं अर्कान्सॉ राज्यासकट अमेरिका जिंकली. इंडियाना राज्यात मात्र कार्टरचा पराभव झाला. तरीसुद्धा तिथं त्याला ४६% म्हणजे बऱ्यापैकी मतं मिळाली. हिलरीनं केलेल्या अथक प्रयत्नांमुळे तिला १९७७ मध्ये कार्टर सरकारनं एका महत्त्वपूर्ण संस्थेच्या संचालक मंडळावर नेमलं. देशभरातल्या मदतनिधीचं वाटप करण्यासंबंधीचं हे काम होतं. गरीब कुटुंबांना कर्ज, दारिद्र्य, घटस्फोट,

कौटुंबिक समस्या अशा संकटांमधून जरा दिलासा मिळावा यासाठीचं काम ही संस्था करत असे. १९७८ मध्ये आपल्या वयाच्या तिसाव्या वर्षी हिलरीनं या संचालक मंडळाच्या अध्यक्षपदाची जबाबदारी स्वीकारली आणि पुढची दोन वर्षं ती निभावली. १९८० मध्ये रिपब्लिकन पक्षाच्या रोनाल्ड रीगनकडे अमेरिकी राष्ट्रपतिपदाची धुरा आल्यानंतर मात्र हिलरीची या पदावरून गच्छंती करण्यात आली.

अशा प्रकारे बघताबघता बिल आणि हिलरी हे आपला मूळ वकिली-अध्यापन हा व्यवसाय कमी करून राजकारणात ओढले गेले. अर्थात त्यांना हेच तर करायचं होतं!

◆

चेल्सीचं आगमन

एकूणच बिलची अर्कान्सॉच्या 'ॲटर्नी जनरल' पदावर निवड झाल्यानंतर आपण नक्की काय काम करायचं याविषयी हिलरीच्या मनात कल्लोळ माजला होता. तेव्हा ते 'लिटल रॉक' म्हणून ओळखल्या जाणाऱ्या भागात राहायचे. गुन्हेगारीशी संबंधित असलेले खटले चालवणारा वकील किंवा सरकारी वकील म्हणून काम करणं तिच्या दृष्टीनं अवघड होतं. याचं कारण म्हणजे आपला नवराच प्रमुख न्यायाधीश असताना आपण वकिली करायची म्हणजे कधी ना कधी एखाद्या तरी प्रकरणात क्लिष्टता निर्माण होणार, हे तिला माहीत होतं. तसंच अर्कान्सॉमध्ये महिला वकिलांचं प्रमाण जवळपास शून्य असल्यामुळे इतर कुणाच्या कामातून स्फूर्ती घेऊन काही करण्यासारखंही नव्हतं. कौटुंबिक न्यायालयामध्ये काम करण्यामध्ये तसा काही धोका नव्हता; पण या कामातून तिला फार समाधान लाभेल अशी अजिबातच शक्यता नव्हती. अखेर नाइलाजानं तिनं 'कंपनी लॉ' म्हणजेच खासगी कंपन्यांसाठीची वकिली सुरू केली. खरं म्हणजे तिला यात अजिबात पडायचं नव्हतं. आपण या कामासाठी घडलेलो नाही, असं ती म्हणत असे; पण आता दुसरा पर्याय तिला दिसत नव्हता. यातून निदान अनुभव मिळेल आणि जास्तीचं उत्पन्नही कमावता येईल, असा विचार त्यामागे होता. तेव्हा बिलचं वार्षिक उत्पन्न सव्वीस हज़ार डॉलर्स म्हणजे आजच्या हिशेबानं सुमारे एक लाख डॉलर्स होतं. यात भर टाकण्याचा हिलरीचा मानस होता.

एका महिलेला वकील म्हणून नेमायला कुठलीच कंपनी त्या काळात तयार नसे. शेवटी खासगी कंपन्यांच्या वतीनं खटले लढवणाऱ्या एका वकिली कंपनीनं म्हणजेच 'लॉ फर्म'नं निदान हिलरीची मुलाखत तरी घेऊन बघू असा विचार केला. तरीसुद्धा या कंपनीच्या अधिकाऱ्यांच्या मनात अनेक शंकाकुशंकांची शेपटं वळवळत होती. हिलरी खरोखर कार्यक्षम असेल का, तिनं आपल्या नवऱ्याला मध्ये लुडबूड

करू दिली तर काय होईल, तिला दिवस गेले तर काय होईल, अशा अनेक शक्यता या अधिकाऱ्यांनी बोलून दाखवल्या. हिलरीनं मात्र अत्यंत आत्मविश्वासानं सगळ्या प्रश्नांची उत्तरं दिली आणि या अधिकाऱ्यांची मनं जिंकून घेतली. साहजिकच तिला ही नोकरी मिळाली. तिच्या पुढ्यात काय वाढून ठेवलं आहे हे तिला नीट समजावं यासाठी म्हणून की काय; पण नोकरीचं पत्र देतानाच तिच्या हातात चार्ल्स डिकन्सच्या सुप्रसिद्ध 'हार्ड टाईम्स' या कादंबरीची एक प्रतसुद्धा ठेवण्यात आली. प्रत्यक्ष काम सुरू केल्यावर हिलरीला अपेक्षेप्रमाणेच अनेक अडचणींना तोंड द्यावं लागलं. पुरुषी अहंकाराची बरीच उदाहरणं तिनं अनुभवली. हिलरी आपल्या कामाला साजेसा पोशाख घालत नाही, तिची केशरचना गबाळी असते, तिचा चश्मा फारच जाडजूड आहे, ती मेकअप करत नाही अशा तक्रारी अनेक जणांनी केल्या. त्या काळात धूम्रपानावर कसलेही निर्बंध नसतानाही हिलरीनं आपल्या कामाच्या ठिकाणी 'धूम्रपान वर्ज्य'ची पाटी लावल्यामुळेही काही जण तिच्यावर उखडले. बैठकांमध्ये हिलरी अगदी मोकळेपणानं आपली मतं मांडे. तसंच बिल प्रवास करत असताना कधीकधी हिलरी आपला एखादा सहकारी आणि त्याची पत्नी यांच्यासह जेवायला बाहेर जाई. त्या काळी अशा प्रकारे वागणं अयोग्य समजलं जाई. इतकंच नव्हे तर हिलरी कधीकधी आपल्या पुरुष वकील मित्रांबरोबर अगदी सहजपणे जेवायला बाहेर गेलेली असताना अनेक नजरा तिच्याकडे वळत. तसंच संबंधित वकिलांच्या पत्नींना फोन करून 'तुझा नवरा दुसऱ्या स्त्रीबरोबर जेवायला बाहेर गेला आहे' असं सांगितलं जाई. हिलरीला याची गंमतच वाटे.

इथं हिलरीला काही चित्रविचित्र कायदेशीर प्रकरणांचा सामना करावा लागे. एकदा तयार किंवा टिकाऊ खाद्य पदार्थ ज्या डब्यांमध्ये भरून विकले जातात असे डबे तयार करणाऱ्या कंपनीवर एका माणसानं दावा लावला. त्या माणसानं डुकराचं मांस म्हणजेच पोर्क आणि बीन्स असलेला असा डबा विकत घेतला. त्यानं तो डबा जेव्हा उघडला तेव्हा त्याला त्यात या खाद्य पदार्थाखेरीज उंदीरसदृश प्राण्याच्या शरीराचा मागचा सडका भाग आढळला! तेव्हापासून त्याच्या मनात जी किळस निर्माण झाली ती दूर करणं अशक्य झालं. तो सतत थुंकून आपल्या शरीरातली काल्पनिक घाण काढून टाकायचा प्रयत्न करायला लागला. साहजिकच त्याच्या वैयक्तिक आयुष्यावर याचे दुष्परिणाम व्हायला लागले. संबंधित कंपनीचं म्हणणं मात्र एकदम उलट होतं. काही देशांमध्ये उंदीरसुद्धा अन्न म्हणून खाल्ले जात असल्यामुळे यात इतकं किळस वाटण्यासारखं काही नाही, असा या कंपनीचा युक्तिवाद होता. कंपनीच्या वतीनं हे प्रकरण न्यायालयात लढणाऱ्या हिलरीच्या मनात मात्र प्रचंड धाकधूक होती. अखेर न्यायालयानं कंपनीला नाममात्र दंड करून हे प्रकरण निकालात काढल्यावर तिनं सुटकेचा निःश्वास सोडला. बिल मात्र यानंतर

काही काळ तिला या 'rat's ass' प्रकरणावरून चिडवत राहिला! असंच एकदा भन्नाट केशरचना करून देणाऱ्या कंपनीवर एक खटला भरण्यात आला. या कंपनीच्या वतीनं तो लढणाऱ्या हिलरीनं जेव्हा यात यश मिळवलं, तेव्हा खूश झालेल्या कंपनीमधल्या केशरचनाकारांनी हिलरीला नवी वैविध्यपूर्ण केशरचना फुकट करून घेण्याचं आमंत्रण दिलं; पण हिलरीनं या प्रस्तावाला नम्रपणे नकार दिला.

अशी प्रकरणं हाताळून हिलरीला फार समाधान लाभत नसल्यामुळे तिनं काही गरीब लोकांची प्रकरणं कसलीही फी न घेता हाताळायला सुरुवात केली. यातून तिला महत्त्वाचा अनुभवही लाभत असे. याखेरीज लहान मुलांचं आरोग्य आणि शिक्षण या संदर्भातली परिस्थिती सुधारण्यासाठी तिनं एका संघटनेसाठी काम सुरू केलं. दरम्यान १९७८ मध्ये आपल्याला अर्कान्सॉ राज्याचं गव्हर्नरपद मिळू शकतं याची जाणीव झालेल्या बिलनं त्यासाठीची तयारी सुरू केली. बिलच्या विरोधकांनी त्याच्यावर टीका करण्यासाठी हिलरीचाही वापर केला. हिलरीनं आपलं आडनाव लग्नानंतरही बदललेलं नसल्यामुळे त्यांच्या नात्यात काहीतरी अडचणी आहेत असा अपप्रचार करतानाच त्यांनी हिलरीसुद्धा वकील असल्यामुळे बिल तिला अनुकूल असे निर्णय घेईल, असे तारे तोडले. बिलनं खूप दौरे करून आपली बाजू मांडली आणि हिलरीवरची टीका खोडून काढली. हिलरीनंही बिलचा भरपूर प्रचार केला. या काळात नक्की कोण आपला मित्र आहे आणि कोण आपल्या बाजूचं असल्याचं फक्त भासवतो याची हिलरीला खूप जाण असल्याचं आणि ही जाण बिलमध्ये फारशी नसल्याचं अनेक जणांचं मत झालं. हिलरीनंही अनेक भाषणं दिली. त्यातून तिची सखोलता दिसते आणि ती धोरणं आखण्यात आपल्या नवऱ्याला मदत करू शकते, असं मत काही विश्लेषकांनी मांडलं. बिलला या निवडणुकीत मोठा विजय मिळाला. बत्तीस वर्षं वयाचा बिल हा तोपर्यंतच्या गेल्या चार दशकांमधला सगळ्यात तरुण गव्हर्नर ठरला. साहजिकच बिलची दखल राष्ट्रीय पातळीवर घेतली गेली.

'न्यूयॉर्क टाईम्स'सारख्या वर्तमानपत्रानं आता बिलची दखल घेतली. बिलवरच्या लेखात 'त्याची हिलरी रॉडहॅम ही पत्नी लग्नानंतरही आपलं आधीचंच आडनाव वापरते आणि ती एकदम पक्की स्त्रीवादी आहे' असा उल्लेख होता. हिलरीच्या आडनावाविषयी वारंवार उल्लेख होत असल्यामुळे अखेर तिनं तिच्या वयाच्या नवव्या वर्षीच हा निर्णय घेतला असल्याचं स्पष्टीकरण एका मुलाखतीत बिलनं दिलं. अर्कान्सॉ राज्याची आता हिलरी 'फर्स्ट लेडी' होती. तरीसुद्धा आपण नुसती बाहुली बनून राहणार नसल्याचं तिनं स्पष्ट केलं. जसा समोरचा माणूस आपल्याशी वागावा असं आपल्याला वाटतं, तसंच आपण समोरच्याशी वागतो असं सांगून कष्ट करण्यावर आपला दृढ विश्वास असल्याचं ती म्हणाली. आपण आपल्याला जे काम

करावंसं वाटतं ते करत राहणार, असंही तिनं सांगितलं. आपल्या आवडीनिवडी तसंच आपल्याला महत्त्वाची वाटत असलेली कामं यांना तिलांजली देणार नसल्याचं ठरवलं असल्याचा उल्लेख तिनं केला. आपलं स्वतंत्र व्यक्तिमत्त्व असून ते घालवून बसणं आपल्याला मान्य नसल्याचं तडफदार विधानही तिनं केलं. यानंतर काही महिन्यांनी तिला तिच्या कामाच्या ठिकाणी मोठी बढती मिळाली. सर्वसामान्यपणे अशा बढतीला काही वर्षं लागत असली तरी हिलरीनं हे काही महिन्यांमध्येच साध्य केलं आणि मुख्य म्हणजे यात बिल राज्याचा गव्हर्नर असल्याचा अजिबात संबंध नव्हता. एका महिला मुलाखतकारानं याच काळात हिलरीला मूल हवं आहे का, असं विचारलं असता हिलरीनं होकारात्मक उत्तर दिलं. तसंच खरं म्हणजे एखाद्या कुटुंबात दोन-तीन मुलं असल्यावर ते पूर्ण कुटुंब वाटत असलं तरी 'सध्या तरी' एक मूल पुरे असल्याचं ती हसून म्हणाली. तसंच मूल झाल्यावर आपण काम करत राहू का, याचा विचार केला नसल्याचंही तिनं सांगितलं.

खरं म्हणजे काही काळापासून बिल आणि हिलरी यांनी मूल व्हावं यासाठी प्रयत्न सुरू केले होते; पण त्यात त्यांना यश येत नव्हतं. या संदर्भात त्यांनी एका तज्ज्ञाचा सल्ला घेऊनसुद्धा फारसा उपयोग होत नव्हता. बर्म्यूडा इथं एका छोट्या सुट्टीसाठी बिल आणि हिलरी गेलेले असताना मात्र ते गोड बातमी घेऊन परत आल्याचं काही दिवसांनी त्यांच्या लक्षात आलं. आनंदानं बिल आणि हिलरी आपल्या घरातल्या नव्या बाळाच्या आगमनाची तयारी करायला लागले. त्या काळात वडिलांनी आपल्या बाळाची तयारी करणं तसं नवलाईचं होतं. यामुळे बिलनं यासाठी हिलरीबरोबर खास वर्गांना हजेरी लावणं अनेक जणांना आश्चर्याचं वाटत होतं. मार्च महिन्याच्या मध्यावर हिलरीचं बाळंतपण होऊ घातलेलं असताना त्याच्या तीन आठवडे आधीच ते पार पडलं.

२७ फेब्रुवारी १९८० या दिवशी हिलरीच्या पोटी चेल्सी व्हिक्टोरिया क्लिंटनचा जन्म झाला. ज्यूडी कॉलिन्सच्या गाजलेल्या 'चेल्सी मॉर्निंग' या गाण्यावरून हे नाव निवडण्यात आलं. आनंदानं बिल तिला इस्पितळभर सगळ्यांना दाखवत फिरला. बिल गव्हर्नर झाल्यापासून तो आणि हिलरी यांच्या खासगी आयुष्यावर बरीच गदा आली होती. घरात काम करणारे लोक तसंच इतर सहायक यांचा सातत्यानं वावर असे. अनेक जण बिलला भेटायला येत. हिलरीला हे नकोसं होत असे. तिनं म्हणूनच आपलं खासगी आयुष्य जपण्यासाठी कडवा प्रतिकार केला. खास करून चेल्सीविषयीच्या सगळ्या गोष्टी ती एकदम गुप्त राखे. त्यात कुणी दखलबाजी केलेली तिला खपत नसे. वर्तमानपत्रांनी चेल्सीच्या जन्माची बातमी छापली असली तरी तिचं पहिलं छायाचित्र त्यांना तब्बल एका आठवड्यानंतरच उपलब्ध होऊ शकलं. चेल्सीनंतर हिलरी आणि बिल यांना आणखी मुलं हवी होती; पण निसर्गानं

त्यांना साथ दिली नाही. यामुळे अगदी १९९० च्या दशकाच्या मध्यावर म्हणजे आपल्या चाळिशीच्या उत्तरार्धाच्या काळातसुद्धा आपल्याला अजून मुलं हवी असल्याचं आणि आपण एखादं मूल दत्तक घेण्याचा विचारही केला असल्याचं हिलरीनं सांगितलं. अखेर हा नाद सोडून देत ही निसर्गाची इच्छा असल्याचं मत तिनं मांडलं.

दरम्यान बत्तीस वर्षं वयाच्या हिलरीनं चेल्सीला जन्म दिल्यावर चार महिने सुट्टी घेतली. बिलची आर्थिक कमाई आता चांगली असल्यामुळे तिला हे शक्य होतं. तिच्या कंपनीमधल्या काही वरिष्ठ अधिकाऱ्यांनी तिला या काळात कुठलाही आर्थिक मोबदला मिळू नये, असं मत मांडलं. तसंच जेव्हा तिनं पुन्हा काम सुरू केलं तेव्हा नुकत्याच आई झालेल्या स्त्रीनं अशा प्रकारे मूल घरी टाकून कामावर येणं अयोग्य असल्याचं सांगितलं. प्रत्यक्षात मात्र तिला सुट्टीच्या काळासाठी काही प्रमाणात आर्थिक मोबदला मिळाला. हिलरीनं कायम घरी बसण्याच्या पर्यायाचा विचार कधीच केला नव्हता. एक तर तिला सतत काम करण्याची सवय तर होतीच; पण आर्थिकदृष्ट्याही तिला स्वतःच्या उत्पन्नाविना असुरक्षित वाटे. १९७८ मध्ये बिल ॲटर्नी जनरल असताना त्यांचं एकत्रित वार्षिक उत्पन्न साधारण चोपन्न हजार पाचशे डॉलर्स म्हणजेच आताचे साधारण दोन लाख डॉलर्स इतकं होतं. याच काळात त्यांनी भविष्यातल्या उत्पन्नाच्या तरतुदीसाठी यातली बरीचशी रक्कम थोड्या धोकादायक स्वरूपाच्या पर्यायांमध्ये गुंतवली. यातून त्यांना काही हादरे बसले. जिम मॅकडगल या ओळखीच्या माणसानं सुचवलेल्या पर्यायाचा यात समावेश होता. नंतर 'व्हाईटवॉटर प्रकरण' म्हणून हे खूपच गाजलं.

१९७८ सालच्या वसंत ऋतूमध्ये बिल आणि हिलरी यांची भेट एका रेस्तराँमध्ये या मॅकडगलशी झाली. आपण आर्थिक गुंतवणूक करणाऱ्या लोकांना उत्कृष्ट परतावा मिळवून देऊ शकतो, असं त्यानं सांगितलं. अर्कान्सॉमधल्या तळी आणि इतर निसर्गसंपन्न गोष्टींनी भरलेल्या एका भागातली मोठी जमीन विकत घेण्याची ही योजना होती. या जमिनीचे तुकडे पाडून 'हॉलिडे होम' किंवा निवृत्तिपश्चात राहण्यासाठीची घरं बांधण्यासाठी हे तुकडे संबंधित ग्राहकांना विकायचे, असा या योजनेचा सारांश होता. बिलची मॅकडगलशी खरं म्हणजे बऱ्याच वर्षांपासूनची ओळख होती आणि त्यानं याआधी मॅकडगलच्या साथीत केलेल्या छोट्या गुंतवणुकीतून त्याला चांगला लाभही मिळाला होता. आताही आपल्याला तसंच यश मिळेल, या आशेपोटी बिल आणि हिलरी यांनी मॅकडगलच्या योजनेत सामील व्हायचं ठरवलं. जमीन विकत घेण्यासाठी आपल्याकडची शिल्लक रक्कम न ओतता त्यांनी कर्ज घेतलं आणि पुढच्या दोन वर्षांमध्ये हप्ते भरून ते फेडलं. त्यांचा हा निर्णय एकदम खराब ठरला. १९७८ सालापासून अमेरिकेमधल्या महागाईमध्ये विलक्षण वाढ होत गेली. साहजिकच गृहकर्जांच्या हप्त्यांचे आकडेही वेगानं वाढले. ते थेट १८% इतके झाले. यामुळे

गृहकर्ज काढून हिलरी आणि बिल यांच्याकडून निवृत्तिपश्चात आयुष्यासाठीचं आरामदायी घर विकत घेण्याआधी लोक दोन वेळा विचार करायला लागले. साहजिकच हिलरी आणि बिल यांच्या जमिनी पडून राहिल्या. त्यांनी केलेली गुंतवणूक पार फसली. आर्थिक आणि राजकीय अशा दोन्ही आघाड्यांवर त्यांना या गुंतवणुकीतून नुकसान सोसावं लागलं; कारण गव्हर्नरच्या जमिनीत नक्कीच काहीतरी काळंबेरं असलं पाहिजे, असा संशय सर्वदूर पसरला.

१९७८ सालच्या दुसऱ्या एका गुंतवणकीतून मात्र हिलरीला चांगला नफा कमावता आला. तिच्या आधीच्या एका मैत्रिणीचं अर्कान्सॉमधल्या एका खटपट्या माणसाशी प्रेमप्रकरण सुरू होतं. हा माणूस 'कमॉडिटीज'मध्ये गुंतवणूक करत असे. म्हणजेच सोनं-चांदी, इतर धातू, तेल, धान्यं, चहा-कॉफी, मांस अशा वस्तूंच्या किमती वाढतील का खाली जातील या संदर्भातले अंदाज व्यक्त करण्यावर ही गुंतवणूक अवलंबून असे. एक प्रकारे हा जुगारच असतो; पण त्यासाठी बाजारपेठा असतात आणि त्याला कायदेशीर मान्यता असते; इतकंच. हा माणूस अशा प्रकारची गुंतवणूक करून विलक्षण नफेखोरी करे. एकूणच खूप कमी रक्कम गुंतवून या व्यवहारामध्ये प्रचंड नफा कमावण्याची संधी असते; पण त्याचबरोबर नुकसान झालं तर ते छाती दडपवणारं असू शकतं. साहजिकच सर्वसामान्य माणसं शक्यतो या व्यवहारांपासून दूरच राहतात. धीर करून हिलरीनं अशा एका योजनेत एक हजार डॉलर्स गुंतवले. आश्चर्याची गोष्ट म्हणजे तिला या गुंतवणुकीत चांगलं यश लाभत गेलं. सर्वसामान्यपणे असं यश मिळालं की हुरळून जात गुंतवणूकदार हावेपोटी आणखी गुंतवणूक करत राहतात आणि एके दिवशी आपलं जोरदार नुकसान करून घेतात. गुंतवणूकदारांनी समजा असं करायचं टाळलं तरीसुद्धा ज्या दलालांकरवी हे व्यवहार केले जातात, ते दलाल गुंतवणूकदारांना विविध कारणांनी आणखी गुंतवणूक करायला भरीला पाडतात. हिलरीच्या बाबतीत हेसुद्धा घडलं नाही. १९७८ सालचा ऑक्टोबर महिना ते १९७९ सालचा जुलै महिना या अल्पकाळात हिलरीला आपल्या मूळ गुंतवणुकीवर तब्बल नव्याण्णव हजार डॉलर्सचा घसघशीत नफा झाला! आजच्या हिशेबानं नफ्याचा हा आकडा तब्बल तीन लाख डॉलर्स इतका झाला असता! याच काळात चेल्सी तिच्या पोटात होती. यामुळे विनाकारण जास्त हाव नको आणि गुंतवणुकीमधल्या चढउतारांमुळे येणारा मानसिक ताणही नको; या कारणांपोटी तिनं नफावसुली करून आपलं 'कमॉडिटीज ट्रेडिंग'चं खातं बंद करून टाकलं. हिलरीचा हा निर्णय एकदम योग्य ठरला. अशा प्रकारे इतक्या छोट्या काळात असा प्रचंड नफा कमावणं जवळपास कुणालाच शक्य होत नाही. हिलरीचं नशीब चांगलं असल्यामुळे तिला हे साध्य झालं. या नफ्याची रक्कम चेल्सीच्या शिक्षणासाठी वापरता येईल असा सुज्ञ विचार करून

हिलरीनं ती सुरक्षित पर्यायांमध्ये गुंतवून टाकली. आपल्याकडे हे पैसे आहेत या भावनेमुळे हिलरी आणि बिल यांना मानसिक स्थैर्य लाभलं. चुकून काही घडलं तरी आपण या रकमेचा वापर करू शकतो, हा आश्वस्त करणारा विचार अर्थातच खूप महत्त्वाचा होता.

चेल्सीच्या आगमनामुळे आपल्या आयुष्याला परिपूर्णता आली असं बिल आणि हिलरी यांना वाटत होतं. आता त्यांची सार्वजनिक आयुष्यामधली स्वप्नं आणखी भव्यदिव्य स्वरूप धारण करायला लागली.

◆

चढउतारांची मालिका

गव्हर्नर म्हणून बिलची कारकीर्द वादळी ठरली. आपल्या मोटारगाड्यांचा कर बिल आणि हिलरी यांनी पूर्णपणे भरलेला नसून तो काही प्रमाणात चुकवला असल्याची बातमी एका वर्तमानपत्रानं छापली. बिलनं 'या प्रश्नामधली गुंतागुंत आपल्याला पुरेशी ठाऊक नसून, आपले आर्थिक व्यवहार सांभाळणाऱ्या माणसाला आपण याविषयी विचारून काय तो खुलासा करू,' असं सांगितलं. यानंतर दोनच दिवसांनी बिलनं त्याच्याकडून देणं असलेली एकोणऐंशी डॉलर्सची तशी क्षुल्लक रक्कम भरून टाकली आणि हे प्रकरण मिटवलं. तरीसुद्धा त्याच्या प्रामाणिकपणावर शिंतोडे उडवण्यात हे प्रकरण यशस्वी ठरलं. हा प्रकार नंतरही घडत राहिला. बिल आणि हिलरी यांच्या हेतूविषयी संशय घेण्यासंबंधीचे प्रसंग घडत राहिले.

अर्कान्सॉमधले रस्ते खराब झालेले असल्यामुळे त्यांची दुरुस्ती करणं भाग होतं. यासाठी निधी उभा करण्याच्या हेतूनं वाहनांवरचे कर वाढवण्याचा निर्णय घेण्यात आला. खरं म्हणजे बिलनं सुरुवातीला सुचवलेल्या मसुद्यात फक्त बोजड वाहनांवरचा कर दुप्पट करावा अशी तरतूद होती; पण अर्कान्सॉच्या राज्य पातळीवरच्या संसदेमध्ये झालेल्या चर्चेत अनेक बदल झाले. सगळ्यात महत्त्वाचा बदल म्हणजे बोजड वाहनांखेरीज मोठ्या आकाराच्या खासगी मोटारींवरचा करही दुप्पट झाला. बिलकडे हे विधेयक स्वाक्षरीसाठी आलं तेव्हा आपला विशेष नकाराधिकार वापरून तो त्यात दुरुस्ती करू शकत होता; पण त्यानं याकडे अनाकलनीयरीत्या दुर्लक्ष केलं. यामुळे मध्यमवर्गीय लोकांमध्ये संताप उसळला. आपल्या गाडीच्या नोंदणीचं नूतनीकरण करायची वेळ आल्यावर दुप्पट कर भरायला लागतो हे बघून लोक बिलला दोष देत. म्हणूनच 'राजकारणामधला हा माझा सगळ्यात मोठा मूर्खपणा ठरला' अशी स्पष्ट कबुली नंतर बिलनं दिली. याखेरीज इतरही काही उलथापालथी होत राहिल्या. वादळ आणि उष्णतेची लाट यामुळे क्यूबामधून अमेरिकेच्या आश्रयाला

आलेल्या काही लोकांना अर्कान्सॉ राज्यात आसरा मिळावा अशी टूम राष्ट्रपती कार्टरनं काढली. या लोकांनी अर्कान्सॉमध्ये आल्यावर दंगा सुरू केला. यामुळे भडकलेल्या स्थानिकांनी आपल्याकडची अग्निशस्त्रं काढून त्याचा प्रतिकार करायला सुरुवात केली आणि वातावरण पेटलं.

१९८० मध्ये गव्हर्नरपदाच्या फेरनिवडीसाठी बिल उभा राहिला. डेमोक्रॅटिक पक्षातूनच एका अत्यंत नवख्या माणसाचं आव्हान त्याच्यासमोर होतं. अर्कान्सॉमधल्या असंतुष्ट नागरिकांनी एकूण मतांपैकी एक तृतीयांश मतं या माणसाला दिली. हे संकट कसंबसं पार करून बिलनं डेमोक्रॅटिक पक्षातर्फे उमेदवारी मिळवली. तरीसुद्धा मतदारांचा कौल त्याच्याच बाजूनं असेल असं चित्र होतं. या खेपेला चेल्सीची देखभाल करण्यात गुंग असल्यामुळे हिलरीचा बिलच्या गव्हर्नरपदासाठीच्या प्रचारातला सहभाग तुलनेनं कमी होता. जेव्हा रिपब्लिकन विरोधकांनी बिलवर क्यूबन लोकांमुळे झालेल्या दंग्यांसंबंधीच्या आरोपांची राळ उठवला, तेव्हा मात्र हिलरी खवळून उठली आणि बिलनं या आरोपांचं खंडन केलं पाहिजे, असं त्याला ठासून सांगितलं. याच वेळी आपल्या विरोधात खोटे आरोप केल्यानंतर मतदारांची कशी दिशाभूल होते याचा तिला थेट अनुभव घेता आला. ही भीती काल्पनिक नसून बिलला याचा खरोखर फटका बसू शकतो, असं हिलरीला वाटायला लागलं होतं. ते खरं ठरलं! १९८० सालच्या नोव्हेंबर महिन्यात एकीकडे रिपब्लिकन पक्षाच्या रोनाल्ड रीगननं डेमोक्रॅटिक पक्षाच्या जिमी कार्टरचा राष्ट्रपतिपदासाठीच्या निवडणुकीत पराभव केला; तर दुसरीकडे बिल अर्कान्सॉच्या गव्हर्नरपदाची निवडणूक चक्क हरला! बिलला हा पराभव अजिबात पचू शकला नाही. घराबाहेर जमलेल्या समर्थकांचे आभार मानण्यासाठी आणि त्यांचं सांत्वन करण्यासाठी त्यानं हिलरीला पाठवून दिलं. तो बाहेरसुद्धा आला नाही. पुढचे अनेक आठवडे बिलनं नैराश्यात घालवले. असं कसं घडलं हे त्याला समजत नव्हतं. हिलरीनं मात्र बिलच्या या पराभवाचं परीक्षण सुरू केलं. हिलरीला यामागे इतर काही कारणं आढळली असली तरी आपण आणि बिलनंसुद्धा आत्मपरीक्षण करणं गरजेचं असल्याचं तिचं मत बनलं.

१९८१ मध्ये बिल आणि हिलरी यांनी बिलच्या पराभवाचं विस्तारानं विश्लेषण केलं. यातून आपण 'गव्हर्नरची पत्नी' म्हणून लोकांना अपेक्षित असलेल्या साच्यात कसे बसू शकलो नाही, याची हिलरीला जाणीव झाली. फॅशनचा अजिबातच कुठलाच गंध नसल्यासारखं राहणीमान, जाडजूड भिंगांचा चश्मा, तिनं क्लिंटन हे आडनाव न लावणं यावर सातत्यानं टीका होत असली तरी तिनं याची कधी पर्वा केली नव्हती. कुठल्याही राजकीय नेत्याच्या जोडीदाराकडे सर्वसामान्य जनता कशा नजरेनं बघते, याची आपल्याला पहिल्यांदाच जाणीव झाल्याचं मत हिलरीनं व्यक्त केलं. हा जोडीदार त्यांच्या अपेक्षांना एकदम पुरा पडलाच पाहिजे; तरच ते मुख्य

नेत्याला आपला मानतात, हे तिच्या लक्षात आलं. आता बिलनं एका वकिली कंपनीमध्ये नोकरी धरली असली तरी त्याचं या कामात फारसं लक्ष नसे. उलट आपण जे भव्यदिव्य राजकीय स्वप्न रंगवलं होतं ते कसं भंगलं आणि आपल्याला आता कसं भविष्य नाही, या गोष्टीचा कीस काढण्यातच त्याचा बहुतेक सगळा वेळ जाई. अनपेक्षित पराभवामुळे त्याला एकदम खाडकन जमिनीवर आल्यासारखं वाटत असल्यामुळे त्यानं शालेय जीवनानंतर प्रथमच चर्चमध्ये नियमितपणे जायला सुरुवात केली. तिथल्या धार्मिक समूहगीतामध्ये तो सहभागी होई.

हिलरीनं आपली नोकरी कायम ठेवली. बिलनं पुढच्या निवडणुकीला उभं राहिलं पाहिजे यासाठी ती त्याला प्रेरित करत होती. तसंच यामधली आडकाठी दूर करण्यासाठी प्रथमच तिनं आपल्या वैयक्तिक छबीमध्ये बदल घडवायला सुरुवात केली. यापूर्वी तिनं चश्म्याऐवजी कॉन्टॅक्ट लेन्स घालून बघितल्या होत्या; पण त्या त्रासदायक असल्यामुळे तिनं त्यांचा नाद सोडून दिला होता. आता 'सॉफ्ट कॉन्टॅक्ट लेन्स' उपलब्ध झाल्यामुळे तिला अजिबात त्रास झाला नाही आणि सहजपणे ती त्या वापरायला लागली. याखेरीज तिनं आपल्या केसांना रंग लावायला सुरुवात केली. तसंच आपले केस मऊ दिसतील अशा प्रकारची रचना तिनं करून घेतली. अर्थात कायम एकाच प्रकारची केशरचना करायची नाही, हे मात्र तिनं ठरवलं. कुणीतरी याविषयी नेहमीप्रमाणेच आणखी एक प्रश्न विचारला तेव्हा 'मला माझ्या केसांवर निरनिराळे प्रयोग करायला आवडतं; एकूणच आपल्या आयुष्यात जरा मजा करावी आणि स्वतःला फार गंभीरतेनं घेऊ नये' असं उत्तर तिनं दिलं. याखेरीज हिलरीनं मेकअप करणं सुरू केलं; तसंच फॅशनविषयीच्या एका सल्लागारालाही नेमलं. आपलं आडनाव आता क्लिंटन असं लावायचं का, हे मात्र ती अजून ठरवू शकत नव्हती. बिलला हा निर्णय हिलरीवर सोडणंच पसंत असलं तरी इतर काही जणांच्या सल्ल्यानुसार तिनं क्लिंटन हे आडनाव स्वीकारायचं पक्कं केलं.

१९८२ सालच्या अर्कान्सॉच्या गव्हर्नरपदासाठी बिलनं आपली उमेदवारी चेल्सीच्या दुसऱ्या वाढदिवसादिवशी जाहीर केली. आपण आपल्या विरोधकांचा सामना करायला तयार असल्याचं त्यानं आत्मविश्वासानं सांगितलं. दरम्यान आपण बिलच्या प्रचारासाठी आपल्या कामाच्या ठिकाणाहून काही काळासाठी सुट्टी घेतली असल्याचं आणि आता आपलं नाव 'हिलरी रॉडहॅम क्लिंटन' असल्याचं हिलरीनं घोषित केलं. हिलरीनं आता चेल्सीला कडेवर घेत अनेक घरांना थेट भेट दिली. कधीकधी बिल तिच्यासोबत असे; अन्यथा तो आपल्या स्वतंत्र प्रचारात गुंतलेला असे. आता बडबड करायला लागलेली चेल्सी कधीकधी आपल्या आईला बोबड्या आवाजात 'पीच' (म्हणजे स्पीच) द्यायला सांगे! हिलरीचं वक्तृत्व आधीपासून चांगलं होतंच; पण आता ती राजकीयदृष्ट्या प्रगल्भ असलेली भाषणं करे. आपण

अर्कान्सॉमधल्या राजकीय आणि सामाजिक बारकाव्यांशी जुळवून घेत असल्याचं तिच्या भाषणांमधून जाणवत असे. तसंच आपल्या विरोधकांवर खुमासदार टीका कशी करायची, हेही ती शिकली असल्याचं आता जाणवे. उदाहरणार्थ एकदा बिलबरोबर समोरासमोर वादविवाद करण्याचं ठरलेलं असताना १९८० सालच्या निवडणुकीत बिलला पराभूत करून गव्हर्नर झालेल्या रिपब्लिकन पक्षाच्या उमेदवारानं हा कार्यक्रम रद्द केला. त्यानं यासाठी वेगळी तारीख सुचवली. या दिवशी हिलरी उपस्थित राहू शकणार नव्हती हे लक्षात घेऊनच त्यानं असं केलं असल्याचा संशय होता. याचा फायदा उठवून हिलरीनं त्याच्यावर खुसखुशीत शब्दांमध्ये टीका केली : 'बहुदा चेल्सी हजर नसताना त्याला हा वादविवाद आयोजित करायचा असावा ... कारण तीसुद्धा त्याला वादविवादांमध्ये सहज हरवू शकेल ..!' सर्वसामान्य जनता अशा शाब्दिक खेळांना भुलते, हे तिला आता माहीत झालं होतं.

बिलच्या प्रचारात हिलरी हिरिरीनं सहभागी झाली. या वेळी नकारात्मक प्रचारानं नवं टोक गाठलं. बिल आणि हिलरी यांनीसुद्धा यासंबंधी फार विचार न करता आपल्या विरोधकांवर शाब्दिक हल्ले करायचं ठरवलं. त्यांच्या या नव्या शैलीचा आणि डावपेचांचा चांगलाच उपयोग झाला. डेमोक्रॅटिक पक्षाची उमेदवारी तर बिलनं जिंकलीच; पण शिवाय नोव्हेंबर महिन्यात रिपब्लिकन पक्षाच्या विद्यमान गव्हर्नर असलेल्या उमेदवाराचाही सहजपणे पराभव केला. दुसऱ्यांदा गव्हर्नर बनणाऱ्या बिलनं अशा प्रकारे राजकारणात दमदार पुनरागमन केलं. या खेपेला अर्कान्सॉमधल्या शाळांचा दर्जा सुधारण्यासाठीचं काम त्यानं हिलरीला दिलं. खरं म्हणजे बिलनं आपल्याला या पदावर नेमू नये, असं हिलरीचं मत होतं. तिनं बिलला तसं सांगूनसुद्धा बिलनं आपला निर्णय कायम ठेवला. यामुळे नाइलाजानं हिलरीनं हे पद स्वीकारलं. तसं पाहता, हे काम म्हणजे तारेवरची कसरतच होती. अर्कान्सॉमधल्या शिक्षणाचा दर्जा तसा फार चांगला नव्हता. हिलरीनं आपलं काम स्वीकारल्यानंतर लगेचच तिला याची कल्पना आली. कुठल्याही आधुनिक प्रकारच्या विषयांचं शिक्षण अर्कान्सॉ राज्यात दिलं जात नसे. अजूनही तिथलं शिक्षण बऱ्यापैकी बाळबोध स्वरूपाचं होतं. आपण १९५० च्या आणि १९६० च्या दशकात ज्या गोष्टी शिकलो त्या १९८० च्या दशकात अर्कान्सॉ राज्यात उपलब्ध नसल्याचं बघून ती पार वैतागली. यात मूलभूत बदल घडवून आणण्यासाठीचा आराखडा तिनं आखला. अभ्यास आणि खेळ या दोन्ही गोष्टी मुलांच्या दृष्टीनं महत्त्वाच्या असल्या, तरीसुद्धा त्यांची सरमिसळ न करता दोन्ही स्वतंत्रपणे गांभीर्यानं केल्या पाहिजेत, असं तिचं मत होतं. तिच्या वडिलांकडून हा विचार खरं म्हणजे आला होता.

अर्कान्सॉ राज्यानं शिक्षणावरचा खर्च वाढवला पाहिजे यासाठी राज्याच्या विक्रीकराच्या दरात एक टक्क्यानं वाढ करण्याचा प्रस्ताव बिलनं सभागृहात

मांडला. हिलरीनं मांडलेल्या प्रस्तावामधली एक वादग्रस्त तरतूद म्हणजे सगळ्या शिक्षकांनी एक गुणवत्ता चाचणी उत्तीर्ण होण्यासंबंधीची होती. याचा हेतू चांगलाच होता; पण शिक्षकांना मात्र ही धोक्याची घंटी वाटली. काही जणांना तर यात वर्णद्वेष दिसला. कृष्णवर्णीय शिक्षकांना अडचणीत आणण्यासाठी आणि मुख्य प्रवाहापासून दूर ठेवण्यासाठी करण्यात आलेली ही तरतूद असल्याचं त्यांचं म्हणणं होतं. बऱ्याच चर्चेनंतर अर्कान्सॉ राज्याच्या प्रतिनिधींनी विक्रीकर वाढवणं, शिक्षकांच्या पगारामध्ये वाढ करणं आणि गुणवत्ता चाचणी त्यांच्यासाठी अनिवार्य करणं या निर्णयांवर शिक्कामोर्तब केलं. यामुळे भडकलेल्या शिक्षकांनी हिलरी आणि बिल यांच्यावर खटला भरण्याचं ठरवलं; पण त्यांच्या प्रयत्नांना यश आलं नाही. तरीसुद्धा त्यांचा हिलरी आणि बिल यांच्यावरचा राग अनेक वर्षं टिकून राहिला. अनेक शिक्षक आणि संघटक यांच्या टीकेची आणि आरडाओरड्याची आपल्याला सवयच झाली, असं हिलरीनं नंतर म्हटलं. आपण हे सगळं समाजाच्या भल्यासाठी करत असल्यामुळे त्याकडे वैयक्तिक पातळीवरची टीका म्हणून बघणं टाळलं पाहिजे, असं ती स्वतःला सांगत राहिली. अर्थातच एकीकडे हिलरीवर टीका झालेली असली तरी दुसरीकडे तिच्या कामाचा सन्मानही झाला. १९८३ सालची 'अर्कान्सॉ वूमन ऑफ द इयर' हिलरीच बनली. तसंच याच्या पुढच्या वर्षीचा 'न्यूजमेकर ऑफ द इयर' हा माध्यमांनी दिलेला पुरस्कारही तिच्या वाट्याला आला.

हे सगळं करून झाल्यावर पस्तीस वर्षीय हिलरीनं पुन्हा आपलं मूळ काम हाती घेतलं. तेव्हाचं बिलचं वार्षिक उत्पन्न पस्तीस हजार डॉलर्स इतकं होतं. त्यात भर टाकण्यासाठी आपण नोकरी केली पाहिजे, असं हिलरीचं मत होतं. बिल आणि हिलरी दोघंही आपापल्या कामांमध्ये प्रचंड गुंतलेले असले तरी चेल्सीसाठी ते शक्य तितका वेळ काढत असत. शक्य असेल तेव्हा तिघं एकत्र जेवण घेत. तसंच आठवड्यामधली एक रात्र फक्त एकमेकांबरोबर घालवण्यासाठी ते राखून ठेवत. यात गप्पा मारणं, निरनिराळे खेळ खेळणं किंवा आरामात चालत फिरणं यांचा समावेश असे. स्वतः लहानपणापासूनच खूप यश कमावलेलं असल्यामुळे चेल्सीसाठीही हिलरीनं खूप अवघड निकष ठेवले होते. अगदी साध्यासुध्या गोष्टींचाही त्यात समावेश असे. उदाहरणार्थ चेल्सीला बूट घालणं सोपं जावं यासाठी बिलच्या आईनं तिच्यासाठी वेल्क्रोच्या पट्ट्या असलेले बूट आणले होते; पण यामुळे तिला बुटांची नाडी कशी बांधायची हे समजणार नाही; तसंच तिचे हात आणि तिची दृष्टी यांच्यामध्ये ताळमेळ प्रस्थापित होणार नाही अशा काळजीपोटी हिलरीनं तिला हे बूट वापरायला दिले नाहीत. चेल्सीनं आपल्या नेहमीच्या बुटांची नाडी बांधायला शिकल्यानंतरच तिला वेल्क्रोचे बूट वापरायला मिळतील, असं हिलरीनं ठरवलं. काही वर्षांनंतर इतर मुलींचं बघून आपल्यालाही कानांना छिद्रं पाडून घ्यायचं असल्याचं चेल्सीनं हिलरीला

सांगितलं. याला स्पष्ट नकार देत 'तुझ्या डोक्यात तू अजिबात भोकं पाडून घेणार नाहीयेस' असं सांगून हिलरीनं तिची बोळवण केली. किमान तेरा वर्षं वय असल्याशिवाय अशा गोष्टींमध्ये चेल्सीला निर्णयस्वातंत्र्य मिळणार नाही, असं हिलरी आणि बिल यांनी तिला सांगून टाकलं. आपली नोकरी, आपलं सामाजिक काम आणि इतर जबाबदाऱ्या सांभाळताना चेल्सीकडे लक्ष देणं कधीकधी हिलरीला जड जाई; पण तिला याचा खेद वाटत नसे. उलट आपण हे सगळं सांभाळू शकतो, याचं समाधानच तिला लाभत असे.

१९८४ मध्ये गव्हर्नर पदासाठी बिलची सहजपणे फेरनिवड झाली; पण १९८६ मध्ये मात्र दोन माजी गव्हर्नरांनी पुनरागमन करण्यासाठी शड्डू ठोकल्यामुळे बिलसमोर मोठं आव्हान निर्माण झालं. दरम्यानच्या काळात राजकारणापासून पूर्णपणे दूर ठेवण्यात आलेल्या चेल्सीला त्या जगाची तोंडओळख करून द्यावी, असं बिल आणि हिलरी यांनी ठरवलं. यासाठी त्यांनी एक अभिनव खेळच आखला. चेल्सी म्हणजे बिल असं समजायचं आणि बिलनं त्याच्या खऱ्या आयुष्यातल्या विरोधकांची भूमिका वठवायचं ठरलं. म्हणजेच आता बिल विरोधकासारखा चेल्सीवर टीका करणार. आपण बिल आहोत अशा आविर्भावात चेल्सीनं ही टीका समजून घ्यायची आणि तिला उत्तर द्यायचं, असं या खेळाचं स्वरूप होतं. यातून आपल्या वडिलांवर कशा प्रकारची टीका होते; ते या टीकेला कसं सामोरं जातात अशा गोष्टींची चेल्सीला माहिती होत गेली. प्रत्यक्षातल्या निवडणुकीत स्पर्धा निर्माण झालेली असली तरी बिल पुन्हा एकदा निवडून आला. दरम्यानच्या काळात गव्हर्नरांचा कार्यकाल दोन वर्षांवरून चार वर्षांवर आलेला असल्यामुळे बिलला आता १९९० सालापर्यंत फेरनिवडीचा विचार करण्याची गरज नव्हती. आता चौथ्यांदा गव्हर्नरपदावर असलेल्या बिलकडे आणि हिलरीकडे फक्त अर्कान्सॉमधल्याच नव्हे, तर अमेरिकेमधल्या सगळ्या राजकारण्यांचं लक्ष लागून राहिलं होतं. येल लॉ स्कूल, वॉलमार्ट अशा काही महत्त्वाच्या संस्थांच्या/कंपन्यांच्या संचालक मंडळात हिलरीचा समावेश झाला होता. वॉलमार्टच्या संचालक मंडळावर हिलरीची वर्णी लागण्यामुळे काही जणांच्या भुवया आश्चर्यानं उंचावल्या. एक तर बिलचा पूर्वी या कंपनीशी घनिष्ठ संबंध आला होता आणि दुसरं म्हणजे अशा प्रकारच्या कंपन्यांच्या कामकाजाविषयीचा हिलरीला कसलाच अनुभव नव्हता. असं असूनही निव्वळ राजकीय लाभ मिळवण्यासाठी वॉलमार्टनं हिलरीची नियुक्ती आपल्या संचालक मंडळावर केली असल्याची टीका करण्यात आली. सुरुवातीला हिलरीला वॉलमार्टकडून वर्षाला बारा हजार डॉलर्स तर काही काळानंतर अठरा हजार डॉलर्स असं कामाच्या मानानं घसघशीत मानधन मिळत असे.

याखेरीज अर्कान्सॉ राज्याची 'फर्स्ट लेडी' म्हणून विविध प्रकारच्या जबाबदाऱ्या सांभाळण्यात तिचा बराच वेळ खर्ची होई. साहजिकच आपली नोकरी सांभाळताना

तिची कसरत होई. खूप कमी खटले तिनं या काळात चालवले. अर्थातच तिचा यापुढे नाइलाज होता. यामुळे तिला किती वेतन द्यावं याविषयी तिच्या कंपनीच्या मनात शंका निर्माण झाली. अखेर तिच्यामुळे आपली प्रतिष्ठा वाढते म्हणून आणि ती आपल्या राज्याची 'फर्स्ट लेडी' आहे म्हणून तिला ठरावीक वेतन देण्याच्या निर्णयावर शिक्कामोर्तब करण्यात आलं. हे सगळं करताना आपल्याला आपल्या मित्रमैत्रिणींबरोबर वेळ घालवता येत नाही याची मात्र हिलरीला खंत वाटे. कधीतरी आपल्याला त्यांच्याबरोबर अचानकपणे चित्रपट बघायला जाता आलं असतं, हॉटेलात मस्तपैकी खाता आलं असतं किंवा छोट्या सहलीला जाता आलं असतं तर धमाल आली असती, असं ती नंतर म्हणाली. अर्थातच यातलं काही करता येत नाही म्हणून ती उगीचच दुःखी राहत नसे.

दरम्यानच्या काळात एका कौटुंबिक प्रकरणामुळेही ती आणखी व्यग्र झाली. १९८४ साली आपला अमली पदार्थांच्या व्यसनाचा खर्च भागवण्यासाठी कोकेनची विक्री करण्याच्या आरोपांवरून बिलचा सावत्रभाऊ रॉबर्ट याला अटक झाली. खासगी आयुष्यात तर हे हादरवून सोडणारं होतंच; पण शिवाय यामुळे झालेल्या बदनामीमुळे हिलरी अत्यंत अस्वस्थ झाली. बिललाही या घटनाक्रमाकडे पाहून हात चोळत बसण्याशिवाय दुसरं काही करणं शक्य नव्हतं. रॉबर्टवरचे आरोप सिद्ध झाले आणि त्याला तुरुंगात जावं लागलं. तिथं त्यानं चौदा महिने काढले. हा आपल्या आयुष्यातला सगळ्यात अवघड कालखंड असल्याचं नंतर बिलनं इतर अनेक कठीण प्रसंगांना तोंड दिल्यानंतरसुद्धा म्हटलं.

यातून बाहेर आल्यानंतर १९८७ मध्ये चाळीस वर्षं वयाच्या बिलकडे डेमोक्रॅटिक पक्ष मोठ्या आशेनं बघत होता. रिपब्लिकन पक्षाच्या रोनाल्ड रीगनचे राष्ट्रपतिपदाचे दोन कालखंड संपुष्टात येत होते. आता अमेरिकी नागरिक पुन्हा एकदा कदाचित डेमोक्रॅटिक पक्षाच्या उमेदवाराला पसंती देतील, असं बिलला वाटत होतं. परत एकदा अर्कान्सॉचा गव्हर्नर म्हणून त्याची निवड झालेली असली तरी आता थेट अमेरिकी राष्ट्रपतिपदाकडे बिलची नजर खिळून राहिली होती. हिलरीनं खरोखरच बिलला राष्ट्रीय पातळीवरची निवडणूक जिंकण्याइतका पाठिंबा मिळू शकतो का याची चाचपणी सुरू केली. तसंच असा पाठिंबा मिळण्याची चिन्हं दिसत असली तर आधी डेमोक्रॅटिक पक्षाची उमेदवारी आणि त्यानंतर राष्ट्रपतिपदासाठीची रिपब्लिकन उमेदवाराच्या विरोधातली निवडणूक यासाठीचा निधी गोळा करायला तिनं सुरुवात केली. लवकरच बिल डेमोक्रॅटिक पक्षाच्या उमेदवारीच्या शर्यतीत उतरला. एकदोन पक्षांतर्गत प्रतिस्पर्धी उमेदवारांनी माघार जाहीर केल्यामुळे काही काळातच बिलला डेमोक्रॅटिक पक्षाच्या उमेदवारीची दारं खुली होऊ शकतात, असं वाटायला लागलं. सुमारे दहा लाख डॉलर्सचा निधी प्रचारासाठी गोळा करण्यातही त्याला यश लाभलं

होतं. १४ जुलै १९८७ या दिवसापर्यंत आपण आपल्या उमेदवारीसाठीसंबंधीचा अंतिम निर्णय घ्यायचा असं त्यानं मनाशी पक्कं केलं. अजूनही त्याच्या मनात द्वंद्व सुरू होतं. आपल्या जवळच्या अनेक मित्रांना त्यानं आपण नक्की काय करावं या संदर्भातला सल्ला विचारला. एका मित्रानं त्याला दिलेला सल्ला त्याला धडकी भरवणारा होता. तेव्हा फक्त सात वर्षांची असलेली चेल्सी राष्ट्रपतिपदाच्या निवडणुकीच्या धामधुमीत बिलपासून अजूनच लांब जाईल आणि त्याला याची आयुष्यभर खंत वाटेल, असं त्यानं बोलून दाखवलं. अत्यंत दोलायमान मानसिक अवस्थेत असलेल्या बिलनं अखेर राष्ट्रपतिपदासाठीच्या निवडणुकीसाठी या खेपेला उभं राहायचं नाही, असं ठरवलं.

बिलच्या या निर्णयामुळे त्याच्या समर्थकांना अर्थातच जोरदार धक्का बसला. दुसऱ्या दिवशी आपण हे आपल्या वैयक्तिक कारणांसाठी आणि खास करून चेल्सीला जास्त वेळ देण्यासाठी करत असल्याचं त्यानं जाहीर केलं. बिल हे भाष्य करत असताना शेजारी उभी असलेली हिलरी आपल्या डोळ्यांमधले अश्रू पुसत होती. आपल्या निर्णयासंबंधीचं अत्यंत अचूक निदान त्यानं 'माझा मेंदू मला या शर्यतीत उतरायला सांगत असला तरी माझं हृदय मात्र त्याला नकार देत आहे,' अशा शब्दांमध्ये केलं. आपले खरे जन्मदाते वडील कधीच बघू न शकलेल्या बिलनं यानंतर आपल्या मनातल्या भावना अगदी उघडपणे मांडल्या : 'बऱ्याच वर्षांपूर्वी मी माझ्या मनाशी एक निश्चय केला होता ... जर मी कधी वडील झालो तर आपल्या अपत्याला आपले वडील नक्की कोण आहेत असा प्रश्न मी कधीच पडू देणार नाही ...'. हिलरीनंही आपल्याला आपल्या कौटुंबिक आयुष्यासाठी जरा उसंत हवी असल्याचं सांगितलं. सातत्यानं आपण समाजकारणात असून, आपल्याला काहीच खासगी वेळ मिळत नाही आणि म्हणूनच आपल्याला आपल्या कुटुंबासह सुट्टीवरही जायचं असल्याचं सांगितलं. अर्थात म्हणून आपल्याला कधीच राष्ट्रपतिपदाच्या शर्यतीत उतरायचं नसल्याचा अर्थ कुणी काढू नये, असा खुलासा करायला बिल विसरला नाही; फक्त हे आपण भविष्यात कधीतरी विचारात घेऊ, असं तो म्हणाला.

बिल आणि हिलरी यांच्या या भावपूर्ण खुलाशांमुळे लोकांचं तात्पुरतं समाधान झालं खरं; पण या प्रकरणाला एक उदास किनार होती. याविषयीची माहिती तेव्हा दडपून टाकण्यात आली असली तरी काही काळानंतर ती पसरली आणि क्लिंटन कुटुंबाच्या या वागण्यामागचं खरं कारण जनतेला समजलं. राष्ट्रपतिपदाच्या निवडणुकीत उतरण्याचा निश्चय बिलनं जवळपास केलेला असताना त्याच्यासारख्याच दुसऱ्या एका राजकारण्याचं एका मॉडेलबरोबर सुरू असलेलं लफडं जगजाहीर झालं आणि या राजकारण्याची राजकीय कारकीर्द संपली. स्वतः बिलच्या विवाहबाह्य संबंधांचीही अशीच चर्चा सुरू होती! खरं म्हणजे पहिल्यांदा अर्कान्सॉचा गव्हर्नर झाल्यापासूनच बिलच्या या सवयींविषयी कुजबूज होत असे. काही स्त्रियांना भेटण्यासंबंधीच्या चर्चा

तो आपल्या कार्यालयात बसूनच करे आणि हळूच त्यांना भेटायलाही जाई. अखेर राष्ट्रपतिपदासाठीची आपली उमेदवारी जाहीर करण्याच्या निर्णयापर्यंत बिल जवळपास पोहोचलेला असताना त्याच्या एका महिला सहायकानं धाडस करून त्याला याविषयी विचारलं. बिलनं आपल्या या कृत्यांची कबुली दिली आणि या सहायकाला माहीत असलेल्या 'मैत्रिणींच्या' यादीत आणखी काही नावांची भर टाकून तिला आश्चर्यचकित केलं. हिलरीला या सगळ्याची बऱ्यापैकी कल्पना होती. तिनं या संदर्भात जाहीरपणे दुःखी वाटून घेणं, आपल्या जवळच्या लोकांना सांगणं वगैरे प्रकार टाळले. तिनं हे प्रकरण स्वतःपुरतं ठेवलं आणि त्या संदर्भातलं दुःख एकटीनं सोसलं. तसंच बिल असा वागतो म्हणून आपणही बेतालपणे वागायचं तिनं टाळलं.

खरं म्हणजे अमेरिकी समाजाला राजकारण्यांच्या खासगी आयुष्याविषयी फारसं देणंघेणं नसे. तोपर्यंतच्या अनेक राष्ट्रपतींची प्रेमप्रकरणं रंगली होती. वॉरन हार्डिंग, ड्वाईट आयसेनहॉव्हर, जॉन एफ. केनेडी, लिंडन जॉन्सन, फ्रँकलिन रुझवेल्ट अशा अनेक अमेरिकी राष्ट्रपतींचे विवाहबाह्य संबंध होते. तरीसुद्धा वर्तमानपत्रांनीही याची फारशी दखल घेतली नाही. या राष्ट्रपतींनी आपल्या जनतेसमोर योग्य आदर्श ठेवला नसला तरी त्याची सार्वजनिक चर्चा मात्र होत नसे. आता मात्र यात बदल घडत होता. रिचर्ड निक्सनच्या 'वॉटरगेट' प्रकरणामुळे राष्ट्रपतीची नीतिमत्ता, त्याची नैतिकता अशा गोष्टींना विलक्षण महत्त्व आलं. याचा परिणाम राष्ट्रपतीच्या चारित्र्याच्या तथाकथित शुद्धतेविषयीच्या संकल्पनांमध्ये बदल घडवण्यातही झाला. हा बदल इतका मोठा होता की राष्ट्रपती किंवा राष्ट्रपतिपदासाठीचा उमेदवार राजकीय, आर्थिक, शैक्षणिक, सामाजिक, परराष्ट्रीय धोरणांविषयी काय म्हणतो किंवा या संदर्भातली त्याची आजवरची कामगिरी कशी आहे, याला त्याच्या चारित्र्याहून कमी महत्त्व मिळायला लागलं. तसंच हा माणूस आजवर किती खरेपणानं वागला आहे, हे तपासण्याची मोहीमच माध्यमांनी उघडली. म्हणूनच जर बिलनं आपली उमेदवारी जाहीर केली असती तर त्याची खासगीमधली ही प्रकरणं बाहेर आली असती आणि त्याची राजकीय कारकीर्द कदाचित कायमस्वरूपी संपुष्टात आली असती. त्याला, हिलरीला आणि चेल्सीला भोगावा लागणारा त्रास तर याहून कैक पटींनी जास्त वेदनादायी ठरला असता.

आता अशा परिस्थितीत राष्ट्रपतिपदासाठीच्या शर्यतीतून आपण यंदा तरी बाद झालो हे समजल्यावर बिलनं सगळं लक्ष आपल्या कुटुंबावर केंद्रित करणं गरजेचं होतं. आत्तापर्यंत झालेल्या सगळ्या चुका विसरणं, हिलरीची क्षमा मागणं आणि पुन्हा अशा गोष्टींची पुनरावृत्ती होऊ न देणं, हे त्याच्या जागी असलेल्या कुठल्याही पुरुषानं केलं असतं. बिलनं मात्र तसं अजिबात केलं नाही. राष्ट्रपतिपदाची संधी हुकल्याचं शल्य त्याला बोचत राहिलं आणि त्यानं ते वेगळ्याच रूपानं बाहेर

काढलं. त्याचा बाहेरख्यालीपणा सुरू राहिला. एका घटस्फोटित महिलेशी त्याचे दीर्घ काळ चालणारे संबंध सुरू झाले. या काळात त्यानं हिलरीला घटस्फोट देण्याचा विचारही सुरू केला! इतकंच नव्हे तर त्यानं हिलरीपाशी हा विषय काढलासुद्धा. हिलरीला हे ऐकून धक्का बसला खरा; पण तिनं याला साफ नकार दिला. आपल्या आईच्या आई-वडिलांनी घटस्फोट घेतल्यामुळे तिची कशी अवस्था झाली होती, हे तिला माहीत होतं. चेल्सीवर अशी वेळ येऊ नये यासाठी ती सदैव दक्ष असे. साहजिकच घटस्फोट देणं हा हिलरीच्या दृष्टीनं मुळात पर्यायच नव्हता. अर्थात मनातून मात्र ती काही काळासाठी काळजीत बुडून गेली. समजा हा घटस्फोट झालाच तर आपली आर्थिक परिस्थिती चांगली असली पाहिजे यासाठी तिनं प्रयत्न सुरू केले. आपल्या नावावर घर नाही याची आणि आपण आपलं आर्थिक स्वातंत्र्य बिलच्या कारकिर्दीपायी काही अंशी गमावून बसलो असल्याची जाणीव तिला खात होती. यामुळे तिनं आणखी काही कंपन्यांच्या संचालक मंडळात प्रवेश मिळवला आणि १९८९ मध्ये आपल्या एकटीचं वार्षिक उत्पन्न सुमारे एक लाख वीस हजार डॉलर्सवर म्हणजे आताच्या सुमारे दोन लाख तीस हजार डॉलर्सवर आणलं. इतकंच नव्हे तर बिल १९९० मध्ये अर्कान्सॉ राज्याच्या गव्हर्नरपदाच्या निवडणुकीत पुन्हा उतरणार हे जवळपास नक्की असताना आपण स्वतःच गव्हर्नरपदाची आस का धरू नये, असा प्रश्न तिला पडला. यामुळे बिल काळजीत पडला. तसंच इतकी वर्षं गव्हर्नर म्हणून काम केल्यानंतर लोकांना आपला कंटाळा आला असल्याची भीतीही त्याला सतावत होती. अखेर त्यानं हिलरीची माफी मागून तिच्याशी चांगले संबंध पुनर्प्रस्थापित करण्यावर भर दिला. दरम्यान आपण अर्कान्सॉचे गव्हर्नर बनण्याइतके लोकप्रिय नसल्याची हिलरीलाही जाणीव झाली. अशा प्रकारे बिलनंच पुन्हा एकदा गव्हर्नरपदासाठीची उमेदवारी जाहीर करायचं ठरलं.

खासगीत हिलरी आणि बिल यांचे संबंध ताणले गेले असले तरी सार्वजनिकरीत्या हिलरी कायम बिलच्या बाजूनं वागत/बोलत असे. उदाहरणार्थ एका कार्यक्रमात बिलच्या अनुपस्थितीत गव्हर्नरपदासाठीची उमेदवारी मिळवण्यासाठी धडपडत असलेल्या एका प्रतिस्पर्ध्यानं बिलवर कडाडून टीका केली. प्रेक्षागारात बसलेल्या हिलरीनं त्याला चोख प्रत्युत्तर दिलं आणि त्याच्या भाषणामधले मुद्दे निष्णातपणे खोडून काढले. यामुळे उपस्थित प्रेक्षकांनी हिलरीला डोक्यावर घेतलं. वर्तमानपत्रांनीही या प्रसंगाची चांगली दखल घेतली. काही जणांनी हिलरीचं वागणं औचित्यभंग करणारं असल्याची टीका केली असली तरी बहुतेक जणांनी मात्र हिलरीच्या धाडसाचं कौतुकच केलं. बिल परत एकदा अर्कान्सॉच्या गव्हर्नरपदाची निवडणूक जिंकला. यानंतर मात्र त्याच्या आयुष्यातली सगळ्यात अवघड स्पर्धा सुरू होण्याची चिन्हं दिसत होती.

◆

'व्हाईट हाउस'मध्ये प्रवेश

१९९१ सालच्या उन्हाळ्यात बिल आणि हिलरी यांनी आपल्या काही निकटवर्तींबरोबर पुढच्या वर्षीच्या राष्ट्रपतिपदासाठीच्या निवडणुकीमध्ये बिलनं उतरण्यासंबंधी चर्चा केली. यासाठी लागणारे लाखो डॉलर्स जमू शकतील का, डेमोक्रॅटिक पक्षाच्या इतर इच्छुकांना मागे टाकून बिल पक्षाची उमेदवारी मिळवू शकेल का आणि हे सगळं झालं तरी विद्यमान राष्ट्रपती आणि रिपब्लिकन पक्षातर्फे फेरनिवडीसाठी शर्यतीत उतरणाऱ्या जॉर्ज एच. डब्ल्यू. बुशला तो हरवू शकेल का, या सगळ्या प्रश्नांचा ऊहापोह झाला. ही सगळी आव्हानं तगडी होती. साहजिकच याही खेपेला बिलनं रणांगणात न उतरता याच्या पुढच्या म्हणजे १९९६ सालच्या निवडणुकीचा विचार करावा, असं काही जणांचं मत पडलं. तेवढ्यात बिलच्या एका मित्रानं 'पण समजा आपण जिंकलो तर?' असा एकदम अनपेक्षित प्रश्न विचारला. यावर हिलरीनं 'तर काय?... आपण आपलं काम करायचं ...' असं उत्तर दिलं.

अर्थातच राष्ट्रपतिपदासाठीची डेमोक्रॅटिक पक्षाची उमेदवारी मिळवणं बिलच्या दृष्टीनं सोपं नव्हतं. अर्कान्सॉ हे तसं छोटं राज्य असल्यामुळे अमेरिकेभर आपली कीर्ती पसरवण्यासाठी खूप प्रयत्न करणं आवश्यक होतं. १९८८ मध्ये डेमोक्रॅटिक पक्षाच्या राष्ट्रीय अधिवेशनामध्ये बिलनं केलेलं भाषण खूप लांबल्यामुळे लोक पार वैतागून गेले आणि त्यानं जेव्हा 'माझं भाषण संपवताना ...' असं नुसतं म्हणाला तेव्हा सगळ्यांनी टाळ्यांचा कडकडाट केला होता! दरम्यानच्या काळात बिल आणि हिलरी यांनी आपसातले वाद मिटवून बिलच्या प्रचारासाठी एका समितीची स्थापना केली. सप्टेंबर महिन्यात राजकीय प्रश्नांच्या संदर्भात बिल आणि हिलरी यांनी वॉशिंग्टनमध्ये पत्रकारांची भेट घेतली. बिलच्या संदर्भातल्या वादग्रस्त प्रश्नांची आपल्याला लवकर चाहूल लागेल आणि हे प्रश्न आपल्याला आधीच बाजूला टाकता येतील, हा त्यामागचा मुख्य उद्देश होता. सुरुवातीला पत्रकारांनी बिलला

त्याच्या अर्थविषयक आणि परराष्ट्रविषयक धोरणांसंबंधीचे प्रश्न विचारले. त्यांची बिलनं समाधानकारक उत्तरं देण्याचा प्रयत्न केला; तेवढ्यात एका पत्रकारानं बिलला त्याच्या 'खासगी आयुष्यातल्या' भूतकाळाविषयी विचारलं. शेजारी हिलरी असताना बिलनं अत्यंत आत्मविश्वासानं 'सुमारे वीस वर्षं एकत्र राहिलेल्या कुठल्याही जोडप्याप्रमाणेच आमचंही नातं परिपूर्ण किंवा अडचणींपासून मुक्त राहिलेलं नाही' असं उत्तर दिलं. आपण एकमेकांना आणि चेल्सीला घट्ट नात्यानं बांधले गेलो असल्याची ग्वाही त्यानं दिली. याच्या पुढे जाऊन आपण राष्ट्रपतिपदासाठी दावेदारी जाहीर केली किंवा नाही तरीसुद्धा पुढची तीन-चार दशकं आपण कुठल्याही परिस्थितीत एकमेकांबरोबरच आयुष्य घालवू, अशी ग्वाही बिलनं दिली. यामुळे आपल्या खासगी आयुष्यातल्या चुकांविषयी इथून पुढे धुरळा उडणार नाही, अशी आशा बिलला वाटली. ३ ऑक्टोबर १९९१ या दिवशी बिलनं अधिकृतरीत्या डेमोक्रॅटिक पक्षाची उमेदवारी मिळवण्यासाठीच्या स्पर्धेत उतरण्याची घोषणा केली. त्याच्या आधी चार जण या शर्यतीत होते.

पुढचे काही महिने बिल आणि हिलरी यांनी बिलचा प्रचार अधिक प्रभावीपणे करण्यासाठीच्या चाली आखणं आणि सुमारे तीस लाख डॉलर्सचा निधी गोळा करण्यासाठी धडपड सुरू करणं, यात घालवला. हिलरीनं बिलच्या प्रचारात जोरदार सहभाग दर्शवला. तिला लोकांचा मिळणारा प्रतिसाद बघून बिल एकदम खूश झाला आणि आपल्यासाठी लोकांनी मतदान करणं म्हणजे 'एकावर एक फुकट' योजनेसारखं असल्याचा विनोद केला. आपण प्रचारासाठी आणि विरोधकांचा सामना करण्यासाठी जय्यत तयारी केलेली असल्याचं आणि आपलं आत्तापर्यंतचं आयुष्य सामाजिक तसंच राजकीय कामात घालवलेलं असल्यामुळे या सगळ्याचा आपल्याला अनुभव असल्याचं हिलरीचं सुरुवातीला मत होतं. नंतर मात्र तिला राष्ट्रपतिपदाची उमेदवारी मिळवण्यासाठीचा प्रवास किती खडतर असतो याची जाणीव होत गेली. प्रचंड आक्रमकतेनं विरोधक आपल्यावर तुटून पडत असल्याचं आणि अगदी बारीकसारीक तपशिलांचा कीस पाडला जात असल्याचं बघून ती कधीकधी वैतागून जाई; पण याला इलाज नव्हता. याचा परिणामही व्हायचा तो झालाच.

२३ जानेवारी १९९२ या दिवशी 'स्टार' नावाच्या उथळ वर्तमानपत्रानं जेनिफर फ्लॉवर्स नावाच्या अर्कान्सॉमधल्या एका गायिकेची मुलाखत छापली. त्यात बिलबरोबर तिचं तब्बल बारा वर्षं प्रेमप्रकरण सुरू होतं आणि ते तिनं नाकारावं यासाठी बिलनं तिला विनंती केली असल्याचा आवाजी पुरावा तिच्याकडे आहे, असे उल्लेख होते. बिलनं लगेचच हे सगळं धादांत खोटं असल्याचं सांगितलं खरं; पण इतर काही वर्तमानपत्रांमध्येही या संदर्भातल्या बातम्या छापून यायला लागल्या. टीव्हीवरही हे अर्थातच झळकलं. यामुळे न्यू हॅम्पशर राज्यातून आपला प्रचार सुरू करणारा आणि

तिथं आघाडीवर असलेला बिल शर्यतीत मागे पडण्याची दाट शक्यता निर्माण झाली. या प्रकरणाचा थेट सामना करावा या हेतूनं सीबीएस या टीव्ही वाहिनीवरच्या अत्यंत लोकप्रिय असलेल्या '६० मिनिट्स' नावाच्या कार्यक्रमात सहभागी व्हायचं बिल आणि हिलरी यांनी ठरवलं. जर या मुलाखतीत हे प्रकरण खरं होतं आणि ते माहीत असूनसुद्धा हिलरीनं ते सहन केलं असं चित्र निर्माण झालं, तर बिलसाठी ते फारच प्रतिकूल ठरेल, असं काही जणांचं मत होतं.

या मुलाखतीसाठीची तयारी करताना हिलरी एकदम भावुक झाली. आपलं कुटुंब आपल्यासाठी सगळ्यात महत्त्वाचं असल्याचं हिलरीनं आपल्या सहकाऱ्यांना सांगितलं. तिची अवस्था बघून सगळ्याच सहकाऱ्यांचे डोळेसुद्धा भरून आले. आता हिलरीला कोणत्या अवघड प्रसंगाला तोंड द्यावं लागेल याची कुणालाच कल्पना नव्हती. कदाचित आपण टीव्हीवर रडूसुद्धा अशी भीती हिलरीला वाटत होती. या मुलाखतीचं थेट प्रक्षेपण होणार नव्हतं. तिचं चित्रण झालं. मुलाखतकारानं बिलला अनेक विषयांवरचे प्रश्न विचारले; पण एका महत्त्वाच्या क्रीडा स्पर्धेच्या प्रक्षेपणामुळे या मुलाखतीमधली फक्त दहा मिनिटंच दाखवली गेली. या कालावधीतले सगळे प्रश्न क्लिंटन दांपत्याच्या खासगी आयुष्यावरचे होते. हिलरी इतक्या आत्मविश्वासानं आणि आक्रमकपणे बोलत होती की तिला जास्त वेळ दाखवलं तर मुलाखतीवर तिचीच छाप पडली असं सगळ्यांना वाटण्याची भीती मुलाखतकाराला वाटली. यामुळे तिच्या बोलण्याचा खूप कमी भाग दाखवायचं ठरलं. सगळ्या अमेरिकी जनतेला हिलरीची मिळालेली ही पहिलीच झलक होती. आपले मुद्दे ठामपणे मांडणाऱ्या हिलरीनं सगळ्यांना प्रभावित करून सोडलं. चित्रित झालेल्या मुलाखतीमध्ये न दिसलेलं दृश्य म्हणजे कॅमेरा बंद असताना सीबीएसवाल्यांनी बिलला दोन वेळा आपल्या विवाहबाह्य संबंधांची कबुली द्यायला सांगितलं. दोन्ही वेळी बिलनं याला स्पष्ट नकार दिला. याची चर्चा फक्त आपण आणि हिलरी यांच्यामध्येच होऊ शकते असं त्यानं सांगितलं. असं असलं तरी प्रत्यक्ष मुलाखतीत आपल्या हातून चुका झाल्याचं आणि आपण आपलं वैवाहिक जीवन त्यामुळे अडचणीत आणल्याचं त्यानं मान्य केलं. या पार्श्वभूमीवर आपण हिलरीबरोबरचं सहजीवन तरीसुद्धा आनंदात घालवत असल्याचं बिल म्हणाला. यावर बिल आणि हिलरी यांनी नाइलाजानं एकमेकांबरोबर राहणं मान्य केलं आहे का, असं मुलाखतकारानं विचारलं. याला साफ नाकारून आपल्यामधल्या प्रेमामुळे आपण कौटुंबिक आयुष्य एकत्र घालवत असल्याचं उत्तर बिलनं दिलं. तसंच कुठल्याही दांपत्याच्या खासगी गोष्टींमध्ये कुठपर्यंत ढवळाढवळ करायची याला एक मर्यादा असलीच पाहिजे, अशी कठोर प्रतिक्रिया हिलरीनं दिली. तसंच आपण आपल्या नवऱ्याच्या पाठीशी उभी राहिलेली एखादी गरीब स्त्री वगैरे अजिबात नसून, आपलं त्याच्यावर खरंखुरं प्रेम असल्यामुळे

आणि त्याला कशाकशातून जावं लागलं आहे याची कल्पना असल्यामुळे त्याच्यासोबत आहोत, असं ती म्हणाली. जर हे लोकांसाठी पुरेसं नसेल किंवा त्यांना हे खरं वाटत नसेल तर त्यांनी बिलला अजिबात मत दिलं नाही तरी चालेल, असं तिनं स्पष्टपणे सांगितलं.

सुमारे चार कोटी अमेरिकी लोकांनी ही मुलाखत बघितली. यानंतर 'पीपल' मासिकाला दिलेल्या एका मुलाखतीत आपण कधीच घटस्फोट घेण्याचा विचार केला नसल्याचं हिलरी म्हणाली. आपण आपलं नातं दीर्घ काळ टिकवण्यासाठी झटलं पाहिजे, असं मत व्यक्त करून कधीकधी त्यात अडचणी येणारच, असं तिनं सांगितलं. जर या अडचणी आपण खरोखर समजून घेतल्या, एकमेकांना आपण दुखावलं असल्याचं स्वीकारून माफ करून टाकलं आणि मोकळ्या मनानं या नात्याकडे बघितलं, तर पती-पत्नीचं नातं अत्यंत सुंदर असतं, असं आपल्याला वाटत असल्याचा उल्लेख तिनं केला. १९९२ सालच्या फेब्रुवारी महिन्यात माजी राष्ट्रपती रिचर्ड निक्सननं एक अनाहूत सल्ला बिलला जाहीरपणे एका मुलाखतीत दिला. त्याचा सारांश 'बिलनं हिलरीला आवर घातला पाहिजे' असा होता. याचं कारण म्हणजे जर हिलरी एकदम प्रभावी आणि आक्रमक आहे असं दृश्य लोकांसमोर वारंवार आलं, तर त्याचा अप्रत्यक्ष अर्थ 'बिल कमकुवत आहे' असा लोक काढतील आणि त्याला मत देणार नाहीत, असं निक्सनचं म्हणणं होतं.

याच दरम्यान बिलची बाजू आणखी कमकुवत करणारी एक बातमी 'वॉल स्ट्रीट जर्नल'नं छापली. व्हिएतनाम युद्धात लढण्यापासून बिलनं कसा पळ काढला होता आणि जनतेची कशी दिशाभूल केली होती, याचे त्यात उल्लेख होते. यामुळे बिलच्या लोकप्रियतेला ओहोटी लागण्याची चिन्हं दिसायला लागली. यामुळे त्याच्या प्रचारासाठी आवश्यक असलेला निधी गोळा करण्यातही अडचणी निर्माण होण्याची दाट शक्यता होती. बिलच्या प्रचारासाठी काम करणाऱ्या टीममध्ये यामुळे काही काळ निराशा पसरली; पण हिलरीनं मात्र एकदम नेटानं किल्ला लढवायचं ठरवलं होतं. आपण शेवटच्या क्षणापर्यंत हार मानता कामा नये, असं सांगून तिनं त्यांना प्रोत्साहित करण्याचा खूप प्रयत्न केला. बिल आणि हिलरी यांनी अत्यंत कडवेपणानं आपल्या विरोधात सुरू असलेल्या अपप्रचाराच्या विरोधात दिलेला लढा बघून काही राजकीय विश्लेषकही थक्क झाले. त्यांनी याचं खूप कौतुक केलं. बघताबघता लोकप्रियतेच्या तळाशी गेलेला बिल पुन्हा एकदा जनमानसात चमकायला लागला. त्यानं धडाधड एकामागून एका राज्यात आपल्या प्रतिस्पर्ध्यांना मागे टाकून डेमोक्रॅटिक पक्षाच्या वतीनं उमेदवारी मिळवण्यासाठीची झंझावाती प्रगती साधली. तेवढ्यात पुन्हा गोंधळ झाला!

बिलच्या एका प्रतिस्पर्ध्यानं बिलवर हिलरी काम करत असलेल्या कंपनीवर

मेहेरनजर केल्याचा गंभीर आरोप केला. म्हणजेच अर्कान्सॉ राज्याचा गव्हर्नर म्हणून काम बघत असताना बिलनं मुद्दामच हिलरी काम करत असलेल्या वकिली कंपनीला जास्त काम मिळेल आणि जास्त पैसे कमावता येतील यासाठीचे निर्णय घेतले असल्याचा हा मुद्दा होता. बिलनं हा आरोप साफ फेटाळून लावला. त्यात कसलंच तथ्य नसल्याचं त्याचं म्हणणं होतं. जेव्हा हिलरीला या संदर्भात प्रश्न विचारण्यात आला तेव्हा तिनं रागाच्या भरात एक घोडचूक करून ठेवली. खरं म्हणजे तिला आपण स्वतंत्रपणे काम करत असल्याचं आणि आपल्या कामाचा बिलच्या कामाशी काहीही संबंध नसल्याचं म्हणायचं होतं; पण बोलण्याच्या भरात 'मी (अर्कान्सॉ राज्याची) फर्स्ट लेडी असूनसुद्धा घरी बसून चहा-बिस्किटं यांचा आस्वाद घेत बसायचं टाळलं' असं ती म्हणाली. म्हणजेच घरकाम करणाऱ्या किंवा एकूणच गृहिणी असणाऱ्या स्त्रिया बिनकामाच्या असतात आणि आपल्याला तसं व्हायचं नव्हतं, असा अर्थ यातून निघत होता. साहजिकच यामुळे मोठं वादळ माजलं. आपल्याला नक्की काय म्हणायचं होतं याविषयी हिलरीनं काही स्पष्टीकरणं तातडीनं दिली खरी; पण जे नुकसान व्हायचं ते झालंच होतं. आता बिलवर झालेला मूळ आरोप बाजूलाच पडला; उलट हिलरीच्या 'चहा-बिस्किटां'च्या विधानाची सगळीकडे जोरदार चर्चा सुरू झाली. तेव्हा राष्ट्रपती जॉर्ज बुशची पत्नी या नात्यानं 'अमेरिकेची फर्स्ट लेडी' असलेल्या आणि अत्यंत लोकप्रिय असलेल्या बार्बरा बुशला एका पत्रकारानं हिलरीच्या विधानावर प्रतिक्रिया मागितली. बार्बरानं दिलदारपणे हिलरीवर होत असलेली टीका आपल्याला मान्य नसून, 'फर्स्ट लेडी'ला आपल्या मनाप्रमाणे स्वतंत्र कारकीर्द घडवण्याची संधी मिळायला हवी, असं सांगितलं.

तेवढ्यात हिलरीनं दुसरा मोठा घोळ केला! बार्बरा बुशनं तिचं समर्थन केलेलं असताना 'व्हॅनिटी फेअर' नावाच्या नियतकालिकाला दिलेल्या लांबलचक मुलाखतीदरम्यान हिलरी नको ते बोलून गेली. आता मुख्य मुलाखत संपल्यामुळे आपण जे बोलत आहोत ते छापून येणार नाही, अशा गैरसमजुतीपोटी हिलरीनं एक बॉम्ब टाकला. केवळ आपल्या नवऱ्याचेच जेनिफर नावाच्या महिलेशी विवाहबाह्य संबंध होते असं नाही तर राष्ट्रपती बुशचेही जेनिफर याच नावाच्या एका दुसऱ्या महिलेशी विवाहबाह्य संबंध दीर्घ काळ सुरू असल्याचं विधान तिनं केलं. एप्रिल महिन्यात तिचं हे विधान इतर मुलाखतीबरोबर छापून आल्याबरोबर धरतीनं आपल्याला पोटात घ्यावं असं तिला वाटलं. तिनं यासाठी जाहीर माफी मागितली आणि 'आपण खासगीत ऐकलेल्या अफवांवर अशा प्रकारे मुलाखतीत भाष्य करायला नको होतं', असं ती म्हणाली.

एकूणच हिलरीचं बिलला तोंडघशी पाडणं आणि नको तेव्हा नको तिथं नको ते बोलणं यामुळे मोठी पंचाईतच व्हायला लागली. तिच्या पाठीमागे तिचा उल्लेख

'एच बॉम्ब' असा व्हायला लागला. अर्थातच हिलरी या तिच्या नावाचं आद्याक्षर आणि तिनं बिलसाठी निर्माण केलेली स्फोटक परिस्थिती यांचा संबंध हायड्रोजन बॉम्बशी जोडून ही संज्ञा तयार करण्यात आली होती. यामुळे पुन्हा एकदा हिलरीला जनमानसातली आपली प्रतिमा बदलणं भाग पडलं. तिनं आपली केशभूषा, वेषभूषा यात बदल तर केलेच; पण राजकारण किंवा वादग्रस्त मुद्दे याविषयी बोलणं टाळून ती आता 'व्हाईटहाउसमध्ये गेल्यावर मला लहान मुलांच्या भल्यासाठी झटायचं आहे' असं म्हणायला लागली. आपोआपच खरी हिलरी झाकली जाणं आणि तिची लोकांना आवडते तशी प्रतिमा निर्माण होत जाणं वाढत गेलं. हिलरीची प्रतिमा उत्तम पत्नी आणि उत्तम आई, कुटुंबासाठी आणि समाजासाठी काम करणारी स्त्री अशी करण्यावर भर देण्यात आला.

दरम्यान बिलनं डेमोक्रॅटिक पक्षामधल्या आपल्या प्रतिस्पर्ध्यांना मागे टाकून राष्ट्रपतिपदासाठी उमेदवारी मिळवली. आता त्याचा लढा फेरनिवडीसाठी इच्छुक असलेल्या जॉर्ज एच. डब्ल्यू. बुश या विद्यमान राष्ट्रपतीशी होता. विद्यमान राष्ट्रपतीला पराभूत करणं अमेरिकेमध्ये तसं सोपं नसतं. अगदी खराब कामगिरी असेल किंवा लोकांसमोर रोजच्या आयुष्यासंबंधीची अगदी भीषण परिस्थिती असेल तरच लोक राष्ट्रपतीला सलग दुसऱ्यांदा निवडून देताना फेरविचार करतात. साहजिकच बिलसमोरचं आव्हान तसं सोपं नव्हतं. तीन मुद्दे पकडून बिलनं बुश सरकारवर हल्ला करायचं ठरवलं : बदल, अर्थकारण आणि आरोग्यसेवा. अमेरिकी अर्थकारण अडचणीत सापडलं होतं. बेरोजगारीचा दर वाढला होता. आपण करांच्या दरांमध्ये वाढ करणार नाही, असं आश्वासन दिलेल्या बुशनं प्रत्यक्षात कर वाढवले होते. यामुळे लोक त्याच्यावर संतापले होते. आरोग्यसेवांच्या दरांमध्येही विलक्षण वेगानं वाढ होत होती आणि सर्वसामान्य अमेरिकी नागरिकांना परवडणाऱ्या दरात स्वस्त आरोग्यसेवेचं कवच उपलब्ध नव्हतं. यात आणखी एक घोळ म्हणजे यशस्वी उद्योगपती म्हणून प्रसिद्ध असलेला रॉस पेरॉ स्वतंत्रपणे अपक्ष उमेदवार म्हणून निवडणुकीसाठी उभा होता आणि बुश तसंच बिल या दोघांचीही मतं खात होता.

३ नोव्हेंबर १९९२ या दिवशी मतदान व्हायचं नक्की ठरलं. अगदी शेवटपर्यंत बिल जोरदार प्रचार करत होता. अगदी शेवटी तर बोलून बोलून त्याचा आवाज इतका बसला की त्याच्या तोंडून हुंकारसुद्धा फुटेना. शेवटी त्याचं शेवटच्या ठिकाणचं भाषण तर त्याच्याऐवजी हिलरीनंच केलं. मतदान झाल्यावर जेव्हा निकाल यायला सुरुवात झाली, तेव्हा अपक्ष उमेदवार रॉस पेरॉनं अपेक्षेपेक्षा जास्त प्रभाव पाडला असल्याचं स्पष्ट व्हायला लागलं. त्यानं चक्क २०% मतं खाल्ली; पण एकाही राज्यात तो बहुमत मिळू शकला नाही. यामुळे अमेरिकी निवडणुकीच्या पद्धतीनुसार निव्वळ बुश आणि बिल या दोन मुख्य उमेदवारांची मतं खाण्यापुरताच

त्याचा उपयोग झाला. बिलनं ४३% मतं आणि पुरेशा राज्यांमध्ये बहुमत यांच्या जोरावर बुशचा पराभव केला! हिलरीसह व्हाईट हाउसमध्ये आता तो जाणार होता! जॉर्ज डब्ल्यू. बुशनं फोन करून आपला पराभव स्वीकारत बिलचं अभिनंदन केलं.

अनेक मित्र आणि नातेवाईक हा ऐतिहासिक दिवस साजरा करण्यासाठी बिल आणि हिलरी यांच्यापाशी जमले. सगळा आनंदोत्सव झाल्यानंतर बिलवर आलेल्या नव्या जबाबदारीची गडबड सुरू झाली. अमेरिकेच्या राष्ट्रीय सुरक्षेविषयीची महत्त्वाची माहिती त्याला देण्यात आली. याखेरीज काही परदेशी नेत्यांना भेटणं, आपल्या मंत्रिमंडळाची बांधणी करणं आणि इतर अनेक महत्त्वाच्या पदांसाठीच्या नेमणुका करणं गरजेचं होतं. आता वॉशिंग्टनला मुक्काम हलवायचा असल्यामुळे हिलरीला त्याच्याशी संबंधित असलेले निर्णय घ्यायचे होते. गंमत म्हणजे आपल्याकडे असलेली शेकडो पुस्तकं नक्की कुठं ठेवायची, असा मजेशीर प्रश्न तिला पडला. बार्बरा बुशनं दिलदारपणे तिला व्हाईट हाउसची सफर घडवून आणली, तेव्हाही हिलरीच्या मनात हाच प्रश्न रेंगाळत राहिला. अखेर जागा मिळेल तिथं कपाटं करून घेत हिलरीनं हा प्रश्न नंतर सोडवला. १६ जानेवारी १९९३ या दिवशी अर्कान्सॉचा निरोप घेऊन क्लिंटन कुटुंब वॉशिंग्टनला स्थलांतरित झालं. २० तारखेला बिलचा शपथविधी कार्यक्रम होता. या सोहळ्यादरम्यानचं त्याचं भाषण गाजलं. वॉशिंग्टनमध्ये आत्तापर्यंत ते एका सरकारी निवासस्थानी राहत होते; आता ते व्हाईट हाउसमध्ये राहायला गेले.

व्हाईट हाउसमधल्या आयुष्याशी जुळवून घेताना बिल आणि हिलरी यांना सुरुवातीला काही मजेशीर अडचणींना तोंड द्यावं लागलं. त्यांना रात्री उशिरापर्यंत जागण्याची आणि सकाळी उशिरा उठण्याची सवय होती. हे व्हाईट हाउसमधल्या कर्मचाऱ्यांना माहीत नसल्यामुळे बुश कुटुंबाच्या ठरलेल्या शिरस्त्यानुसार पहाटे साडेपाच वाजताच एका कर्मचाऱ्यानं बिल आणि हिलरी यांच्या शयनकक्षाचं दार ठोठावलं. तो त्यांच्यासाठी नाश्ता घेऊन आला होता! अर्थातच हळूहळू या कर्मचाऱ्यांना क्लिंटन कुटुंबाच्या वेळांची आणि सवयींची ओळख होत गेली. व्हाईट हाउसमध्ये असलेल्या असंख्य कर्मचाऱ्यांमुळे सुरुवातीला हिलरीला जरा अवघडल्यासारखं होई; त्यातच सुरक्षा व्यवस्थेमुळे सदोदित कुणीतरी आपल्या मागावर असल्याची भावना तिला त्रस्त करे. अमेरिकी गुप्तचरांनी बिलसाठी 'ईगल', हिलरीसाठी 'एव्हरग्रीन' तर चेल्सीसाठी 'एनर्जी' अशी सांकेतिक नावं ठेवली होती. गुप्तचर यंत्रणेमधला एक सुरक्षारक्षक तर बिल आणि हिलरी यांच्या शयनकक्षाच्या अगदी बाहेरच तैनात असे. वैतागून हिलरीनं त्याला दुसरीकडे नेण्यासंबंधीची व्यवस्था करण्यात कसंबसं यश मिळवलं. आपल्या मुलीला या सगळ्या भपक्याची भुरळ पडू नये आणि ती विनाकारण ऐटीत वागू नये यासाठी काय केलं पाहिजे यासाठीचा

सल्ला हिलरीनं माजी अमेरिकी राष्ट्रपती जॉन एफ. केनेडीची पत्नी जॅकलिन ऊर्फ 'जॅकी' हिला विचारला. चेल्सीला शक्य तितकं सर्वसामान्य आयुष्य जगायला लावणं आणि सगळ्या सेवक वर्गाला तसंच सुरक्षा व्यवस्थापनाला सन्मानानं वागवणं यासाठी आवश्यक असल्याचं मत जॅकीनं व्यक्त केलं. तसंच सगळ्या प्रसारमाध्यमांपासून चेल्सीला लांब ठेवलं पाहिजे, असंही जॅकीचं मत होतं. यासाठी चेल्सीला एका फार प्रसिद्ध नसलेल्या शाळेत घालायचा निर्णय हिलरी आणि बिल यांनी घेतला. एकूणच आपल्या दोघांना प्रसारमाध्यमांपासून सुटका करून घेता येत नसली तरी चेल्सीला त्यापासून वाचवण्यात आपण यशस्वी ठरलो, असं नंतर हिलरी म्हणाली.

◆

काटेरी 'फर्स्ट लेडी'पद

पूर्वी बिल अर्कान्सॉ राज्याचा गव्हर्नर असताना हिलरीनं आपली नोकरी सुरू ठेवली होती. सर्वसाधारणपणे अमेरिकेत असं घडत नसे. आता मात्र बिल अमेरिकेचा राष्ट्रपती झाल्यानंतर अख्ख्या देशाची 'फर्स्ट लेडी' बनलेली हिलरी अशा प्रकारे आपलं काम स्वतंत्रपणे करू शकणं शक्यच नव्हतं. साहजिकच हिलरीनं आपली नवी भूमिका बिलला निरनिराळ्या मार्गांनी मदत करण्यात वठवायचं ठरवलं. बिलच्या मंत्रिमंडळात किंवा एकूणच कुठलं सरकारी पद तिला लाभणं शक्य नव्हतं. जॉन एफ. केनेडी राष्ट्रपती असताना त्यानं आपला भाऊ रॉबर्ट याला देशपातळीवर 'अॅटर्नी जनरल' नेमल्यामुळे वादळ निर्माण झालं होतं. आपल्या सख्ख्या भावावर मेहेरनजर करण्याचा केनेडीचा हा निर्णय जनतेला रुचला नाही. तसंच तेव्हापासूनच अमेरिकी राष्ट्रपतीनं आपल्या नात्यातल्या कुणाला अशा प्रकारे महत्त्वाच्या पदावर नेमण्याची शक्यताही मावळली. यातून मार्ग काढत अमेरिकेमधल्या अत्यंत महत्त्वाच्या प्रश्नाची जबाबदारी बिलनं हिलरीवर सोपवून तिलाही काहीतरी भरीव केल्यासारखं वाटेल याची काळजी घेतली. अमेरिकेमध्ये सार्वजनिक आरोग्यसेवा पुरवणाऱ्या 'हेल्थकेअर' सेवेमध्ये मूलभूत सुधारणा करण्यासाठी उभ्या केलेल्या समितीचं प्रमुखपद हिलरीकडे देण्यात आलं. हे थेट मंत्रिपद नसलं तरी हिलरीकडे हे पद देण्यात प्रचंड मोठा धोका होता. अमेरिकेच्या राष्ट्रपतीच्या पत्नीनं म्हणजेच 'फर्स्ट लेडी'नं अत्यंत शांतपणे आणि कुठल्याही प्रसिद्धीचा मोह टाळून दुय्यम भूमिका स्वीकारली पाहिजे, असं 'न्यू यॉर्क टाईम्स'नं १९३२ सालीच म्हणून ठेवलं होतं. राष्ट्रपतीबरोबर सगळीकडे हसतमुखपणे जाणं, आपल्याकडे येणाऱ्या पाहुण्यांचं आगतस्वागत करणं, हे तिचं मुख्य काम असतं, असा याचा अर्थ होत. प्रत्यक्षात मात्र अनेक अमेरिकी राष्ट्रपतींच्या पत्नींनी याहून बरीच भरीव कामं केली होती.

हिलरीसमोरचं आव्हान खूप मोठं होतं. अमेरिकी संसदपटू, इस्पितळं, विमा

कंपन्या, आरोग्यसेवेशी संबंधित असलेले असंख्य कर्मचारी, औषध कंपन्या, वितरक आणि मुख्य म्हणजे ज्या अमेरिकी जनतेसाठी ही सगळी व्यवस्था निर्माण करण्यात आली होती ती जनता, या सगळ्यांना विश्वासात घेणं आणि सगळ्यांना मान्य होईल अशा प्रकारची किमान व्यवस्था उभी करणं, हे अत्यंत क्लिष्ट काम होतं. जर यात तिला अपयश आलं तर बिलनं आपल्याला मतं मिळावीत यासाठी लोकांना केलेल्या आवाहनामधलं मुख्य आवाहनच साफ फसलं असतं. याउलट जर हिलरी यात यशस्वी ठरली तर माजी राष्ट्रपती फ्रँकलिन रुझवेल्टनं प्रस्थापित केलेल्या 'सोशल सिक्युरिटी' व्यवस्थेनंतरची ही सगळ्यात मोठी सामाजिक सुधारणा ठरणार, हे दिसत होतं. सुमारे तीन कोटी सत्तर लाख अमेरिकी जनतेला आरोग्यविम्याचं कवच नसल्यामुळे आरोग्यसेवा परवडत नसे. इस्पितळं त्यांच्यावर उपचार करायला नकार देत. यात बदल करून सर्वसामान्य अमेरिकी नागरिकांनासुद्धा आरोग्यसेवा परवडावी यासाठी काय करता येईल, हा अत्यंत कळीचा मुद्दा बनला होता. ज्यांच्याकडे आरोग्यविम्याच्या कवचाची तरतूद होती, ती बऱ्याचदा तुटपुंजी असे; तसंच हे कवच ते काम करत असलेल्या कंपनीद्वारा पुरवलं जाई. साहजिकच नोकरी गेल्यानंतर त्यांचं हे सुरक्षाकवच निघून जाई. आधीपासून असलेल्या आजारांचा किंवा विकारांचा बऱ्याच जणांच्या आरोग्यविमा कवचात समावेश नसे. औषधांचा खर्च सव्वीस कोटी अमेरिकी जनतेपैकी किमान सात कोटी लोकांना परवडत नसे. हे सगळं आधीच कठीण असताना एकूणच आरोग्यावरचा खर्च सातत्यानं वाढत चालला होता; सगळंच महाग होत चाललं होतं.

हिलरीकडे या प्रश्नाचं उत्तर शोधण्यासाठी जादूची कांडी अजिबातच नव्हती. त्यात 'फर्स्ट लेडी' असल्यामुळे तिनं या विषयावर कुणाशी चर्चा करायची म्हटलं तर तिला खरी उत्तरं मिळतील, याची शाश्वती नव्हती. हिलरीला खरी माहिती दिली आणि यामुळे कुणी अडचणीत आलं तर काय, हा प्रश्न होता. दुसरीकडे खरी माहिती दडपली आणि हिलरीला ती दुसरीकडून मिळाली तरीसुद्धा परिस्थिती अडचणीचीच होती. बिल आणि हिलरी यांच्यात या प्रश्नावरून वादळ निर्माण होण्याचीही शक्यता होती. आपल्या हाताखाली काम करणाऱ्या एखाद्या अधिकाऱ्याला बिल जितक्या अधिकारवाणीनं तसंच थेटपणे प्रश्न विचारू शकला असता, तितक्या मोकळेपणानं तो हिलरीशी बोलू शकेल का, याची खात्री नव्हती. कहर म्हणजे या संदर्भातलं काम युद्धपातळीवर संपवून शंभर दिवसांमध्ये आपल्याला अमेरिकी संसदेसमोर भरीव काहीतरी ठेवायचं असल्याचा संकल्प बिलनं सोडला होता. म्हणूनच 'वॉशिंग्टन पोस्ट'नं याचं वर्णन 'याहून आणखी कठीण काम काही असू शकेल असं वाटत नाही' अशा यथार्थ शब्दांमध्ये हिलरीसमोरच्या आव्हानाचं वर्णन केलं.

बिलनं ही जबाबदारी हिलरीवर सोपवत असल्याची घोषणा केल्यानंतर हिलरी तिथे जाहीरपणे काही बोलली नाही; पण हा कार्यक्रम संपताच तिनं आपल्या कामाला धडाडीनं सुरुवात केली. अर्थातच आपल्या कौटुंबिक जबाबदाऱ्या पार पाडून, 'फर्स्ट लेडी' म्हणून अपेक्षित असलेली सगळी कामं करून हिलरीला हे काम करायचं असल्यामुळे तिच्यापुढचं आव्हान अजूनच कठीण होतं. याखेरीज आता तेरा वर्षांची असलेली चेल्सी दुपारनंतर शाळेतून घरी यायच्या वेळी घरी थांबण्याचा आणि दररोज रात्री आठ वाजता तिच्याबरोबर रात्रीचं जेवण घेण्याचाही ती प्रयत्न करे. इतकं सगळं केल्यामुळे हिलरीला पार थकून गेल्यासारखं होई. झोपायलाही वेळ मिळत नसल्यामुळे कित्येकदा बैठकांदरम्यान ती जांभया देत राही.

आरोग्यसेवांच्या संदर्भातले आपले अनुभव लिहून कळवण्याचं हिलरीनं लोकांना आवाहन केलं होतं. त्याला प्रतिसाद देत तब्बल आठ लाख जणांनी हिलरीला पत्रं लिहिली. त्यातून तिला महत्त्वाची माहिती मिळाली. निरनिराळ्या लोकांना भेटण्यासाठी ती देशभर फिरली. असंख्य बैठका आणि चर्चासत्रं यांना तिनं हजेरी लावली. हिलरी ज्या शिस्तबद्धपणे आपलं काम करायची त्यावरून एका वर्तमानपत्रानं तिचं वर्णन 'कठोर, कोरा चेहरा ठेवणारी आणि यांत्रिक' असं केलं. हिलरीनं गोळा केलेल्या माहितीच्या आधारे आरोग्यसेवेमध्ये सुधारणा करण्यासंबंधीच्या तरतुदी करणारा मजकूर तयार होत होता; पण तो पूर्णपणे गुप्त ठेवण्यात आला. याला काही जणांनी आक्षेप घेतला. आपल्याला अंधारात ठेवून हिलरी काहीतरी गुप्तपणे करत असल्याचे आरोप तिच्यावर झाले. या सगळ्या प्रकरणाविषयी पुरेशी पारदर्शकता नसल्याचा अनेक जणांना राग आला. याखेरीज माध्यमांचाही हिलरीवर राग होता. एक वेळ बिलची मुलाखत मिळेल; पण हिलरीशी बोलणं अजिबात शक्य नाही असा अनेक जणांचा आरोप होता. आधीच हिलरी खूप गुप्तपणे काम केल्यासारखी वागते आणि मोकळेपणानं माध्यमांशी बोलत नाही यामुळे माध्यमांनी इतर मार्गांनी तिच्याविषयीची माहिती खणून काढण्याचा प्रयत्न सुरू केला.

खरं म्हणजे नव्यानं राष्ट्रपतीपद हाती घेतल्यानंतर राष्ट्रपती आणि 'फर्स्ट लेडी' यांना पहिला काही काळ सगळेच लोक संशयाचा फायदा देतात. म्हणजेच त्यांच्याकडे सहानुभूतीच्या नजरेनं बघतात. त्यांच्या हातून घडणाऱ्या चुकांकडेही दुर्लक्ष होतं. बिल आणि हिलरी क्लिंटन यांना मात्र असा काळ अनुभवता आला नाही. अगदी पहिल्यापासूनच त्यांनी घेतलेल्या निर्णयांमुळे त्यांना फूटपट्टीनं मोजण्याचा प्रघात पडला.

१९९३ सालच्या मार्च महिन्यात आपल्या सहकाऱ्यांबरोबर दुपारचं जेवण घेत असलेल्या हिलरीला एक धक्कादायक बातमी समजली. हिलरीच्या वडिलांच्या ब्याऐंशीव्या वाढदिवसाला काही दिवस शिल्लक असतानाच त्यांना मेंदूचा जोरदार

झटका आला होता. तातडीनं चेल्सीला बरोबर घेऊन हिलरी आपल्या आई-वडिलांकडे रवाना झाली. तिथं तिचे वडील कोमात होते. निदान आपल्याशी किंवा चेल्सीशी बोलून ते शुद्धीवर येण्याचा चमत्कार घडेल, या भाबड्या आशेपोटी हिलरीनं त्यांच्याशी संवाद साधण्याचा असफल प्रयत्न केला. हिलरीच्या भावानं आपल्या लहानपणी आपल्याला खूप आवडत असलेल्या आणि आपल्या वडिलांना अजिबात आवडत नसलेल्या एका कार्टूनचं शीर्षकगीत म्हणून हाच प्रयत्न केला. तोही असफल ठरला. आपल्या सासऱ्याला दोन वेळा बघायला आलेल्या बिलला दोन्ही वेळा तातडीच्या कामासाठी वॉशिंग्टनला परतावं लागलं. या आपत्तीमुळे हिलरी सैरभैर झाली. तिचं कामावर आधीप्रमाणे लक्ष लागेनासं झालं. ती कसंबसं ते पुढे ढकलत राहिली; पण त्यात तिची नेहमीची तडफ दिसून येत नव्हती. हिलरीची ही अवस्था बघून उपराष्ट्रपती अल गोर आणि त्याची पत्नी टिपर यांनी हिलरीकडून अपेक्षित असलेली काही भाषणं करून वेळ मारून नेली. हिलरीच्या वडिलांच्या तब्येतीत कसलीच सुधारणा होत नव्हती. डॉक्टरांनी अथक प्रयत्न करूनही आता त्यांचा शेवट जवळ आल्याचं कटू सत्य हिलरीच्या कुटुंबाला सांगितलं. अखेर नाइलाजानं आपल्या वडिलांना जिवंत ठेवण्यासाठी जोडण्यात आलेली जीवरक्षक यंत्रणा बंद करण्याची परवानगी कुटुंबीयांनी डॉक्टरांना दिली. आता आपले वडील कधीही मरण पावतील याची हिलरीला कल्पना होती. आश्चर्य म्हणजे जीवरक्षक यंत्रणा आणि कृत्रिम श्वासोच्छवास यंत्रणा काढून टाकल्यावर हिलरीचे वडील आणखी काही दिवस जगले. ७ एप्रिल १९९३ या दिवशी त्यांचं निधन झालं.

आपल्या वडिलांच्या निधनाचं दुःख पचवणं हिलरीला भागच होतं. सगळा देश तिच्याकडे नजर लावून बसलेला होता. माध्यमं तर सातत्यानं बिल आणि हिलरी यांच्या पाळतीवरच असत. साहजिकच हिलरीनं पुन्हा आपला दिनक्रम सुरू केला. या गदारोळात बिलनं आपल्या वचननाम्यात आरोग्यसेवांमध्ये मूलभूत बदल घडवून आणण्यासंबंधी जाहीर केलेली शंभर दिवसांची मुदत उलटून गेली. दरम्यान हिलरीच्या एका जवळच्या सहकाऱ्यानं असह्य ताणामुळे आत्महत्या केली आणि हिलरी आणखी दुःखात बुडाली. हे कमी म्हणून की काय; पण हिलरीच्या आईला स्तनाच्या कर्करोगानं वेढलं असल्याची जाणीव झाली. कामाचा झपाटा विलक्षण वेगानं वाढत असतानाच वैयक्तिक आयुष्यात एकामागून एका असह्य दुःखाला कसं सामोरं जायचं हे हिलरीला समजत नव्हतं; पण आपल्या भावना दडपून तिनं केवळ तीव्र इच्छाशक्तीच्या जोरावर आपलं काम सुरू ठेवलं. सामूहिक प्रार्थना करणाऱ्या एका गटाबरोबर प्रार्थना म्हणून तिला या काळात शांतता लाभे. तशी हिलरी कट्टर धार्मिक वगैरे नसली तरी तिचा जगात कोणती तरी दिव्य शक्ती असते या गोष्टीवर विश्वास

होता. ती आपल्यासोबत सतत एक छोटं बायबलही बाळगे. दररोज ती मनःशांतीसाठी देवाची प्रार्थनाही करत असे.

दरम्यानच्या काळात आरोग्यसेवांच्या संदर्भातलं काम पूर्णत्वाला येत चाललं होतं. २२ सप्टेंबर १९९३ या दिवशी बिल याविषयी अमेरिकी काँग्रेसच्या संयुक्त सभेसमोर यासाठीचं सादरीकरण करण्यासाठीचं भाषण करणार होता. या भाषणाचा मसुदा २० सप्टेंबरला बिल आणि हिलरी यांनी बघितला आणि त्यांची साफ निराशा झाली. या भाषणात फार काही भव्यदिव्य नव्हतं. अगदी सरळसोट आणि प्रेक्षकांना काही खास वाटणार नाही असं त्याचं स्वरूप असल्यामुळे त्यात खूप बदल करण्याचे आदेश देण्यात आले. साहजिकच सादरीकरणाच्या जेमतेम चार तास आधी या भाषणाचा सुधारित मसुदा तयार होऊ शकला. हिलरी आणि आपले इतर जवळचे सहकारी यांच्यासमोर बिलनं सरावासाठी हे भाषण वाचलं. त्यात आणखी सुधारणा सुचवण्यात आल्या. त्या दुरुस्त्या करण्यात आल्या. यानंतरही बिल या भाषणाचा अनेकदा सराव करत राहिला. जेव्हा अमेरिकी संसदेसमोर बिल भाषण करायला उभा राहिला, तेव्हा त्याच्या काळजाचा ठोकाच चुकला. याचं कारण म्हणजे भाषणाची चुकीची प्रत त्याच्यासमोरच्या टेलिप्रॉम्प्टरमध्ये होती. म्हणजेच बोलताना त्याच्यासमोरच्या इतरांना दिसू न शकणाऱ्या छोट्या स्क्रीनवरचा जो मजकूर तो वाचत वाचत बोलणार होता, तो मजकूर सुधारणापूर्व भाषणाच्या मसुद्याचा होता. बिलकडे त्याच्या भाषणाची एक छापील प्रतसुद्धा होती. ही प्रत योग्य भाषणाची असली तरी या छापील भाषणामधल्या मजकुरामधल्या अक्षरांचा आकार- म्हणजेच फॉण्ट- छोटा होता. बिल आपला चश्मा विसरून व्यासपीठावर गेल्यामुळे त्याला या कागदी मजकुराचा काही उपयोग नव्हता. नाइलाजानं पहिली सात मिनिटं बिलनं आपल्यासमोर दिसत असलेल्या टेलिप्रॉम्प्टरवरच्या मजकुराकडे साफ दुर्लक्ष करून आपल्या मेंदूत साठवलेल्या भाषणाच्या मसुद्याचा आधार घेतला.

आपल्या देशामधली आरोग्यसेवा मोडकळीला आलेली असल्यामुळे तिच्यात आमूलाग्र बदल करण्याची गरज होती, हे त्यानं सुरुवातीलाच अधोरेखित केलं. हे करण्यासाठी आपल्याला अत्यंत कुशाग्र बुद्धीच्या आणि भावनिक संतुलन असलेल्या ठाम व्यक्तीची गरज होती, असं तो म्हणाला. यानंतर आपल्या आणि अमेरिकेच्या नशिबानं अशी व्यक्ती शोधण्यासाठी आपल्याला फार कष्ट घ्यावे लागले नाहीत असं म्हणून त्यानं हिलरीकडे निर्देश केला. त्याबरोबर अमेरिकी संसदेनं बिल आणि हिलरी यांच्यासाठी उभं राहून टाळ्यांचा कडकडाट करून त्यांना मानवंदना दिली. बिलनं प्रत्यक्षात हे कसं साध्य करायचं याचे फार खोलात जाऊन तपशील दिले नसले तरी त्याचं विलक्षण संभाषणकौशल्य आज अगदी शिगेला पोहोचलं होतं. मोहक वक्तृत्वाच्या जोरावर त्यानं सभागृह जिंकलं. त्याचं भाषण संपल्यावर परत

एकदा संसदपटूंनी उभं राहून टाळ्यांच्या गजरात त्याचं कौतुक केलं.

बिलनं आपल्या भाषणात अत्यंत आशादायी चित्र रेखाटलं खरं; पण हे भाषण इतर सगळ्यांप्रमाणेच प्रेक्षागारात बसून ऐकणाऱ्या हिलरीची परीक्षा सुरूच होती. तिनं मांडलेल्या प्रस्तावांची आता संसदीय समित्यांपुढे चिरफाड सुरू झाली. द्विपक्षीय समित्यांनी हिलरीच्या विधेयकाविषयी तिला आणि तिच्या सहकाऱ्यांना प्रश्न विचारण्यासंबंधीचा घटनाक्रम आता सुरू झाला. अत्यंत शांतपणे हिलरीनं सगळ्या प्रश्नांची उत्तरं दिली. आपल्या सहकाऱ्यांची तिनं जवळपास मदत घेतली नाही. खरं म्हणजे या चौकशी समित्या एकदम खोलात जातात आणि समोरच्या माणसाला गोत्यात आणतात. हिलरीनं मात्र अत्यंत समर्थपणे आपल्या कामाचे तपशील पुरवले. यामुळे तिला प्रश्न विचारणाऱ्या समितीनं या घटनाक्रमाच्या अखेरीला तिची वाहवा केली! आजवर असं क्वचितच घडलं असल्याची प्रतिक्रिया देत माध्यमांनीही 'फर्स्ट लेडी'चं कौतुक केलं. इतर समित्यांसमोरही तिनं अशीच कामगिरी करून दाखवल्यामुळे न्यूयॉर्क टाईम्सनं हिलरीच्या कामगिरीचं वर्णन 'स्तिमित करून सोडणारं' अशा शब्दांमध्ये केलं. खरं म्हणजे 'फर्स्ट लेडी' असूनसुद्धा आपण एखाद्या विषयात इतकं सखोल काम करून दाखवलं म्हणूनच आपलं इतकं कौतुक होत असल्याची जाणीव हिलरीला मनातून होत होती.

यानंतर आता आपल्या मसुद्याचं कायद्यामध्ये रूपांतर करण्यासाठीची अवघड प्रक्रिया सुरू करायची होती. यासाठीचा मजकूर अमेरिकी काँग्रेसच्या वतीनं लिहिला जाईल अशी हिलरीची समजूत असली तरी, प्रत्यक्षात मात्र तिला आणि तिच्या सहकाऱ्यांनाच हे काम करण्याची सूचना काँग्रेसनं केली. हा कायदा अगदी सर्वसामान्य जनतेपासून मोठमोठ्या कंपन्यांपर्यंत सगळ्यांना लागू होणार असल्यामुळे त्यामधल्या तरतुदींची संख्या फुगतच चालली होती. प्रत्येकाला आपल्याला अनुकूल अशा तरतुदी हव्या होत्या.

या कामाच्या सपाट्यामध्ये तिचा शेहेचाळिसावा वाढदिवस साजरा करण्यासंबंधीची गुप्त योजना तिच्या सहकाऱ्यांनी आखली. २६ ऑक्टोबर या दिवशी हिलरी आपल्या कार्यालयामध्ये आल्यावर तिला एक मजेशीर स्कर्ट आणि डोक्यावर कुरळ्या काळ्या रंगाचा टोप घालण्याची विनंती करण्यात आली. हसतहसत हिलरीनं आपल्या सहकाऱ्यांची मागणी उचलून धरली. यानंतर लगेचच हिलरीला तिचे सहकारी एका पार्टीच्या ठिकाणी घेऊन गेले. तिथं चित्रविचित्र पोशाख आणि वेषभूषा अशा अवतारात किमान शंभर लोक होते. माजी अमेरिकी राष्ट्रपती जेम्स मॅडिसनसारखं दिसण्यासाठी पांढऱ्या रंगाचा टोप आणि घट्ट पँट आणि तसाच सदरा अशा अवतारामधला बिलही तिथं हजर होता. सगळ्यांनी तिथं खूप धमाल केली. हिलरीलाही आपला ताण हलका झाल्यासारखं वाटलं.

याच्या पुढच्याच दिवशी अमेरिकी काँग्रेससमोर हिलरीच्या टीमनं तयार केलेलं तेराशे बेचाळीस पानी बोजड विधेयक सादर करण्यात आलं. तब्बल अडीच किलोंहून जास्त वजन भरणाऱ्या या विधेयकानं शक्य तितक्या मुद्द्यांचा परामर्श घेतला असला तरी काही जणांना आपल्यावर अन्याय झाल्याची भावना सतावत होती. 'आपण इतकं मोठं विधेयक तयार करण्यात चूक केली', असं हिलरी नंतर म्हणाली; पण तिच्या दुर्दैवानं ही या संदर्भातली एकमेव चूक ठरली नाही. अमेरिकी काँग्रेससमोर हे विधेयक १९९३ मध्ये सादर करण्यात आलं असलं तरी १९९४ सालापर्यंत त्याच्यावर चर्चा होऊ शकली नाही. हिलरी आणि बिल या विधेयकासंबंधी चांगली चर्चा होऊन त्याचं कायद्यात रूपांतर होईल, अशी आशा बाळगून होते. दरम्यान बिलचं काम सुरू असतानाच १९९३ सालच्या डिसेंबर महिन्यात 'अमेरिकन स्पेक्टेटर' नावाच्या परंपरावादी वर्तमानपत्रानं आधी आणि त्यानंतर 'लॉस एंजेलिस टाईम्स' या वर्तमानपत्रानं नंतर बिलला अडचणीत आणणाऱ्या बातम्या छापल्या. अर्कान्सॉ राज्याच्या काही नेत्यांनी आपण पूर्वी बिलला विवाहबाह्य संबंध ठेवण्याच्या संदर्भात कशी मदत केली होती, याविषयी वक्तव्य केलं. याखेरीज आपले उद्योग हिलरीपर्यंत पोहोचू नयेत यासाठीही आपण बिलला मदत केल्याचं त्यांनी सांगितलं. या मदतीच्या मोबदल्यात बिलनं त्यांना सरकारी नोकऱ्यांचं आमिष दाखवल्याचंही या बातम्यांमध्ये म्हटलं होतं. मात्र ज्या महिलांची या प्रकरणात नावं घेण्यात आली होती त्यांच्यापैकी एकीनंही या वृत्तांना दुजोरा दिला नाही. या बातम्यांमध्ये फक्त बिलच्या या तथाकथित प्रकरणांचा बभ्रा करण्यात आला होता असं नाही, तर त्यात हिलरीचं अत्यंत खराब चित्र रेखाटण्यात आलं होतं. हिलरी पक्की राजकारणी तर आहेच; पण तिची जीभ अत्यंत सैल आहे, असे उल्लेख या वार्तांकनात होते. हिलरीच्या ज्या सहायकानं काही महिन्यांपूर्वी आत्महत्या केली होती, त्याच्याशी हिलरीचे अनैतिक संबंध असल्याचा दावा करण्यात आला होता. हा आरोप सिद्ध करण्यासाठी मात्र आपल्यापाशी कसलेच पुरावे नसल्याचं संबंधित वार्ताहरानं लिहिलं होतं. याच काळात बिलच्या काही आर्थिक गैरव्यवहारांचीसुद्धा चर्चा सुरू होती. साहजिकच क्लिंटन दांपत्याकडे संशयाच्या नजरेनं बघण्याला सुरुवात झाली.

२० जानेवारी १९९४ या दिवशी बिल आणि हिलरी यांच्या तथाकथित गैरव्यवहारांची चौकशी करण्यासाठी एक समिती स्थापन करण्यात आली. आपण या प्रकरणात चूक केल्याचं बिलनं नंतर मान्य केलं. अशा प्रकारे आपली चौकशी होण्यापेक्षा आपण सरळ डेमोक्रॅटिक पक्षाच्या नेतृत्वासमोर आपल्याकडची सगळी कागदपत्रं खुली करायला पाहिजे होती, असं तो म्हणाला. या वर्षी आरोग्यसेवेसंबंधीच्या विधेयकाला काँग्रेसद्वारा पुढे सरकवण्यासाठी बिलनं खूप प्रयत्न केले; पण ते अयशस्वी ठरले. काँग्रेसच्या अनेक समित्यांनी हे विधेयक पुढे ढकलत राहणं भाग

होतं. तसंच रिपब्लिकन पक्षाकडूनही त्याला सहकार्य मिळवण्याची गरज होती. या दोन्ही गोष्टी होत नव्हत्या. दरम्यान बिल आणि हिलरी यांच्या तथाकथित भ्रष्टाचाराविषयी आणि गैरव्यवहारांविषयी चर्चा सुरूच राहिल्यामुळे ताणतणाव काही कमी होत नव्हता. या सगळ्या प्रकरणाचा तपास सुरूच असताना १९७० च्या दशकामध्ये हिलरीनं 'कमॉडिटीज'च्या व्यवहारांमध्ये मिळवलेल्या नफ्याचा मुद्दाही समोर आला. इतक्या कमी काळात क्षुल्लक गुंतवणूक करून हिलरीनं एवढा मोठा नफा कसा काय कमावला, याविषयी आश्चर्य व्यक्त करणारी बातमी 'न्यूयॉर्क टाईम्स'नं छापली. सुरुवातीला हिलरीनं स्वतः या संदर्भात कष्ट घेऊन आणि संशोधन करून हा नफा कमावला असल्याचं तिच्या सहकाऱ्यांनी सांगितलं; पण नंतर दुसऱ्या माणसाच्या कौशल्यामुळे हिलरीचा नफा झाल्याचं त्यांनी मान्य केलं. नंतर तर हिलरीनं मुळात हे व्यवहार केलेच नव्हते आणि त्या दुसऱ्या माणसानंच हिलरीच्या नावावर ते केले होते, असा खुलासा करण्यात आला. तसंच १९७९ मध्ये हिलरीनं हे व्यवहार पूर्णपणे बंद केले असल्याचं स्पष्टीकरण देण्यात आलं असलं तरी १९८० सालानंतरसुद्धा हिलरीच्या नावावर हे व्यवहार सुरू असल्याचं आढळून आलं. हे कमी म्हणून की काय; पण अर्कान्सॉमध्ये पूर्वी जमिनीच्या 'व्हाईटवॉटर' प्रकरणाच्या व्यवहारात आपलं अडुसष्ट हजार आठशे डॉलर्सचं नुकसान झाल्याचा दावा इतके दिवस करणाऱ्या क्लिंटन दांपत्यानं आता हा आकडा शेहेचाळीस हजार सहाशे पस्तीस डॉलर्सवर उतरवला. त्याच्याच पुढच्या दिवशी हिलरीला 'कमॉडिटीज'च्या व्यवहारामध्ये १९८० साली झालेला सहा हजार पाचशे डॉलर्सचा नफा आपण कर भरताना दाखवायचं विसरून गेल्याचा दावा क्लिंटन दांपत्यानं केला. यामुळे यावरचा कर दंड आणि व्याज यांच्यासकट आपण भरत असल्याचं हिलरीनं जाहीर केलं.

यामधला कुठलाच व्यवहार अगदी मोठा गुन्हा मानला जाण्याच्या पातळीचा नसला तरी दुर्लक्षणीयही नव्हता. तसंच बिल आणि हिलरी यांच्या कुठल्या म्हणण्यावर विश्वास ठेवायचा आणि कुठल्या बाबतीत ते खोटं बोलतात हे समजेनासं झाल्याची प्रतिक्रिया काही जणांनी व्यक्त केली. म्हणजेच अमेरिकी राष्ट्रपती आणि 'फर्स्ट लेडी' यांच्याच बाबतीत अशी परिस्थिती निर्माण झाली तर एकूण चित्र किती खराब असेल, असं लोक म्हणायला लागले. याचं साधंसोपं स्पष्टीकरण या गोष्टींकडे नकळत आणि चुकून झालेलं दुर्लक्ष आणि त्यासाठीची कागदपत्रं सांभाळून ठेवण्यासंबंधीची न घेतलेली काळजी, अशा स्वरूपात 'व्हाईट हाउस'कडून देण्यात आलं. हे स्पष्टीकरण कितपत ग्राह्य मानायचं यावर चर्चा सुरू झाली. तसंच हे सोडून क्लिंटन कुटुंब अजून काय दडवतं आहे, असा प्रश्नही निर्माण झाला. एकामागून एका प्रकरणांच्या चर्चेमुळे बिल आणि हिलरी कित्येक आठवडे चुकीच्या कारणांसाठी

चर्चेत राहिले. वर्तमानपत्रं आणि टीव्हीवरच्या वृत्तवाहिन्या यांनी सातत्यानं हे मुद्दे प्रकाशात ठेवले. साहजिकच बिलनं केलेल्या कामाची किंवा आरोग्यसेवेच्या विधेयकासंबंधीची चर्चा पार मागे पडली. नकारात्मक गोष्टींना प्राधान्य मिळत राहिलं. एका वार्ताहरानं तर हिलरीच्या ज्या सहायकाचा मृत्यू झाला होता त्यानं आत्महत्या केलेली नसून हिलरीच्या मालकीच्या एका घरात त्याची हत्या झाली असल्याची सनसनाटी बातमी छापली. यामुळे इतकी खळबळ माजली की त्या दिवशी अमेरिकी शेअर बाजारसुद्धा कोसळला! अर्थातच या बातमीत कसलंच तथ्य नसल्याचं लवकरच स्पष्ट झालं.

एकूण काय तर 'फर्स्ट लेडी'पद चांगलंच काटेरी असल्याचं हिलरीच्या आता पूर्णपणे लक्षात आलं होतं!

◆

अपयशाची धनी

हळूहळू आपण माध्यमांशी अशा प्रकारे भांडत बसण्यात आणि त्यांच्याशी वाकडं घेण्यात काहीच मतलब नसल्याचं लक्षात आल्यामुळे हिलरीनं आपला दृष्टिकोन बदलून त्यांच्याशी संवाद साधायचं ठरवलं. १९९४ सालच्या एप्रिल महिन्यात तिनं पत्रकारांशी मुक्त संवाद साधायचं ठरवलं. सुमारे एक तासभर पत्रकारांनी हिलरीला तिचे तथाकथित आर्थिक गैरव्यवहार, भ्रष्टाचार, पूर्वी अर्कान्सॉमध्ये जमीन खरेदी प्रकरणात झालेलं नुकसान, कमॉडिटीजचे व्यवहार आणि एकदम गूढपणे वागणं अशा अनेक गोष्टींविषयी खोदून खोदून विचारलं. आपल्या हातून झालेल्या चुकांची तिनं खुलेपणानं कबुली दिली. कमॉडिटीजच्या व्यवहारांमध्ये आपण अजिबातच कुणाची दिशाभूल केलेली नसून, निव्वळ घाईगडबडीमुळे आणि ही गोष्ट बिनमहत्त्वाची असल्याच्या गैरसमजापोटी आपल्या हातून चुकीची माहिती यापूर्वी गेल्याचं स्पष्टीकरण तिनं दिलं. तसंच इतर काही चुकांमागे 'वॉशिंग्टनच्या राजकारणामधला अननुभव' कारणीभूत असल्याचं तिनं सांगितलं. याखेरीज माध्यमांना नक्की काय हवं असतं हे समजून घेण्यातही आपण कमी पडल्याची खंत तिनं व्यक्त केली. सातत्यानं आपलं माध्यमांशी भांडण का सुरू असतं, याविषयी बोलताना तिनं आपल्याला आपल्या आई-वडिलांकडून मिळालेल्या शिकवणीचा उल्लेख केला. त्यानुसार इतर लोकांचं म्हणणं काय आहे याला फार महत्त्व न देता आपल्याला काय वाटतं हे जास्त महत्त्वाचं असल्याचं त्यांनी शिकवलं असल्याचं ती म्हणाली. तसंच आपल्या कौटुंबिक गोष्टींची गोपनीयता राखून ठेवण्याचाही यात हात असल्याची कबुली तिनं दिली. यानंतरही आपण पत्रकारांशी मोकळेपणानं बोलू असा दिलखुलास प्रस्ताव तिनं दिला खरा; पण प्रत्यक्षात हे घडू शकलं नाही. 'फर्स्ट लेडी' म्हणून खऱ्या अर्थानं एकदम खुली अशी ही तिची एकमेव पत्रकार परिषद ठरली.

दरम्यान बिलला आरोग्यसेवांसंबंधीची गाडी पुढे नेण्यात असंख्य अडचणी येत

होत्या. यामधल्या प्रस्तावांना विरोधच जास्त होत होता. खास करून परंपरावादी नागरिकांना आणि संसदपटूंना आपल्यावर आरोग्यसेवेमधली कलमं लादली जाणं अजिबात नको होतं. त्यांनी एकत्र येऊन या विरोधात मतप्रवाह उभा केला. हिलरीनं आपल्या विधेयकातल्या तरतुदी देशभरातल्या नागरिकांना समजावून सांगण्यासाठी काही दौरे केले; पण तिच्या बाजूनं उभं राहणाऱ्या लोकांच्या जोडीला विरोधकांची संख्याही कमी नव्हती. सिॲटलमध्ये तर हिलरीला होत असलेला विरोध इतक्या धोकादायक पातळीवर गेला, की तिच्यावर चक्क बुलेटप्रूफ जॅकेट घालण्याची वेळ आली. सातत्यानं चर्चेत असलेला हा प्रश्न माध्यमांनी काही काळ ताणून धरला; पण हळूहळू त्यांचाही यामधला रस कमी होत गेला. अमेरिकी संसदेचाही या प्रकरणामधला सहभाग कमी होत गेला. हिलरीला आपली चूक उमगली. आपण अगदी गुप्तपणे आणि आपल्या हेतूंविषयी संशय निर्माण होईल अशा पद्धतीनं आरोग्यसेवांच्या प्रश्नाविषयीची चर्चा बंद दरवाज्यांच्या आत सुरू केल्यामुळे हे घडलं असल्याचं तिच्या लक्षात आलं. आपल्या समर्थकांबरोबरच आपल्या विरोधकांना म्हणजेच रिपब्लिकन पक्षालाही यात आपण पहिल्यापासून सामील केलं असतं तर कदाचित या प्रकरणानं वेगळं वळण घेतलं असतं, असं तिचं मत पडलं. हिलरी आणि बिल यांनी आपले मुद्दे दीर्घ काळ ताणून धरले आणि आपण निवडलेला मार्गच योग्य मार्ग आहे असं धोरण कायम ठेवलं. यामुळे तडजोड, इतरांची सहमती अशा महत्त्वाच्या गोष्टींकडे सातत्यानं दुर्लक्ष झालं. आपोआपच आपल्या म्हणण्याला हिलरी काही महत्त्व देत नसल्याची रास्त भावना विरोधकांना खुपायला लागली. त्यातच इतर काही प्रश्नांकडे लक्ष वळवणं भाग पडल्यामुळे बिलला आरोग्यसेवांशी संबंधित असलेल्या कामाच्या प्रगतीकडे फारसं लक्ष देता आलं नाही. हिलरी आणि बिल यांच्यावर होत असलेल्या निरनिराळ्या आरोपांमुळेही आरोग्यसेवांशी संबंधित असलेल्या विधेयकाच्या रस्त्यात अडथळे येत राहिले.

साहजिकच हिलरीचं विधेयक संसदेमध्ये पार थंडावलं. हाउस ऑफ रिप्रेझेंटेटिव्ह्ज किंवा सिनेट या दोन्ही सभागृहांमध्ये यावर कसलीही चर्चा होणार नसल्याचं लवकरच स्पष्ट झालं. यामुळे प्रचंड कष्ट आणि आर्थिक बोझा सोसून तयार करण्यात आलेले हे प्रस्ताव पूर्णपणे बारगळले. अमेरिकी आरोग्यसेवांमध्ये मूलभूत बदल घडवून आणण्याचं हिलरीचं स्वप्न भंगलं आणि बिलनं या संदर्भात जनतेला दिलेलं वचनही फक्त कागदोपत्री शिल्लक राहिलं. बिल आणि हिलरी यांच्यावर बसलेला हा अपयशाचा मोठा डाग ठरला. मोठमोठी वचनं देणारी भाषणं करून काही साध्य होत नाही, अशी बोचरी टीका त्यांच्यावर काही आनंदलेल्या विरोधकांनी केली. हे सगळं पचवण्याबरोबरच आता दुसरं काहीतरी भरीव करण्याकडे आपलं लक्ष वळवणं हिलरीच्या दृष्टीनं गरजेचं होतं.

आपलं अपयश मनात ठेवून जाहीरपणे हिलरीनं आपल्या वागण्याबोलण्यात याचे पडसाद अजिबात जाणवू दिले नाहीत. ती आत्मविश्वासानं सगळीकडे वावरे. तिच्या बोलण्यातून कसलाही कडवटपणा जाणवत नसे. तसंच काही हृदयस्पर्शी प्रश्नांविषयी अत्यंत भावुकपणे बोलून ती अजूनही उपस्थितांचे डोळे पाणावू शकत असे. कहर म्हणजे हिलरीवर झालेल्या प्रचंड टीकेनंतरही १९९३ आणि १९९४ मध्ये 'गॅलप' या प्रसिद्ध संस्थेनं केलेल्या सर्वेक्षणामध्ये हिलरी हीच अमेरिकेमधली सगळ्यांत लोकप्रिय महिला असल्याचं दिसून आलं. अर्थातच हे सगळं वरवरचं होतं. खासगीमध्ये हिलरीला आपलं अपयश खूप खुपत राहिलं. आपल्या हातून घडलेल्या चुका, आर्थिक घोटाळ्यांमुळे झालेली बदनामी आणि आरोग्यसेवांच्या संदर्भात हाती लागलेलं अपयश, या सगळ्यांचं मिश्रण तिला सतावत होतं. याचा राग कित्येकदा तिच्या जवळच्या लोकांवर निघत असे. उदाहरणार्थ १९९४ मध्ये व्हाईट हाउसमधल्या आपल्या नजीकच्या लोकांबरोबरच्या एका बैठकीमध्ये संतापून तिनं आपला राग अशा प्रकारे व्यक्त केला की उपस्थित असलेल्या सगळ्या लोकांना तिथून पळ काढावासा वाटला. सुमारे वीस मिनिटं सुरू असलेली ही बैठक म्हणजे तोफांची झाडण्यात आलेली फैर असून, आपली त्यातून कधी एकदा सुटका होणार, असा प्रश्न प्रत्येकाच्या मनात निर्माण झाला. एकदा एका प्रकरणासंबंधी हिलरीनं साफ इन्कार करूनसुद्धा त्याकडे दुर्लक्ष करून न्यूयॉर्क टाईम्सनं त्या प्रकरणाविषयीची बातमी छापली. यामुळे हिलरीचा पारा चढला. तिनं आपल्या एका जवळच्या मैत्रिणीला हताशपणे 'माझ्या प्रामाणिकपणासाठी मी सुरुवातीपासूनच ओळखली जाते ... माझं वय आता शेहेचाळीस वर्षांचं आहे ... मी अमेरिकी राष्ट्रपतीची पत्नी आहे ... याहून मी आणखी काय सांगू शकते?' असं म्हणाली.

हिलरीचे विरोधक तिचा आणि बिलचा सूड घेण्यासाठी कसे टपून बसले होते याविषयीच्या बातम्या काही काळानंतर प्रसिद्ध झाल्या. त्यानुसार रिपब्लिकन पक्षाच्या एका अतिश्रीमंत कट्टर समर्थकानं निव्वळ क्लिंटन दांपत्याची प्रकरणं खणून काढण्यासाठी आणि दुरूनही त्यांचा संबंध नसलेल्या प्रकरणांमध्ये त्यांना गोवण्यासाठी तब्बल वीस लाख डॉलर्स वेचले असल्याचं आढळून आलं. खरं म्हणजे हिलरीला आपल्या मनातलं सगळं खूप लिहावंसं वाटे; पण ते गुप्त ठेवणं शक्य होणार नाही आणि त्याचे दुष्परिणाम आपल्यालाच भोगावे लागतील अशी तिची धारणा असल्यामुळे, तिनं दैनंदिनी किंवा आठवणी लिहून ठेवायचं टाळलं. याऐवजी तिनं आपल्या एका खास मैत्रिणीला वेळोवेळी याविषयीची टिपणं काढायला आणि आपल्या सहकाऱ्यांशीही बोलायला सांगितलं. तिला हिलरी हे आपल्याला कशासाठी सांगते आहे हे न कळल्यामुळे तिनं हिलरीला तसं विचारलं. यावर हिलरीचं थंड उत्तर 'बदला घेण्यासाठी' असं होतं! अगदी पहिल्यापासूनच हिलरीच्या स्वभावाचं हे वैशिष्ट्य

होतं. ती अडचणीत सापडली की त्यातून बाहेर येत असताना शक्य तितका आक्रमक पवित्रा धारण करत असे. आपला बचाव इतर मार्गांनी करणं तिला मान्यच नसे. कालांतरानं हिलरीनं आपल्या या भूमिकेत जरा बदल करून सौम्यपणाचं धोरण स्वीकारण्याचा प्रयत्न केला, याचा उल्लेख मात्र केला पाहिजे. तसंच तिनं आपल्या मनातल्या काही गोष्टी टाईप करून ठेवल्या.

आरोग्यसेवांच्या संदर्भातल्या अपयशामुळे हिलरी मनातून खचली. तिच्या रिपब्लिकन विरोधकांनी हिलरीचं अपयश हे प्रामुख्यानं बिलचं अपयश असल्याचा जोरदार प्रचार केला. अर्थातच त्यांना याचा राजकीय फायदा मिळवायचा होता. त्यानुसार व्यूहरचना आखून रिपब्लिकन पक्षानं १९९४ सालच्या अमेरिकी संसदेसाठीच्या निवडणुकीमध्ये जोरदार फायदा उठवला. डेमोक्रॅटिक पक्षानं हाउस ऑफ रिप्रेझेंटेटिव्ह्जमधल्या सुमारे पन्नास तर सिनेटमधल्या आठ जागा गमावल्या. यामुळे १९५४ सालानंतर प्रथमच अमेरिकी संसदेच्या या दोन्ही सभागृहांवर रिपब्लिकन पक्षाचं वर्चस्व निर्माण झालं. आरोग्यसेवांशी संबंधित असलेल्या विधेयकाचं अपयश, कराच्या दरांमध्ये बिलनं केलेली वाढ, अमेरिकी नागरिकांना सहजपणे अग्निशस्त्रं बाळगता येऊ नयेत यासाठी त्यानं केलेल्या तरतुदी, अशा कारणांचा यात हात होता. आपोआपच बिलला अमेरिकी संसदेमध्ये असलेल्या पाठिंब्यामध्ये आणि मताधिक्यामध्ये घट झाली. आता तर साधीसुधी विधेयकं संमत करणंही कठीण होण्याची दाट शक्यता होती. बिल आणि हिलरी यांनी या परिस्थितीला आपण जबाबदार असल्याची समजूत करून घेतली आणि दोघंही खासगीत दुःखात बुडाले. अशा वेळी इतरांनीच त्यांना धीर देण्याची गरज होती. हिलरीला तिच्याबरोबर काम करत असलेल्या लोकांनी पुन्हा आत्मविश्वासाकडे वाटचाल करण्याच्या दृष्टीनं मदत केली. हिलरीनं बिलला पुन्हा आनंदी बनवण्यासाठी जवळचे मित्र आणि इतर लोक यांच्या भेटीगाठी आयोजित करण्याकडे लक्ष वळवलं. तरीसुद्धा हिलरीचा खिन्नपणा जात नसल्यामुळे १९९४ सालच्या नोव्हेंबर महिन्यात आपण सार्वजनिक आयुष्यातून जवळपास पूर्णपणे बाजूला व्हायच्या विचारात असल्याचं तिनं आपल्या अगदी जवळच्या दहा महिला सहकाऱ्यांना एका बैठकीत सांगितलं. त्यांना हिलरीचा हा निर्णय अजिबात मान्य नव्हता. हिलरीनं या तात्पुरत्या परिस्थितीकडे दुर्लक्ष करून आपल्या मार्गावर चालत राहिलं पाहिजे, असं त्यांनी सांगितलं.

हळूहळू हिलरीमधलं चैतन्य परतलं. तिचा हरवलेला आत्मविश्वासही पुन्हा दिसायला लागला. आपण महत्त्वाच्या मुद्द्यांना धरून आपल्या विरोधकांशी लढलंच पाहिजे, याची तिला नव्यानं जाणीव झाली. उदाहरणार्थ संसदेच्या हाउस ऑफ रिप्रेझेंटेटिव्ह्ज या सभागृहाचा अध्यक्ष झालेल्या रिपब्लिकन नेत्यानं केंद्र सरकारकडून अविवाहित तरुण मातांना दिला जाणारा मदतनिधी बंद करून त्याऐवजी हा निधी

अनाथालयं उभी करण्यासाठी वापरावा, असा प्रस्ताव मांडला. ज्या आयांना आपली मुलं वाढवण्यामध्ये आर्थिक अडचणी येतात, त्यांना हे पैसे मिळतील असं त्याचं म्हणणं होतं. यामुळे आपोआपच अविवाहित मातांचं प्रमाण कमी होईल आणि सरकारचा वाया जात असलेला पैसा वाचेल, असं त्याचं तर्कशास्त्र होतं. हिलरी यामुळे भयानक संतापली. हा प्रस्ताव निव्वळ मूर्खपणाचा असल्याचं मत तिनं व्यक्त केलं. यानंतर तिनं न्यूजवीक नियतकालिकासाठी लिहिलेल्या एका लांबलचक लेखामध्ये आपलं म्हणणं विस्तारानं मांडलं. मुलांची वाढ आपल्या कुटुंबाबरोबर राहूनच जास्त चांगल्या पद्धतीनं होते आणि आई-वडील निव्वळ गरीब असल्यामुळे मुलांना याला मुकावं लागणं एकदम चुकीचं असल्याचं तिनं लिहिलं. १९९५ सालच्या जानेवारी महिन्यात हिलरीवर निरनिराळे आरोप करणाऱ्या रिपब्लिकन नेत्याच्या अडुसष्ट वर्षं वयाच्या आईनं आपल्या मुलाच्या मतांशी आपण सहमत नसल्याचं; म्हणजेच हिलरीचं मत बरोबर असल्याचं सांगितलं.

व्हाईट हाउसमधल्या कामांमधून जरा अंग काढून घेत हिलरीनं पाच दक्षिण आशियाई देशांचा दौरा केला. महिला आणि लहान मुलं यांच्या हक्कांसंबधी ती या दौऱ्यामध्ये बरंच बोलली. अनेक वरिष्ठ नेत्यांबरोबर तिच्या बैठका झाल्या. आता पंधरा वर्षं वय असलेली चेल्सीसुद्धा तिच्याबरोबर होती. काही इस्पितळं आणि शाळा यांना हिलरी आणि चेल्सी यांनी भेट दिली. भारतात एका शाळेतल्या मुलीनं लिहिलेल्या कवितेमुळे हिलरी खूप प्रभावित झाली आणि त्या मुलीच्या परवानगीनं तिनं ही कविता आपल्या एका भाषणात पेरली. एकूणच हिलरी आता महिला आणि लहान मुलं या विषयांवर आपलं लक्ष केंद्रित करत असल्याचं आणि यामुळे तिची नवी उजळ प्रतिमा निर्माण होत असल्याचं 'न्यूयॉर्क टाईम्स'नं म्हटलं. खरं म्हणजे सुरुवातीला हिलरीला या विषयामध्ये फारसा रस नव्हता; पण आरोग्यसेवांच्या संदर्भातल्या अपयशामुळे आता ती नाइलाजानं या मुद्द्यांकडे वळली.

१९९५ सालच्या एप्रिल महिन्यात अमेरिकेच्या ओक्लोहोमा शहरात भीषण बॉम्बस्फोट झाला. त्यात एकोणीस लहान मुलांसह एकशे अडुसष्ट लोक ठार झाले. बिलनं या प्रकरणात जनतेचं सांत्वन केलं. यात हिलरीनं त्याला चांगली साथ दिली. याखेरीज हिलरीनं आता वर्तमानपत्रं आणि नियतकालिकं यांच्यासाठी एक 'सिंडिकेटेड' सदर लिहायला सुरुवात केली. म्हणजेच हिलरीनं एकदाच लिहिलेला लेख अनेक ठिकाणी छापून यायला लागला. त्यात तिनं वयस्कर आणि प्रौढ स्त्रियांनी स्तनाच्या कर्करोगासाठीची तपासणी नियमितपणे करून घेण्यासंबंधी बरीच जनजागृती केली. तसंच सद्दाम हुसेननं कुवेत बळकावल्यानंतरच्या आखाती युद्धामधून परतलेल्या अमेरिकी सैनिकांची बाजू तिनं मांडायला सुरुवात केली. यामधल्या काही जणांना निरनिराळे आजार झाले होते आणि काहींची परिस्थिती बिकट होती. त्यांना सरकारनं

मदत केली पाहिजे, असा आग्रह हिलरीनं धरला.

१९९५ सालच्या सप्टेंबर महिन्यात संयुक्त राष्ट्रसंघाच्या महिलांसाठीच्या चौथ्या जागतिक परिषदेमध्ये अमेरिकेच्या पथकाचं नेतृत्व करण्याची जबाबदारी हिलरीकडे आली. ही खूप मानाची परिषद मानली जाई. यातला अत्यंत अवघड मुद्दा म्हणजे ही परिषद चीनच्या बीजिंग शहरात होती. अमेरिका आणि चीन यांच्यामधले संबंध पूर्वीपासूनच ताणलेले होते. तसंच चीनच्या मानवी हक्कांच्या पायमल्लीविषयीच्या बातम्या तर जगजाहीर होत्या. त्यातच चीननं मानवी हक्कांसाठी लढणाऱ्या एका अमेरिकी-चिनी कार्यकर्त्याला तुरुंगात टाकल्यामुळे परिस्थिती अजून चिघळली होती. त्याच वर्षी जून महिन्यात अमेरिकेत योग्य व्हिसा मिळवून चीनमध्ये प्रवेश करू पाहणाऱ्या या कार्यकर्त्याला विमानतळावरच डांबून ठेवण्यात आलं. त्याच्यावर चीनमध्ये हेरगिरी करण्याचे आणि चिनी सरकारची गुप्त माहिती चोरून ती अमेरिकेला पुरवण्याचे आरोप ठेवण्यात आले. हिलरीच्या परिषदेच्या अगदी थोडंच आधी या कार्यकर्त्यावर ठेवलेले आरोप योग्य असल्याचं आणि त्याची शिक्षा म्हणून त्याला अमेरिकेत परत पाठवून देणार असल्याचं चीननं जाहीर केलं. अशा परिस्थितीत हिलरीनं चीनला जाणं योग्य ठरेल का याविषयी काही जणांनी निरनिराळी मतं प्रदर्शित केली. हिलरीनं मात्र आपण गेलंच पाहिजे, अशी ठाम भूमिका घेतली.

५ सप्टेंबरला हिलरीचं भाषण होतं. एकंदर एकशेऐंशी देशांचे प्रतिनिधी हजर असलेल्या या ठिकाणी भाषण करताना हिलरी जरा तणावाखालीच होती. भाषण सुरू केल्यावर मात्र तिचा हा तणाव पूर्णपणे दूर झाला. स्त्रियांचे हक्क आणि मानवी हक्क यांच्यातच मुळात फरक करता कामा नये, असं तिनं ठासून सांगितलं. लहान मुलं/मुली आणि स्त्रिया यांच्यावर जगभरात निरनिराळ्या प्रकारे होत असलेल्या अन्यायाच्या आणि अत्याचारांच्या विरोधात तिनं वीस मिनिटं रान उठवलं. यात लहान मुलं उपाशी राहण्यापासून स्त्रीभ्रूणहत्येपर्यंत आणि हुंडाबळींपासून युद्धाच्या परिस्थितीत स्त्रियांवर होत असलेल्या अनन्वित बलात्कारांपर्यंत अशा सगळ्या मुद्द्यांचा समावेश होता. हे सगळं बंद झालंच पाहिजे आणि मानवी हक्क म्हणजेच स्त्रियांचे हक्क कायमस्वरूपी जपलेच पाहिजेत, अशी घोषणा तिनं केली. हिलरीचं भाषण सुरू असताना प्रेक्षकांमधून टाळ्या आणि बाकं वाजवून दाद दिल्याचे आवाज अशा मार्गांनी पावती मिळत होती. हिलरीचं भाषण संपल्यावर अनेक जण तिच्यापाशी जमून तिचं अभिनंदन करत होते. काही जण तिला स्पर्श करता यावा यासाठी धडपडत होते. चिनी माध्यमांनी मात्र हिलरीच्या या गाजलेल्या भाषणाकडे पूर्णपणे दुर्लक्ष केलं. सरकारनं माध्यमांवर लावलेल्या निर्बंधांमुळे कुठंही हिलरीच्या भाषणाची दखल घेण्यात आली नाही. चीनबाहेर हिलरीच्या भाषणाचं भरपूर कौतुक झालं. 'न्यूयॉर्क टाईम्स'नं आपल्या अग्रलेखात 'सार्वजनिक आयुष्यातला बहुधा हिलरीचा

हा सर्वोत्तम क्षण' असल्याचं म्हटलं.

चीनमधल्या या भाषणामुळे हिलरीचा परतलेला आत्मविश्वास आणि लोकांच्या नजरेतून तिची वधारलेली प्रतिमा यांचा फायदा उठवण्यासाठी तिच्या सहायकांनी व्यूहरचना आखली. हिलरीनं अशा कार्यक्रमांमध्ये भाषणं करणं, माध्यमांशी या विषयांवर संवाद साधणं, महिला आणि लहान मुलं यांच्या संदर्भात काम करणाऱ्या संघटनांच्या कार्यक्रमांमध्ये सहभागी होणं, त्यांच्या कामाशी प्रत्यक्ष-अप्रत्यक्षपणे जोडलं जाणं, अशा गोष्टी करण्यावर भर देण्यात आला. तिची जनमानसातली प्रतिमा सुधारण्याच्या दृष्टीनं तिनं महिलांसाठीच्या नियतकालिकांच्या संपादकांना भेटून मुलाखती देणं, अशा प्रकारच्या टीव्ही आणि रेडिओ कार्यक्रमांमध्ये सहभागी होणं, अशा गोष्टी करण्यात आल्या. दुर्दैवानं हिलरीला या गोष्टी करण्यामध्ये अडचणी येत राहिल्या. पूर्वीची प्रकरणं अजूनही तिचा पिच्छा सोडण्याची चिन्हं दिसतच नव्हती.

आता माजी न्यायाधीश केनेथ स्टार हा बिल आणि हिलरी यांच्या तथाकथित गैरव्यवहाराच्या आणि भ्रष्टाचाराच्या प्रकरणांचा तपास करण्यासाठी नेमण्यात आला होता. स्टारनं सगळ्या अंगांनी अभ्यास करून बिल आणि हिलरी यांची जबानी घेतली. बिलनं आपल्या नेहमीच्या खेळकरपणाच्या आविर्भावात स्टारच्या प्रश्नांना उत्तरं दिली असली तरी हिलरीला मात्र हे जमलं नाही. स्टारच्या थेट आणि भेदक प्रश्नांनी ती अस्वस्थ होत असे. रिपब्लिकन पक्षानं जाणूनबुजून आपलं चारित्र्यहनन करण्यासाठीच हे डावपेच लढवले असल्याची तिची पक्की खात्री होती. म्हणूनच 'गेल्या वीस वर्षांमध्ये आम्ही दिलेल्या प्रत्येक धनादेशाची तपासणी आणि अगदी क्षुल्लक कारणांसाठी आमच्या जवळच्या लोकांचा जवळपास छळ करण्याचं हे षड्यंत्र रचण्यात आल्याचं तिचं म्हणणं होतं. हे कमी म्हणून की काय; पण अमेरिकी सिनेटनंही आता क्लिंटन दांपत्याची वेगळी चौकशी सुरू केली. स्टार आणि सिनेटची समिती यांनी बिल आणि हिलरी यांना पार भंडावून तर सोडलंच; पण त्याशिवाय त्या दोघांच्या जवळच्या लोकांनाही या प्रकरणात या ना त्या प्रकारे गोवण्यात आलं. साहजिकच या सगळ्या लोकांना वकिली सल्ले घेणं भाग पडलं. यासाठीचा प्रचंड खर्च त्यांना स्वतःच करावा लागला. हताशपणे बिल आणि हिलरी यांना हे बघत राहावं लागलं. याचं कारण म्हणजे त्यांनी कुठलंही भाष्य केलं असतं किंवा याविषयी काही लिखित स्वरूपात दिलं असतं तर त्यांच्या जबानीचाच हा एक भाग समजला गेला असता. खास करून हिलरीला स्वतःवर प्रचंड नियंत्रण ठेवावं लागलं. उफाळून वर येत असलेला राग आतमध्ये दाबून ठेवणं तिला खूप जड जाई; पण दुसरा पर्याय नसल्यामुळे निमूटपणे ती गप्प बसे.

१९९५ साल आता संपत आलं होतं. या चौकश्यांमुळे हिलरी पार वैतागून

गेली असली तरी तिचं आयुष्य तसं शांत होतं. बिलसमोरच्या प्रश्नांची मालिका मात्र अजिबात संपत नव्हती. अमेरिकी संसदेनं बिलच्या सरकारनं मांडलेला अर्थसंकल्प संमत करायला नकार दिला. यामुळे संकट उभं राहिलं. एक तात्पुरता अर्थसंकल्प संमत करण्यात आला; पण त्याची अल्पमुदत लगेचच संपली. यामुळे सरकारकडे आता खर्च करण्यासाठी रक्कमच शिल्लक राहिली नसल्याचा अभूतपूर्व प्रसंग उभा ठाकला. रिपब्लिकन पक्षानं बिलची पुरती कोंडी करण्याचा निश्चय केल्यामुळे आणि संसदेच्या दोन्ही सभागृहांवर त्यांचं वर्चस्व असल्यामुळे हा गोंधळ माजला होता. १६ डिसेंबर १९९५ ते ६ जानेवारी १९९६ या काळात तर फक्त अत्यावश्यक सरकारी सेवाच सुरू राहिल्या. इतर कुणाचे पगार देण्यासाठी सरकारकडे निधी नसल्यामुळे त्यांना कामावर येऊ नका असं सांगण्यात आलं. त्यांचं काम कुणीतरी करणं आवश्यक असल्यामुळे त्यांच्या जागी काही कंत्राटी तत्त्वावरच्या लोकांना थोड्या दिवसांसाठी नेमण्यात आलं. याच काळात इतर कुणाला अजिबात कल्पना नसताना बावीस वर्षीय मोनिका लुईन्स्की या युवतीला व्हाईट हाउसमध्ये नेमण्यात आलेलं असताना राष्ट्रपती बिल क्लिंटनला भेटण्याची संधी मिळाली. नंतर तिच्यामुळे निर्माण झालेलं वादळ बिल आणि हिलरी यांची पुरती ससेहोलपट करणारं ठरलं.

या सुमाराला हिलरी आपल्या 'It Takes a Village : And other Lessons Childern Teach Us' या नावाच्या पहिल्या पुस्तकाच्या प्रकाशनासाठीची जोरदार तयारी करत होती. तेवढ्यात पुन्हा एकदा घोळ झाला. हिलरीची आर्थिक घोटाळ्यांविषयीची चौकशी सुरू असताना तिनं दिलेल्या साक्षीला खोटं ठरवणारी काही कागदपत्रं सापडली. परत एकदा संशयाची सुई हिलरीकडे वळली. जाणूनबुजून हिलरी माहिती लपवते तसंच खोटं बोलते, हा तिच्यावर सातत्यानं होत असलेला आरोप परत एकदा व्हायला लागला. लगेचच 'टाईम' या नियतकालिकानं हिलरी अगदी भयानक दिसत असलेलं छायाचित्र मुखपृष्ठावर छापलं. 'न्यूजवीक' या नियतकालिकानं हिलरी 'संत की पापी?' असा प्रश्न आपल्या मुखपृष्ठावर हिलरीच्या छायाचित्राखाली विचारला. 'न्यूयॉर्क टाईम्स'मध्ये सदर लिहिणाऱ्या एका परंपरावादी लेखकानं मात्र या सगळ्यावर कडी करून 'आपली फर्स्ट लेडी जन्मतःच खोटारडी असल्याचं कटू सत्य अमेरिकी जनता नाइलाजानं स्वीकारत आहे' अशा स्पष्ट शब्दांमध्ये हिलरीची निर्भर्त्सना केली. यावर जेव्हा बिलला प्रतिक्रिया विचारण्यात आली तेव्हा त्यानं 'मी जर राष्ट्रपतिपदावर नसतो तर प्रस्तुत लेखकाच्या नाकावर ठोसा मारून मी याचं जोरदार प्रत्युत्तर दिलं असतं,' असं म्हटलं.

या सगळ्या गोष्टी अगदी चुकीच्या वेळी घडल्या. हिलरी आपल्या पुस्तकाच्या प्रकाशनासाठी आणि त्याच्या प्रसिद्धीसाठी उत्सुक होती. अनेक ठिकाणी पुस्तक प्रकाशनाचे आणि तिच्या मुलाखतीचे कार्यक्रम आयोजित करण्यात आले होते.

झाडून सगळ्या माध्यमांनी तिच्यावर झोडून टीका केल्याच्या पार्श्वभूमीवर मात्र आपल्या पुस्तकाचं आणि त्यासंबंधीच्या कार्यक्रमांचं काय होणार याची तिला पूर्ण कल्पना होती. तरी नाइलाजानं तिनं आपले हे दौरे पूर्ण केले. तिला लहान मुलं, स्त्रिया, कुटुंब, समाज या गोष्टींविषयी बोलायचं असलं तरी जवळपास सगळीकडे तिला तिच्या तथाकथित भ्रष्टाचाराविषयी आणि त्याच्याशी संबंधित सुरू असलेल्या झाडाझडतीविषयीच जास्त विचारणा झाली. कुठल्याही प्रश्नाला बगल देण्याचा प्रयत्न तिच्याकडून झाला असता तरी माध्यमांनी तिला सोडलंच नसतं. यामुळे निमूटपणे आपलं डोकं शांत ठेवत तिनं शक्य तितक्या सौम्य शब्दांमध्ये आपली क्षीण बाजू मांडण्याचा प्रयत्न करून बघितला. एकदा मात्र तिच्या सोशिकपणाचा अंत झाला. एक मुलाखत झाल्यानंतर तिला रडू फुटलं. आपण हे सगळं आणखी किती काळ सहन करू शकणार, असा प्रश्न तिनं आपल्या जवळच्या सहकाऱ्याला विचारला आणि ती स्फुंदून रडतच राहिली. काही काळानंतर ती शांत झाली आणि लढत राहण्यावाचून आपल्यासमोर दुसरा पर्याय नसल्याची जाणीव तिला परत एकदा नव्यानं झाली.

क्लिंटन दांपत्याला व्हाईट हाउसमध्ये सुखानं राहणं अशक्य व्हावं अशी परिस्थिती निर्माण झाली होती, हेच खरं!

◆

लज्जास्पद घटनाक्रम

लवकरच बिल आणि हिलरी यांची 'व्हाईटवॉटर' प्रकरणासंबंधीची चौकशी करण्यासाठी नेमण्यात आलेल्या केनेथ स्टार या न्यायाधीशानं हिलरीला 'फेडरल ग्रँड ज्यूरी'समोर उभं राहण्याचं फर्मान सोडलं. याचा अर्थ, काही मान्यवर नागरिकांचा समावेश असलेल्या एका समितीसमोर हिलरीनं चौकशीसाठी उभं राहणं गरजेचं होतं. तिनं दिलेली जबानी आणि या समितीनं तपासलेले पुरावे यांच्या आधारे हिलरीवर गुन्हा दाखल करावा का नाही, हे ठरवलं जाणार होतं. जर तिनं आपल्याकडची कुठली कागदपत्रं दडवून ठेवल्याचं किंवा ती मुद्दाम उशिरा सादर केल्याचं सिद्ध झालं, तर तिनं या प्रकरणाच्या तपासामध्ये मुद्दाम अडचणी आणल्या असल्याचा ठपका तिच्यावर ठेवणं यामुळे शक्य झालं असतं. अमेरिकेच्या इतिहासात 'फर्स्ट लेडी'ला अशा प्रकारच्या मानहानीकारक चौकशीला सामोरं जावं लागण्याची ही पहिलीच वेळ होती. हे टाळण्यासाठी हिलरीची चौकशी व्हिडिओद्वारा किंवा ती व्हाईट हाउसमध्ये असतानाच करण्यासंबंधीच्या बऱ्याच हालचाली तिच्या वकिलांनी करून बघितल्या; पण स्टार त्यांचं काहीएक ऐकायला तयार नव्हता. त्यानं आपला हट्ट कायम ठेवला. हिलरीनं न्यायालयात हजेरी लावूनच या चौकशीची पूर्तता केली पाहिजे, असं फर्मान त्यानं जारी केलं. म्हणजेच माध्यमांचे प्रतिनिधी आणि इतर लोक यांची नजर चुकवून ही जबानी घेतली जाणं आता अशक्य होऊन बसलं.

न्यायालयात चार तास हिलरीची चौकशी झाली. तिनं कागदपत्रं मुद्दाम लपवून ठेवली होती का; त्या कागदपत्रांचं तिनं नंतर काय केलं अशा अनेक प्रश्नांची तिच्यावर सरबत्ती झाली. ही चौकशी संध्याकाळी उशिरा संपल्यानंतर माध्यमांचे प्रतिनिधी तिची न्यायालयाबाहेर वाटच बघत होते. त्यांनी हिलरीला ती ठीक आहे का असं विचारल्यावर 'आजचा दिवस खूपच मोठा होता' असं उत्तर तिनं दिलं. यावर 'न्यायालयाऐवजी आज आपण दुसरीकडे कुठंतरी असायला हवं होतं असं

वाटतं का?' असं विचारल्यावर 'अर्थातच ... अशी लाखो ठिकाणं आहेत ...' असं उत्तर तिनं दिलं. याच्या जोडीला अमेरिकी सिनेटच्या समितीकडून सुरू असलेल्या चौकशीसमितीचा दहा हजार पानांचा अहवालही पूर्ण झाला. जवळपास दोनशे लोकांच्या मुलाखती घेऊनसुद्धा यातून काहीच निष्पन्न होऊ शकलं नाही. अखेर या समितीनं क्लिंटन दांपत्यावर कसला ठपका ठेवला नाही. डेमोक्रॅटिक पक्षानं लगेचच रिपब्लिकन पक्षावर क्लिंटन दांपत्याशी सूडबुद्धीनं वागून जाणूनबुजून त्याला अडचणीत आणण्याचा प्रयत्न केल्याचा आरोप केला. रिपब्लिकन पक्षानं मात्र क्लिंटन दांपत्यानं आपल्याकडचे पुरावे दडवून आणि समितीची दिशाभूल करून या संकटातून आपली कशीबशी सुटका करून घेतली असल्याचा दावा केला. बहुतेक जणांना मात्र क्लिंटन दांपत्याविषयी सहानुभूती वाटत असल्याचं दिसून आलं. तसंच खास करून हिलरीला लक्ष्य करून तिच्यावर विलक्षण आक्रमकपणे विरोधक विनाकारणच तुटून पडत असल्याचं त्यांचं मत पडलं. सर्वेक्षणांमध्ये अमेरिकी जनता या प्रकरणांना फार महत्त्व देत नसल्याचं आणि जरी त्यात तथ्य आढळलं तरी बिललाच मत द्यायला ती उत्सुक असल्याचं आढळून आलं. तरीसुद्धा हिलरीची प्रतिमा या घटनाक्रमानं आणखी डागाळली, हे नक्कीच.

आधीपासूनच हिलरी खूप आक्रमक आणि स्वतःचं खरं करणारी असल्याचं अनेक जणांना वाटे. आता त्यांचं हे मत आणखी पक्कं झालं. कित्येक जणांनी तर हिलरीचा विषय नुसता चघळत ठेवण्यातच धन्यता मानली. प्रसिद्ध 'न्यूयॉर्कर' या नियतकालिकातल्या एका लेखात याचा स्पष्ट उल्लेख 'घोड्यांच्या शर्यतींप्रमाणेच हिलरी क्लिंटन हा लोकांच्या गावगप्पांचा विषय झाला आहे' असं त्याचं अचूक शब्दांमध्ये वर्णन केलं. 'हिलरीला काहीही करून अडचणीत आणायचं आणि तिच्यावर विलक्षण दबाव टाकायचा, असा स्टार आणि सिनेट समिती यांचा अगदी स्पष्ट हेतू होता', असं भाष्य बिलनं नंतर केलं. 'ती यातून तावूनसुलाखून बाहेर पडेल असा आत्मविश्वास तिच्याबरोबर पंचवीस वर्षं काढल्यानंतर आपल्याला होता,' अशी पुस्तीही त्यानं जोडली. एखाद्या स्त्रीनं एकदम कणखर आणि स्वतःच्या निर्णयांवर ठाम असणं अनेक पुरुषांना रुचत नसलं तरी आपलं तिच्यावरचं प्रेम ज्या अनेक कारणांसाठी आहे त्यामधलं हे एक मुख्य कारण असल्याचंही विधान त्यानं केलं.

१९९६ सालच्या राष्ट्रपतिपदाच्या निवडणुकीसाठी डेमोक्रॅटिक पक्षाच्या वतीनं बिलची उमेदवारी जवळपास पक्की असली तरी रिपब्लिकन पक्षाच्या बॉब डोलच्या रूपानं त्याच्यासमोर आव्हान होतं. डोलनं बिल आणि हिलरी यांच्या आरोग्यसेवांच्या विधेयकाला जोरदार विरोध केला होता. आता हिलरीनं बिलच्या प्रचारात खूप जास्त मोठ्या प्रमाणावर सहभाग न घेता 'लो प्रोफाईल' राहायचं ठरवलं होतं. कित्येक

जण हिलरीमुळे बिलचं विलक्षण नुकसान झालं असल्याचं मत व्यक्त करत. आरोग्यसेवांशी संबंधित असलेल्या विधेयकामधलं अपयश आणि हिलरीच्या आर्थिक घोटाळ्यांमुळे बिल अडचणीत येणार असं त्यांना वाटे. खरं म्हणजे बिलला हिलरीच्या मदतीची फारशी गरजच नव्हती. डेमोक्रॅटिक पक्षामधून उमेदवारी मिळवण्यासाठी बिलसमोर कुणाचंच आव्हान नव्हतं. तसंच अमेरिकी अर्थकारण सुधारलं असल्याचा फायदा बिलला मिळण्याची दाट शक्यता होती. याखेरीज अमेरिकेमधल्या गुन्हेगारीमध्ये झालेली घट, तसंच तंत्रज्ञान क्षेत्रामधली प्रगती यांच्यामुळेही बिलची सरशी व्हायची चिन्हं दिसत होती. दरम्यान चेल्सीनं उच्च शिक्षणासाठी कुठे प्रवेश घ्यावा यावर हिलरीनं बराच विचार केला. अनेक विद्यापीठांना ती चेल्सीसह भेट देऊन आली. कॅलिफोर्निया राज्यामधल्या पालो आल्टो इथल्या स्टॅनफर्ड विद्यापीठाला चेल्सीनं पहिली पसंती दिली. वॉशिंग्टनपासून हे खूप लांब असल्यामुळे तिनं या निर्णयाचा फेरविचार करावा, अशी हिलरीची इच्छा असली तरी चेल्सीला मात्र तिथंच जावंसं वाटत होतं. यामुळे हिलरी आणि बिल यांचा नाइलाज झाला.

१९९६ सालच्या राष्ट्रपतिपदाच्या निवडणुकीसाठी पुन्हा एकदा उद्योगपती रॉस पेरॉ यानं अपक्ष उमेदवार म्हणून रिंगणात उतरायचं ठरवलं. त्याला याही खेपेला मतदारांनी तुलनात्मकरीत्या बरा प्रतिसाद दिला. एकूण मतांपैकी ८% मतं त्याच्या वाट्याला आली. बिलनं ४९% मतं मिळवून आणखी चार वर्षांसाठी राष्ट्रपतिपदावर आपली मोहोर उमटवली. रिपब्लिकन पक्षाचा कट्टर विरोधी उमेदवार बॉब डोल यानं सातत्यानं क्लिंटन दांपत्यावर कडाडून टीका केली असली तरी मतदारांनी बिलच्या बाजूनं आपला कौल दिला. बिलच्या पहिल्या कार्यकालापेक्षा पूर्णपणे वेगळी भूमिका त्याच्या दुसऱ्या कार्यकालात निभावण्याचं हिलरीनं ठरवलं होतं. आता ती स्त्रिया, मुलं आणि कुटुंबं यांच्याशी निगडित असलेल्या प्रश्नांना आपला बव्हंशी वेळ देणार असं ठरलं.

अधूनमधून बिल आणि हिलरी यांच्यामध्ये उडत असलेले खटके आणि त्यांचे बिघडलेले वैवाहिक संबंध यांच्याविषयीच्या बातम्या छापून येत असत. तरीसुद्धा 'हे कुठल्याही घरात घडतं आणि त्यात काही खास वेगळं नाही', असं हिलरी म्हणाली. 'अजूनही बिल खोलीत आला की त्याचा राजबिंडा चेहरा बघून आपण खूश होतो' असं विधान तिनं केलं. बिलनं तर आपल्यामध्ये यापूर्वी एकमेकांविषयी कधीच नव्हतं एवढं सामंजस्य आता असल्याचं आपल्या एका जवळच्या मित्राला सांगितलं. हा मित्र बिलशी नुसता गप्पा मारायचा असं नाही; तर बिलच्या कार्यकालाची इतिहासात व्यवस्थित नोंद व्हावी यासाठी तो काम करत होता. म्हणजेच मुलाखती आणि इतर घडामोडी यांचे तपशील टिपून ठेवण्याचं त्याचं काम होतं. सातत्यानं आपल्यावर टीका झाली तर एक तर आपण कोलमडून पडतो किंवा निर्धारानं उभं

राहतो, असं बिलचं मत होतं. हिलरीवर आणि आपल्यावरही असाच टीकेचा भडिमार झाल्यानंतर आपण अशाच निर्धारानं उभं राहिलो असल्याचं बिलनं त्याला सांगितलं.

बिलची अमेरिकी राष्ट्रपतिपदी फेरनिवड झाल्यानंतर हिलरीसह त्यानं ऑस्ट्रेलिया, फिलिपिन्स आणि थायलंड या देशांचे अधिकृत दौरे केले. या दौऱ्यांमध्ये दोन वेळा हिलरीच्या विधानांमुळे नव्यानं वादळ माजलं. पहिल्यांदा ऑस्ट्रेलियामध्ये एका मुलाखतीत आपण अमेरिकी राष्ट्रपतीची पत्नी म्हणून वावरताना जवळपास अक्कलशून्य आणि स्वतःचं कुठलंही मत नसल्यासारखं थंडपणे लोकांसमोर येऊ शकलो तरच आपल्याबद्दल लोक चांगलं बोलतात, असं ती म्हणाली. यातून तिचा अहंकार दिसून येतो; तसंच ती आत्तापर्यंतच्या अमेरिकी राष्ट्रपतींच्या पत्नींविषयीही या निमित्तानं तोंडसुख घेत आहे, असं काही टीकाकार म्हणाले. यानंतर दुसऱ्या एका मुलाखतीत आपण चांगले बदल घडवून आणण्यासाठी नुसतेच पडद्यामागे राहणार नसून, प्रत्यक्षात एखादी अधिकृत भूमिका किंवा एखादं अधिकृत पद स्वीकारणार असल्याचं सूतोवाच तिनं केलं. यामुळे लगेचच तिच्या विरोधकांच्या परजलेल्या तलवारी म्यानातून बाहेर आल्या. तिच्या सहायकांनी लगेचच हे ओळखून हिलरीच्या म्हणण्याचा विपर्यास केला जात असल्याचं आणि ती निव्वळ मदतनिसाची भूमिकाच निभावू इच्छित असल्याचं स्पष्टीकरण दिलं. अमेरिकेमध्ये रिपब्लिकन नेत्यांनी मात्र खवचटपणे 'आपल्याला समाजाच्या भल्यासाठी हिलरी क्लिंटनच्या नुकसानदायी बाळबोध प्रेमाची गरज नाही' असं सांगून तिला कसलीही लुडबूड करण्यापासून परावृत्त केलं.

अमेरिकेमध्ये परतल्यावर आपल्याला माध्यमांकडून आणि विरोधकांकडून मिळत असलेल्या वागणुकीबद्दल आणि आपल्या बोलण्या-वागण्याच्या लावल्या जाणाऱ्या चुकीच्या अर्थांबद्दल हिलरीनं आपल्या जवळच्या मैत्रिणीपाशी खंत व्यक्त केली. फिलिपिन्सच्या मनिला शहरामध्ये आपलं भाषण ऐकण्यासाठी पंधरा हजार लोकांनी गर्दी केल्याचं आणि सगळीकडेच आपलं उत्स्फूर्त स्वागत झाल्याचं सांगून आपल्या मायदेशी मात्र आपल्याकडे लोक आक्रस्ताळी, आक्रमक, स्वतःचं घोडंच पुढे दामटणारी बिनडोक स्त्री म्हणून बघतात याची खूप बोच तिला सलत होती. परदेशात असताना आपल्याकडे लोक महिलांचं आशास्थान म्हणून बघत असले तरी अमेरिकेत मात्र लोक आपल्याला पुरुषांमध्ये विनाकारण लुडबूड करू पाहणारी स्त्री मानतात, याची खंत तिनं व्यक्त केली. यावर हिलरीनं पत्रकारांशी आणि माध्यमांशी आणखी सौहार्दानं वागणं आणि ते सहजपणे जमत नसेल तर तसं चक्क कृत्रिमपणे करणं, हाच उपाय असल्याचा सल्ला तिच्या मैत्रिणीनं तिला दिला. पत्रकारांचं पोट हे दररोज काहीतरी नवं लिहिण्यावर अवलंबून असतं आणि त्यांनी

आपल्या विरोधात लिहावं का आपल्या बाजूनं लिहावं, हे आपणच ठरवू शकतो असं ती म्हणाली.

हिलरीला मात्र यानं काहीएक फरक पडला नाही. आपण आहोत तसेच राहणार, वागणार, बोलणार आणि इतरांना त्याविषयी काय वाटतं याची फिकीर करणार नसल्याचं तिनं निक्षून सांगितलं. याचाच अर्थ आपल्यावर टीका होत राहिली तरी आपल्याला ते चालेल, असं तिला म्हणायचं होतं. आपल्याला पत्रकारांशी चांगलं वागता येणं अशक्य नाही, तसंच आपली केशरचना 'लोकांना हवी तशी' ठेवणंही आपल्याला सहजपणे जमण्यासारखं आहे; तरीसुद्धा आपल्याला ते पटण्यासारखं नसल्यामुळे आपण त्या भानगडीत पडणार नसल्याविषयी ती ठाम होती. आपण अनेक वर्षं या परिस्थितीशी तडजोड करून जुळवून घेतलं असल्याचं, आपली इच्छा नसूनसुद्धा क्लिंटन हे आडनाव स्वीकारल्याचं सांगून अशा असंख्य गोष्टींमध्ये बदल केल्याचाही फायदा होत नसेल तर त्याकडे दुर्लक्ष करणंच आपण पसंत करू, अशा निर्णयाप्रत ती आली होती. आपलं व्यक्तिमत्त्व एकदम सरळसोट नसल्यामुळे आपण इतरांप्रमाणे बाहुलीसारखे राहू-वागू शकत नाही यात आपला काय दोष, असा प्रश्न तिला पडे. लोकांनीही हे सत्य स्वीकारावं किंवा मग ते काय म्हणतात याच्याशी आपल्याला काही देणंघेणं नसल्याचं ती म्हणाली.

बिल आणि हिलरी यांच्या व्यक्तिमत्त्वामधल्या फरकांचाही हिलरीला त्रास सहन करावा लागे. बिल एकदम मोकळाढाकळा, हसऱ्या चेहऱ्याचा, सगळ्यांशी गप्पा मारायला उत्सुक असलेला होता. साहजिकच त्याला कुणाशीही संवाद साधण्यात अडचणी येत नसत. आपोआपच लोकांचं त्याच्याविषयीचं मत चांगलं होई. हिलरी मात्र मोकळ्याढाकळ्या गप्पाटप्पा मारणाऱ्यातली नव्हती. तिला स्वतःभोवती कोष विणून घ्यायला आणि त्यात राहायला आवडे. स्वतःशी तिचा जास्त संवाद चाले. दोन व्यक्तिमत्त्वांमधला हा फरक ओळखून त्यांना त्यानुसार राहण्याची मुभा द्यायला कुणीच तयार नव्हतं. हिलरीची 'फर्स्ट लेडी' म्हणून एका ठरावीक छापाची प्रतिमा असणं सगळ्यांना अपेक्षित होतं. त्या साच्यात ती बसत नसल्यामुळे सगळ्या अडचणी निर्माण होत होत्या. यामुळे हिलरीनं एक-दोन मुद्दे हाती घेऊन त्यात स्वतःला झोकून द्यावं, असं तिच्या खास मैत्रिणीनं तिला सुचवलं; पण आधीच्या अनुभवांमुळे यानं काही साध्य होणार नसल्याची खंत हिलरीनं व्यक्त केली. आपल्याकडे एक तर शोभेची बाहुली म्हणून बघितलं जाईल; किंवा आपण खरोखर काहीतरी भरीव करायला गेलो तर त्यात विरोधकांकडून असंख्य अडचणी निर्माण केल्या जातील याविषयी तिच्या मनात अजिबात शंका नव्हती. खरं म्हणजे हिलरीला लोकांसमोर भाषणबाजी करणं किंवा हिरिरीनं मुद्दे मांडणं अशा गोष्टींमध्ये फारसा रस नव्हता. तिला शांतपणे एखाद्या गोष्टीवर भरीव काम करणं, जास्त महत्त्वाचं वाटे.

तसंच हे काम आपल्याला जास्त चांगल्या प्रकारे जमू शकतं, अशी तिची धारणा होती. दुर्दैवानं अशा प्रकारची जबाबदारी आपल्याला कुणी देणार नाही याची पुरेपूर जाणीवही तिला असल्यामुळे तिची ही दोलायमान मानसिक अवस्था कायम राहिली होती. म्हणूनच आपल्या खास मैत्रिणीला तिनं 'मृत्युशय्येवर असताना आपण किमान स्वतःशी तरी प्रामाणिक राहिलो याचं समाधान मला वाटेल' अशा शब्दांमध्ये आपल्या मानसिकतेचं वर्णन केलं. म्हणजेच नुसती बाहुली बनून राहणं किंवा कृत्रिमपणे आपली खोटी प्रतिमा निर्माण करून ती सांभाळत राहणं आपल्याला जमणार नसल्याचं तिला सांगायचं होतं.

हिलरीची अशी अवस्था असताना दुसरीकडे बिलसंबंधीच्या नव्या प्रकरणांनी आगीत तेल ओतल्याचा प्रकार झाला. सुमारे तीन वर्षांपूर्वी पॉला कॉर्बिन जोन्स नावाच्या अर्कान्सॉ राज्याच्या माजी महिला कर्मचाऱ्यानं बिलवर लैंगिक शोषणाचे आरोप केले होते. बिल आता अमेरिकी राष्ट्रपती असल्यामुळे त्याच्यावर या प्रकरणी खटला चालवणं कितपत योग्य राहील, या संदर्भात एकवाक्यता नव्हती. १९९७ सालच्या मे महिन्यात; म्हणजेच बिलनं राष्ट्रपतिपदाची सूत्रं दुसऱ्यांदा हाती घेतल्याला जेमतेम चार महिने होत आल्यावर अमेरिकी सर्वोच्च न्यायालयानं या प्रकरणात आपला निकाल जाहीर केला. बिलवरचा खटला चालवला जाण्याला परवानगी देण्याचा हा निर्णय क्लिंटन दांपत्याच्या पोटात खड्डा पाडणारा होता, यात शंकाच नाही. १९९१मध्ये अर्कान्सॉ राज्याचा गव्हर्नर असताना एका हॉटेलच्या खोलीत बिलनं आपल्यावर लैंगिक संबंध ठेवण्यासाठी दबाव टाकल्याचं आणि आपलं शोषण केल्याचं या महिलेचं म्हणणं होतं. बिलनं मात्र पॉला जोन्सच्या या आरोपांचं साफ खंडन केलं. हा खटला एकदम क्लिष्ट होता. मुळात विद्यमान अमेरिकी राष्ट्रपतीवर लैंगिक छळ/शोषण प्रकरणी खटला चालवला जाण्याचा प्रकार अभूतपूर्व होता. तसंच लैंगिक शोषणाची या प्रकरणात नक्की कशी व्याख्या करायची हे स्पष्ट नव्हतं. बिल हा अर्कान्सॉचा गव्हर्नर असतानासुद्धा जर त्याच्याशी लैंगिक संबंध न ठेवण्यातून पॉला जोन्सचं काही नुकसान झालं नसतं, तर बिलची कृती नैतिकदृष्ट्या साफ चुकीची असूनसुद्धा लैंगिक शोषणाचा आरोप त्याच्यावर ठेवला जाणं योग्य नसल्याचं काही जणांचं मत होतं. जर पॉला जोन्सला आपली नोकरी जाण्याची किंवा कामाच्या ठिकाणी इतर त्रास सहन करण्याची भीती या प्रकरणामुळे वाटत असेल तरच हे लैंगिक शोषण ठरू शकलं असतं.

जोपर्यंत या प्रकरणाविषयी न्यायालय कोणतीच भूमिका घेत नव्हतं तोपर्यंत बिल आणि हिलरी यांच्या दृष्टीनं ही टांगती तलवार होती. सर्वोच्च न्यायालयानं बिलची चौकशी करण्यासाठीचा मार्ग मोकळा केल्यानंतर मात्र चित्र पार बदललं. आता बिलला या प्रकरणीच नव्हे तर कदाचित अशा इतर झाकलेल्या प्रकरणांविषयी

अगदी थेट प्रश्नांना उत्तरं देणं भाग पडणार होतं. पॉला जोन्स प्रकरणी नक्की काय घडलं यासंबंधीचे बारीकसारीक तपशील माध्यमांनी अगदी आनंदानं प्रसिद्ध करून बिलची कुप्रसिद्धी करण्याचा धोका खूप मोठा होता.

एकीकडे हे पॉला जोन्स प्रकरण उद्भवलेलं असताना दुसरीकडे काहीही करून बिल आणि हिलरी यांना गोत्यात आणण्यासाठी धडपडणारा केनेथ स्टार एका संधीची वाटच बघत होता. त्याच्या नेतृत्वाखाली सुरू असलेल्या चौकशीतून अजूनपर्यंत काहीच भरीव निष्पन्न झालं नव्हतं. लाखो डॉलर्स खर्च करून आणि असंख्य मुलाखती तसंच उलटतपासण्या यातून काहीच मिळालं नव्हतं. यामुळे बिलच्या विवाहबाह्य संबंधांकडे स्टार आणि त्याचे सहायक यांची नजर वळली. कदाचित बिलनं ज्या स्त्रियांशी विवाहबाह्य संबंध ठेवले होते त्यांच्यापैकी कुणाला आपल्या आर्थिक भ्रष्टाचारामधले काही तपशील सांगितले असावेत, अशी आशा स्टारला होती. यामुळे बिलच्या शयनकक्षाकडे त्याची नजर वळली. कुणाकुणाबरोबर बिलचे अनैतिक संबंध होते किंवा आहेत आणि यांपैकी कुणाकडून आपल्याला काय माहिती मिळू शकेल, याकडे त्यानं आपलं लक्ष केंद्रित केलं.

पॉला जोन्स प्रकरणातून सुटका करून घेण्यासाठी बिलनं तिला काही रक्कम नुकसानभरपाई म्हणून द्यावी का, हे बिल आणि हिलरी यांना कळत नव्हतं. याचं मुख्य कारण म्हणजे जरी जोन्सशी लैंगिक संबंध ठेवले असल्याचं बिल मान्य करत असला तरी ते परस्परांच्या सहमतीनं घडलं होतं आणि त्यात जोन्सचं जबरदस्तीनं लैंगिक शोषण करण्याचा प्रश्नच नव्हता याविषयी बिलची खात्री होती. तसंच एकदा का ही नुकसानभरपाई दिली, की त्यानंतर इतरही स्त्रिया याचा गैरफायदा उठवून बिलकडून पैसे उकळण्याचा प्रयत्न करतील, हे उघडच होतं. अखेर बिलनं जोन्सच्या वकिलांकडून होणाऱ्या चौकशीला सामोरं जावं असं ठरलं. १९९८ सालच्या जानेवारी महिन्याच्या मध्यावर बिल या मानहानीकारक प्रकाराला सामोरा गेला. आपल्याला अत्यंत खासगी आणि गोत्यात आणणाऱ्या प्रश्नांना सामोरं जावं लागेल याची बिलला भीती वाटत होती. प्रत्यक्षात मात्र पॉला जोन्सच्या प्रकरणाविषयी तिच्या वकिलांनी जेमतेम दहा-पंधरा मिनिटंच प्रश्न विचारले. त्यांचा मुख्य रोख पॉला जोन्स प्रकरणाकडे नसून, दुसऱ्याच एका प्रकरणावर होता. हेच ते कुख्यात मोनिका लुईन्स्की प्रकरण होतं!

१९९५ सालची अखेर ते १९९६ सालाची सुरुवात या काळादरम्यान व्हाईट हाउसमध्ये तात्पुरत्या कामासाठी आलेल्या या लुईन्स्कीविषयी जॉन्सनच्या वकिलांनी अनेक प्रश्न विचारले. डगमगून न जाता बिलनं शक्य तितक्या आत्मविश्वासानं आणि शांतपणे सगळ्या प्रश्नांची धीरानं उत्तरं देण्याचा प्रयत्न केला.

१९९८ सालच्या सुरुवातीला आपले बिलशी लैंगिक संबंध आल्याचा इन्कार

करणारा कबुलीजबाब लुईन्स्कीनं पॉला जोन्सच्या वकिलांना लिहून दिला होता. तेवढ्यात एका फार प्रसिद्ध नसलेल्या वेबसाईटवर लुईन्स्की आणि बिल यांच्या लैंगिक संबंधांविषयी भाष्य करणारा एक अहवाल प्रसिद्ध झाला. 'न्यूजवीक' या प्रसिद्ध नियतकालिकाला या संदर्भात खात्रीलायक माहिती मिळालेली असून, हे नियतकालिक ती छापणार असल्याचं या वेबसाईटला समजलं होतं. तसंच काही कारणामुळे अगदी शेवटच्या क्षणी न्यूजवीकनं हे छापायचं नाही असं ठरवलं असल्यामुळे या वेबसाईटनं स्वतःच हे शिवधनुष्य उचललं होतं. या संदर्भात अत्यंत खासगी स्वरूपाच्या संभाषणांच्या ध्वनिमुद्रिका उपलब्ध असल्याचंही या वेबसाईटनं म्हटलं होतं. यात पूर्ण तथ्य नव्हतं. अशा ध्वनिमुद्रिका होत्या; पण त्यामधलं संभाषण खासगी स्वरूपाचं नव्हतं. तसंच या ध्वनिमुद्रिका अधिकृत आहेत का हेसुद्धा खात्रीलायकरीत्या सांगता येत नसल्यामुळे न्यूजवीकनं माघार घेतली. न्यूजवीकनं ही बातमी छापली नसली तरी एका वेबसाईटवर ती आल्यामुळे खळबळ माजली. भराभर टीव्ही आणि वर्तमानपत्रं यांनी ती उचलून धरली. सगळीकडे याच विषयाची चर्चा सुरू झाली. यानंतर तीन दिवसांनी म्हणजे २१ जानेवारी १९९८ या दिवशीच्या पहाटे आज वर्तमानपत्रांमध्ये एक हादरवून सोडणारी बातमी येणार असल्याचं आणि त्यासाठी मानसिकदृष्ट्या तयार राहण्यासाठीची तयारी करण्यासाठीचं आवाहन करत बिलनं हिलरीला झोपेतून उठवलं. बिलनं खोटं बोलण्यासाठी लुईन्स्कीवर दबाव टाकला आणि म्हणूनच तिनं पॉला जोन्सच्या वकिलांना आपले बिलशी लैंगिक संबंध नसल्याचं खोटं सांगितलं असल्या प्रकरणी केनेथ स्टार तपास करत असल्याची सनसनाटीपूर्ण बातमी 'वॉशिंग्टन पोस्ट' या वर्तमानपत्राच्या हाती लागली होती. इतकंच नव्हे तर लिंडा ट्रिप नावाच्या आपल्या एका मैत्रिणीशी बोलताना मात्र लुईन्स्कीनं ताण असह्य झाल्यामुळे बिलबरोबरच्या आपल्या संबंधांची कबुली दिली असल्याचं आणि ट्रिपनं हे संभाषण गुप्तपणे ध्वनिमुद्रित केल्याचं या वर्तमानपत्राला समजलं होतं.

अत्यंत मानहानीकारक आणि तणावपूर्ण अशा या परिस्थितीतून पुढे काय उद्भवणार या काळजीनं हिलरीला पार त्रस्त करून सोडलं!

◆

मोनिका लुईन्स्की

बिलचे विवाहबाह्य संबंध यापूर्वी आले असल्याची हिलरीला पूर्ण कल्पना होती. त्याच्या या चुका तिनं कशाबशा पचवल्या होत्या. घटस्फोट घेण्याच्या निर्णयापासून तिनं स्वतःला कसंबसं रोखलं होतं. आता आपल्याला महाविद्यालयात शिकणारी मुलगी असताना तरी बिल जबाबदारीनं वागत असेल आणि म्हणूनच त्याच्यावर होत असलेले आरोप खोटे असणार, याची हिलरीला खात्री वाटत होती.

आपले लुईन्स्कीशी अनैतिक संबंध अजिबात नसल्याचं बिलनं हिलरीला सांगितलं. हीच गोष्ट त्यानं वारंवार आपले सहकारी आणि व्हाईट हाउसमधले मदतनीस यांच्यासमोरही अनेकदा बोलून दाखवली. आता स्टारच्या चौकशीला मात्र एकदम धार चढली. तसंच जोन्सच्या वकिलांना बिल शपथेखाली खोटं बोलत असल्याचं सिद्ध करायचं होतं. या सगळ्या गोष्टी लिंडा ट्रिपकडच्या ध्वनिमुद्रिकांमुळे सोप्या होऊ शकत होत्या. तपासामध्ये अडथळा आणणं किंवा तो नीटपणे होऊ नये या दृष्टीनं मुद्दाम प्रयत्न करणं अशा गोष्टी बिलनं हेतुपुरस्सर केल्या असल्याचं यातून सिद्ध झालं असतं. सगळं प्रकरण बिलशी संबंधित असलं तरी परत एकदा या प्रकरणामध्ये पुन्हा एकदा हिलरीकडे सगळ्यांचं लक्ष वळलं. ती काय बोलते, तिच्या चेहऱ्यावर काय भावना उमटतात, तिची एकूण देहबोली कशी आहे, अशा प्रकारच्या गोष्टींवरून लोक बिल खरं बोलतो आहे का नाही यासंबंधीचे अंदाज बांधायला लागले. याखेरीज हिलरीला विचारल्या गेलेल्या प्रश्नांना ती काय उत्तरं देते यावरूनही लोक आणखी अर्थ काढायला लागले. अगदी एक शब्दसुद्धा इकडचा तिकडे होऊन चालण्यासारखं नव्हतं. अर्थातच या सगळ्या बातम्यांच्या गदारोळात हिलरीला पार गुदमरल्यासारखं झालं होतं. अत्यंत एकाकी आणि दुःखी असूनसुद्धा हिलरीला आपल्या खऱ्या भावना लपवणं गरजेचं होतं.

दुसरीकडे बातम्या आणि अफवा यांना निव्वळ ऊत आला होता. चेल्सी या

आपल्या मुलीपेक्षा वयानं फक्त सहा वर्षांनी मोठ्या असलेल्या तरुणीशी बिलचे संबंध असावेत आणि त्याविषयीचे पुरावे जपून ठेवण्यासाठी या तरुणीनं म्हणजे लुईन्स्कीनं आपला त्या प्रसंगाच्या वेळचा पोशाख न धुता तसाच ठेवला असावा, अशी शक्यता व्यक्त करणाऱ्या बातम्या छापून आल्या. या पोशाखावर बिलच्या वीर्याचे थेंब असावेत असं या बातम्यांमध्ये म्हटलं होतं. हळूहळू या बातम्यांमध्ये तथ्य असावं असं डेमोक्रॅटिक आणि रिपब्लिकन या दोन्ही पक्षांच्या नेत्यांना वाटायला लागलं. याची अखेर बिलला पदच्युत करण्यात होईल, अशी अटकळ बांधण्यात आली. इतक्या सहजपणे शरण जाणाऱ्यांमध्ये बिल आणि हिलरी मात्र अजिबातच नव्हते. अशा प्रसंगांच्या वेळी यापूर्वीसुद्धा वापरलेलाच मार्ग या खेपेलासुद्धा अवलंबायचं हिलरीनं ठरवलं. अर्थातच आपल्या विरोधकांवर आक्रमकपणे तुटून पडण्याचा हा मार्ग होता.

यानंतर काहीच दिवसांनी बिल पत्रकारांसमोर आलेला असताना त्यानं आपल्या उजव्या हाताच्या अंगठ्यानजीकचं बोट वर रोखून धरत केलेली विधानं ऐतिहासिक ठरली. आजही अनेक वेळा त्यांचा उल्लेख केला जातो: I did not have sexual relations with that woman ... Miss Lewinsky ... I never told anybody to lie ... not a single time ...never ... These allegations are false. हे टीव्हीवरही अनेकदा दाखवण्यात आलं. अत्यंत आक्रमकपणे आपण कुठलीही चूक केली नसल्याची बिलची ही प्रतिमा लोकांच्या मनात ठसली. याच्या पुढच्याच दिवशी, म्हणजे यापूर्वी सुमारे सहा वर्षांआधी बिलला टीव्ही कार्यक्रमात पूर्ण पाठबळ देण्याची भूमिका स्वीकारत असल्याचं जाहीर केल्यानंतर प्रथमच, हिलरी अशा प्रकारच्या प्रसंगाला पुन्हा सामोरी गेली. तिची मुलाखत या कार्यक्रमासाठी आधीच ठरली होती. खरं म्हणजे सद्य परिस्थितीत अशी मुलाखत देण्यापेक्षा दुसरीकडे इतर कुठलीही कामं करणं हिलरीनं बहुधा पसंत केलं असतं; पण आता ऐन वेळी तिनं पळ काढून चालणार नव्हतं. उलट तिची आणि बिलची प्रतिमा यामुळे आणखीनच ढासळली असती. बिलचं राजकीय भवितव्य दोलायमान अवस्थेत असताना हिलरीनं त्याची साथ सोडल्याचं चित्र सगळ्यांसमोर आलं असतं तर याचा जोरदार फटका बसून बिल आणखीनच अवघड परिस्थितीत आला असता, असं सगळ्या राजकीय विश्लेषकांचं मत पडलं. हिलरीच्या मुलाखतकारानं अर्थातच तिच्यावर लुईन्स्की प्रकरणावरून प्रश्नांचा नुसता भडिमार केला. बिलनं हिलरीला काय सांगितलं असं तिनं विचारलं. याचं उत्तर हिलरीनं अत्यंत सावधपणे आणि आत्तापर्यंत बिलनं जाहीरपणे जे सांगितलं होतं त्याला अनुसरून दिल्यानंतर त्यानं हिलरीची माफी मागितली का असा पुढचा प्रश्न आला. यावर हिलरीनं 'अजिबात नाही आणि त्यानं असं करण्याचीसुद्धा काहीच गरज नाही' असं ठामपणे सांगितलं.

या सगळ्या प्रकरणावर टिप्पणी करताना, आपण पूर्वी जमीन खरेदीसंबंधी केलेल्या व्यवहारांमध्ये झालेल्या नुकसानाच्या प्रकरणाचा अचानकपणे आता दुरूनही संबंध नसलेल्या गोष्टींशी संबंध जोडला जात असल्याचं आणि आता तर लैंगिक संबंधांशी जोडला जात असल्याची खंत तिनं व्यक्त केली. आपल्या दोघांच्या मागे विरोधक निष्कारण हात धुऊन मागे लागले असल्याचं आणि चार वर्षांहून जास्त काळ वाया घालवल्यानंतर तसंच करदात्यांचे तीन कोटी डॉलर्स यात पाण्यासारखे घालवल्यानंतरही त्यांचं समाधान होत नसल्याबद्दल तिनं नाराजी व्यक्त केली.

खरं म्हणजे बिल राष्ट्रपती झाल्यापासूनच त्याच्या विरोधकांनी त्याला त्रास देण्यासाठी आणि त्याच्या पदावर गदा आणण्यासाठी रचलेल्या विनाधार कटाचीच तपासणी व्हायला हवी, असं म्हणून हिलरीनं चेंडू आपल्या विरोधकांच्या हद्दीत टाकण्याचा प्रयत्न केला. नंतर हिलरीच्या म्हणण्यात फारसं तथ्य नसल्याचं आणि तिनं स्वतःचा बचाव करण्याचा दुबळा प्रयत्न करताना हे उद्गार नैराश्यातून काढल्याचं स्पष्ट झालं; पण तत्कालीन परिस्थितीमध्ये कदाचित हिलरी योग्यच बोलत असावी आणि माध्यमांनी फक्त एकांगी प्रकारे सुरू असलेलं वार्तांकन बंद करून क्लिंटन दांपत्याचं म्हणणंही मांडलं पाहिजे, असं काही जणांचं मत पडलं. वर्तमानपत्रांनी हिलरीच्या या मुलाखतीला जोरदार प्रसिद्धी दिली. हिलरीनं केलेला प्रतिहल्ला एकदम प्रभावी असल्याचं त्यांनी म्हटलं. याखेरीज यानंतरच्या आपल्या संसदेमधल्या भाषणात बिलनंसुद्धा अत्यंत आत्मविश्वासपूर्वक भाषण केल्यानं, तसंच त्यात आपल्या चौकशीविषयी कसलाच उल्लेखसुद्धा न केल्यानं काही काळ वातावरण जरा निवळलं.

दरम्यान काही काळानंतर पॉला जोन्स प्रकरणामध्ये दम नसल्याचं मत वाढत गेलं. अखेर १९९८ सालच्या एप्रिल महिन्यात न्यायाधीशानं या प्रकरणाची चौकशी थांबवण्याचे आदेश दिले. बिल आणि पॉला जोन्स यांच्यामध्ये काहीही घडलं असलं तरी त्याचे जोन्सच्या कारकिर्दीवर किंवा नोकरीवर कोणतेच प्रतिकूल परिणाम झाले नसल्याचा निर्वाळा देत न्यायाधीशानं हा मामला निकालात काढला. तरीसुद्धा या निकालाला जोन्सनं आव्हान दिलं आणि शेवटी आर्थिक नुकसानभरपाई देत बिलनं हे प्रकरण मिटवून टाकलं. यासाठी जोन्सनं सुरुवातीला मागितलेल्या नुकसानभरपाईपेक्षा खूप जास्त म्हणजे आठ लाख पन्नास हजार डॉलर्स बिलनं तिला दिले. यापैकी चार लाख पंचाहत्तर हजार डॉलर्स विमा कंपनीनं दिले तर उरलेली रक्कम बिल आणि हिलरी यांच्या शिलकीतून देण्यात आली. ही रक्कम खूपच मोठी होती. यापैकी बराचसा हिस्सा हिलरीनं केलेल्या नोकरीतून साठवलेला होता.

एकीकडे पॉला जोन्स प्रकरण कसंबसं मिटलं असलं तरीसुद्धा लुईन्स्कीच्या संदर्भातली चौकशी मात्र सुरूच होती. बिलनं खोटारडेपणा केला असल्याची खात्री

असल्यामुळे स्टारनं काहीही करून त्याला गोत्यात आणण्याचा चंगच बांधला होता. यासाठी १९९८ सालचा उन्हाळा संपण्याच्या आतच बिलनं शपथ घेऊन खोटं बोलल्याचं सिद्ध करणं त्याच्या दृष्टीनं गरजेचं होतं. याचं कारण म्हणजे ही मुदत संपून वसंत ऋतूपर्यंत उशीर झाला तर आपल्यावर मुद्दामच या काळात होऊ घातलेल्या मध्यावधी निवडणुकांदरम्यान हे प्रकरण उकरून काढल्याचे आणि त्याचा फायदा रिपब्लिकन पक्षाला मिळावा म्हणून प्रयत्न केल्याचे आरोप होतील याची त्याला कल्पना होती. अनेक महिन्यांच्या वाटाघाटींनंतर १९९८ सालच्या जुलै महिन्यात लुईन्स्कीला कायदेशीर दृष्टीनं अभय देण्यात आलं. याचा अर्थ ती आपलं आधीचं म्हणणं बदलू शकणार होती. याआधीच्या जानेवारी महिन्यातल्या आपल्या जबानीत तिनं आपले बिलशी लैंगिक संबंध नसल्याचं सांगितलं होतं. आता मात्र कुठल्याही दबावांविना तसंच आपण आधी खोटं बोललो असल्याच्या आरोपांमधून पूर्णपणे मुक्तता मिळवून ती खरं काय ते सांगू शकणार होती. तसंच बिलशी लैंगिक संबंध आलेले असतानाचा, त्यानंतर न धुतलेला आणि नीटपणे जपून ठेवलेला आपला पोशाख ती स्टारच्या चौकशी समितीकडे सोपवू शकणार होती.

आता बिलला कोंडीत पकडण्यासाठी स्टारनं त्याची जबानी घ्यायचं ठरवलं. बिल अर्थातच यासाठी अजिबातच तयार नव्हता. यामुळे त्यानं हा प्रकार टाळण्यासाठी खूप प्रयत्न केले; पण अखेर १७ ऑगस्ट १९९८ या दिवशी व्हाईट हाउसमध्ये बसूनच व्हिडिओद्वारा जास्तीत जास्त चार तासांसाठी अशी जबानी द्यायची तयारी त्यानं दाखवली. या जबानीत त्याला अत्यंत खासगी स्वरूपाचे आणि त्याच्या लुईन्स्कीबरोबरच्या संबंधांविषयीचे प्रश्न विचारले जाणार, हे उघड होतं. लुईन्स्कीनं दिलेली जबानी आणि बिलची जबानी यांची तुलना करून बिल काय खोटं सांगतो आहे हे स्टारला तपासायचं होतं. इतकंच नव्हे तर लुईन्स्कीच्या पोशाखावर सापडलेल्या वीर्याच्या नमुन्याची चाचणी करण्यासाठी बिलला आपल्या रक्ताचा नमुना देणं भाग होतं. याद्वारा दोन्ही नमुन्यांच्या डीएनएची तुलना करून त्यात साम्य आढळलं तर बिल खोटं बोलत असल्याचं सिद्ध झालं असतं. आता मात्र बिलची अवस्था बिकट झाली. इतके दिवस फक्त शाब्दिक कौशल्य आणि राष्ट्रपतिपदी असल्यामुळे असलेली अधिकारवाणी यांच्या जोरावर त्यानं आपली बाजू लढवली होती. इथून पुढे शाब्दिक खेळ चालणार नव्हते. प्रत्यक्ष पुराव्यांमधून सिद्ध होत असलेल्या गोष्टींनाच स्टार महत्त्व देणार, हे उघड होतं.

ज्या सोमवारी बिलची जबानी घेतली जाणार होती त्याआधीच्या शुक्रवारी बिल आणि हिलरी यांच्या वकिलानं हिलरीला या प्रकरणात सावध करण्याचा प्रयत्न केला. जर आत्तापर्यंत आपल्याला जे माहीत आहे त्याहून काही जास्त निघालं तर काय करायचं, असा त्याचा सवाल होता. यावर हिलरीनं अत्यंत आत्मविश्वासानं

असं घडूच शकणार नाही असं म्हटलं. आपण बिलला एकदा नव्हे तर अनेकदा विचारून तो सांगत असलेलंच खरं असल्याची खात्री करून घेतल्याचं हिलरीनं ठामपणे सांगितलं. तरीसुद्धा या प्रकरणात आणखी काहीतरी विपरीत घडू शकतं अशी भीती या वकिलानं व्यक्त केली. त्यावर निर्धारानं 'माझ्या नवऱ्यामध्ये काही दोष असले तरी तो माझ्याशी कधी खोटं बोलणं शक्यच नाही' असं म्हणून तिनं हे संभाषण संपवलं. काहीशा अस्वस्थपणे ती झोपी गेली. अचानकपणे पहाटे बिलनं तिला झोपेतून उठवलं. तो रात्रभर अजिबात झोपू शकला नव्हता. बिछान्यात चुळबूळ करून अस्वस्थपणे काही तास घालवल्यानंतर त्यानं अखेर मनाचा हिय्या केला आणि त्यानं हिलरीला जागं केलं. त्याचा एकेक शब्द हिलरीच्या हृदयात बाणासारखा घुसत होता. आपले लुईन्स्कीबरोबर लैंगिक संबंध होते, याची कबुली त्यानं हिलरीपाशी दिली. म्हणजेच आत्तापर्यंत बिल आपल्याशी खोटं बोलला असल्याचं समजताच हिलरी जागीच गळून गेली. आपल्या हातून घडलेल्या कृत्याची आपल्याला प्रचंड लाज वाटत असल्याचं आणि अपराधी नजरेनं आपण हिलरी तसंच चेल्सी यांचा सामना कसा करायचा हे समजत नसल्याचं, तो म्हणाला.

अश्रुमिश्रित रागानं हिलरी जागीच थिजून गेली. संताप सहन करण्याच्या पलीकडच्या अवस्थेत गेल्यामुळे तिनं 'याचा अर्थ काय? तू काय बोलतो आहेस याची तुला कल्पना आहे का? तू माझ्याशी खोटं का बोललास?' असं तारस्वरात त्याला विचारलं. अर्थातच बिलकडे माफी मागत राहण्यावाचून दुसरं काहीच नव्हतं. हिलरी आणि चेल्सी यांचा बचाव करण्यासाठी आपल्याला हे खोटं बोलणं भाग पडल्याचा पोकळ युक्तिवाद त्यानं केला. हिलरी मात्र रागानं बेभान झाली होती. बिलच्या विवाहबाह्य संबंधांविषयी आधीसुद्धा बातम्या कानांवर आलेल्या असल्यामुळे तिला असे धक्के बसण्याची तशी सवय होती. तिचा मुख्य राग बिलच्या खोटं बोलण्याविषयीचा होता. तसंच आधी बिलनं अशा प्रकारच्या गोष्टी करणं एक वेळ कसंबसं क्षम्य मानलं तरीसुद्धा आता चेल्सी वयात आलेली असताना तिच्याहून फक्त सहा वर्षांनी जास्त असलेल्या तरुणीशी बिलनं लैंगिक संबंध ठेवणं, ही किती लज्जास्पद गोष्ट आहे याचीही तिला काळजी वाटत होती. सगळं जग आपल्याला काय म्हणेल आणि किती हसेल हे सगळे मुद्दे तर होतेच; पण मुख्य म्हणजे आपल्या विश्वासाला तडा गेल्याचा तडाखा एकदम जबरदस्त होता. एकामागून एक भावनांचा कल्लोळ तिच्या मनात काहूर माजवत होता. आपण बिलवर इतका विश्वास का आणि कसा ठेवला हा प्रश्न तिला आता भंडावून सोडत होता. आपल्या आयुष्यातला हा सगळ्यात हादरवून सोडणारा, धक्कादायक आणि दुःखदायी प्रसंग असल्याचं तिनं नंतर नमूद केलं. आपण इतकी वर्षं या माणसावर पूर्ण श्रद्धेनं विश्वास टाकून प्रचंड घोडचूक केली, असं तिला वाटायला लागलं. सगळं जग

आपल्या नवऱ्याकडे बोट दाखवत असताना आपण विलक्षण विश्वासानं त्याला सांभाळून घेतलं आणि त्याच्या बाजूनं समर्थपणे उभं राहिलो त्याचं असं बक्षीस मिळेल, असं तिला कधीच वाटलं नव्हतं. हा दगा फारच क्लेशदायक असल्यामुळे इथून पुढे आपलं बिलबरोबरचं नातं कायम राहावं का आणि राहील का, याची तिला या क्षणीतरी खात्री वाटत नव्हती.

आता सोमवारला कसं सामोरं जायचं हा तिच्या पुढ्यातला यक्षप्रश्न होता. नशिबानं क्लिंटन कुटुंब लगेचच दोन आठवड्यांच्या उन्हाळी सुट्टीसाठी जाणार असल्यानं माध्यमांच्या बोचऱ्या प्रश्नांपासून तिची काही काळ तरी सुटका व्हायची दाट शक्यता होती. सोमवारी स्टारला व्हिडिओवर जबानी दिल्यानंतर बिल अमेरिकी नागरिकांना उद्देशून टीव्हीवर थेट भाषण करणार असं ठरलं. यात तो आपल्या हातून घडलेल्या अपराधांचा जाहीर स्वीकार करणार होता. रडून रडून हिलरीचे डोळे सुजून गेले.

व्हाईट हाउसमध्ये असताना विवाहबाह्य संबंध ठेवणारा बिल हा पहिला अमेरिकी राष्ट्रपती अजिबातच नव्हता; पण या संदर्भात चौकशी होऊनसुद्धा शेवटपर्यंत खोटेपणा करण्याचा प्रयत्न करणारा तो पहिला नक्कीच होता. तसंच याविषयीची जाहीर कबुली देशासमोर देण्याची वेळ ओढवून घेणाराही तो पहिलाच होता. तसंच हिलरीइतकी मानहानीसुद्धा आत्तापर्यंत कुठल्याच 'फर्स्ट लेडी'ला सोसावी लागली नव्हती. आपल्या खासगी आयुष्यासंबंधीचे तपशील चव्हाट्यावर चवीनं चर्चिले जाण्याचा प्रसंग तिच्याआधी जवळपास कुठल्याच 'फर्स्ट लेडी'वर उद्भवला नव्हता.

बिलनं नक्की काय बोलावं हे ठरवण्यासाठी त्याच्याजवळ त्याचे वकील आणि विश्वासातले लोक जमले. हिलरीनं सुरुवातीला यापासून दूर राहायचं ठरवलं. बिलनं स्पष्टपणे आपल्या चुकांची कबुली द्यावी; पण आपण फार दुबळेपणानं हे करत असल्याचं चित्र अजिबात निर्माण करता कामा नये, असं सगळ्यांचं मत पडलं. स्टार आणि त्याची चौकशी समिती याविषयी बिलच्या मनात ठासून राग भरलेला असल्यामुळे या संदर्भात जोरदार टीकास्त्र सोडण्याचं बिलच्या मनात होतं. त्याच्या सल्लागारांनी मात्र हे करणं म्हणजे आपल्या पायांवर धोंडा पाडून घेण्यासारखं ठरेल, असं सुज्ञपणे सांगून बिलला तसं करण्यापासून परावृत्त केलं. याच सुमाराला हिलरी ही चर्चा सुरू असलेल्या खोलीत शिरली. अजूनही ती रागानं तणतणत असली तरी बिलची होत असलेली कुतरओढ बघून तिला कसंसंच वाटलं. स्वतःला सावरत अगदी स्पष्ट शब्दांमध्ये तिनं त्याला 'बिल, हे भाषण तुला करायचं आहे ... तू स्वतःच्या कारनाम्यांमुळे या दारुण अवस्थेत अडकला आहेस आणि त्याविषयी काय बोलायचं हे तू स्वतःच ठरवणं भाग आहे ...' असं म्हणून ती ताडकन त्या

खोलीबाहेर पडली.

अखेर बिलनं स्टारला दिलेल्या जबानीनंतर चार मिनिटांचं भाषण केलं. अर्थातच त्याच्या शेजारी या खेपेला आधार द्यायला हिलरी नव्हती. आपण मोनिका लुईन्स्कीबरोबर संबंध ठेवण्यात चूक केली असल्याची कबुली त्यानं दिली. आपल्याकडून योग्य-अयोग्य ठरवण्यासंबंधीची अपेक्षित असलेली निर्णयक्षमता योग्य पद्धतीनं वापरण्यात आपण साफ चूक केली असल्याचं सांगून तरीसुद्धा आपण कुणावरही खोटं बोलण्यासाठी कसलाच दबाव टाकला नसल्याचा पुनरुच्चार केला. आपण स्वतः मात्र खोटं बोललो असल्याचं आणि आपल्या पत्नीचीही फसवणूक केली असल्याचं सांगून त्यानं याबद्दल आपल्याला कल्पनेपलीकडे खेद वाटत असल्याचं वक्तव्य त्यानं केलं. न राहवून त्यानं स्टारवर आगपाखड केलीच. हा प्रकार खूप लांबलचक झाला असून, त्यात जनतेचा खूप पैसा विनाकारण वाया गेलेला असून, अनेक निष्पाप लोकांना त्याचा त्रास झाला असल्याचं त्यानं स्पष्टपणे सांगितलं. शेवटी हा प्रश्न मी स्वतः, माझी पत्नी आणि आमची मुलगी यांच्यापुरता मर्यादित असून देवाच्या मदतीनं आपल्यालाच तो सोडवणं भाग असल्याचा उल्लेख त्यानं केला. यासाठी जे काही करावं लागेल ते करायची आपली तयारी असल्याचंही त्यानं स्पष्ट केलं.

यामुळे देशभर खळबळ माजली. बिलच्या काही निकटवर्तीयांनी तसंच राजकारण किंवा शासन व्यवस्था यांच्याशी संबंधित असलेल्या अनेक जणांनी मात्र बिल नम्र वाटत नसल्याचं आणि काहीशा उद्धटपणेच त्यानं हे भाषण केलं असल्याची प्रतिक्रिया दिली. सर्वसामान्य लोकांनी मात्र आश्चर्यकारकरीत्या सहजपणे बिलचा हा खुलासा स्वीकारला. कदाचित हे प्रकरण इतका काळ रेंगाळत राहिलं की लोकांना त्यात नक्कीच काहीतरी तथ्य असावं असं वाटलं असणार आणि बिलनं ते मान्य केल्यावर एक प्रकारची सुटकेची भावना त्यांना जाणवली असणार, असं विश्लेषक म्हणाले. अमेरिकेमध्ये विवाहबाह्य संबंध अनैतिक मानले जात असले तरी अशा संबंधांचा संबंधित लोकांच्या व्यावसायिक आयुष्याशी थेट संबंध नसेल तर लोक त्याकडे अनेकदा दुर्लक्ष करणं पसंत करतात; याचाही परिणाम झाला.

दुसऱ्या दिवशी आपली सुट्टी घालवण्यासाठी क्लिंटन कुटुंब निघालं. यासाठी त्यांना एका हेलिकॉप्टरमध्ये बसून त्या ठिकाणी जाणं गरजेचं होतं. आपल्या डोळ्यांमधल्या भावना अजिबात दिसू नयेत यासाठी गॉगल घातलेली हिलरी ताडताड हेलिकॉप्टरच्या दिशेनं निघाली. अखेर चेल्सीनं प्रसंग ओळखून वेगानं चालत आपला डावा हात हिलरीच्या तर उजवा हात बिलच्या हातात घेतला. अशा रीतीनं हिलरी आणि बिल यांच्यामध्ये अबोल दुरावा आलेला असला तरी आपण त्यांना एकत्र आणू शकतो, हे चेल्सीनं दाखवून दिलं. त्यांचं अशा प्रकारे चालतानाचं

एक अत्यंत बोलकं पाठमोरं छायाचित्र आहे. या छायाचित्रावरून बिल आणि हिलरी यांच्यादरम्यान आलेल्या वादळाचा अंदाज आपल्याला येतो. त्याचबरोबर चेल्सीनं घेतलेला पुढाकारही वाखाणण्याजोगा आहे. बिलच्या डाव्या हातात चेल्सीचा उजवा हात होता; तर त्याच्या उजव्या हातात बडी या त्यांच्या लॅब्रॅडॉर कुत्र्याच्या गळ्यात बांधलेल्या पट्ट्याचं टोक होतं. नंतर 'त्या क्षणी बिलबरोबर राहावं असं आमच्या कुटुंबात ज्याला वाटत होतं असा तो एकटाच होता' असं अत्यंत बोचरं पण मार्मिक विधान हिलरीनं केलं. माध्यमांनी हिलरीला भंडावून सोडू नये यासाठी हिलरीच्या सहायकांनी एक पत्रक जारी केलं. त्यात आपल्या कुटुंबावरचं तिचं प्रेम अबाधित असल्याचं आणि घडलेल्या प्रसंगांमुळे ती सध्या व्यथित असल्यामुळे तिला एकांत हवा असल्याचं म्हटलं होतं. अर्थातच हा एकांत बिलबरोबर सुट्टी घालवून हिलरीला अजिबातच मिळवायचा नव्हता; पण सध्या तरी ती निव्वळ आलेला दिवस कसाबसा पुढे ढकलण्याच्या मनःस्थितीत होती. तिच्या अगदी खास मैत्रिणीनं दोन वेळा तिच्याशी संपर्क साधण्याचा प्रयत्न केला, तेव्हा त्यालाही हिलरीनं अजिबात दाद दिली नाही. तिचं दुःख फारच बोचरं होतं आणि कुणाबरोबरही त्याविषयी काही बोलणं तिला नकोसं झालं होतं.

सुट्टी संपवून परतल्यानंतर अधिकृत दौऱ्यासाठी बिल आणि हिलरी आधी रशिया मग आयर्लंड इथं जाऊन आले. हिलरीचा नेहमीचा दिनक्रमही हळूहळू परत सुरू झाला. आता तिनं आपल्या मैत्रिणीपाशी आपल्या काही काळच्या मौनाविषयी दिलगिरी व्यक्त केली. अजूनही आपण नक्की काय करावं हे समजत नसल्याचं हिलरीनं कबूल केलं. बिलनं दिलेला धक्का फारच जोरदार असला तरी तब्बल पंचवीस वर्षं आपल्या दोघांची आयुष्यं असंख्य धाग्यांनी जोडलेली असल्यामुळे त्याच्या हातून घडलेल्या चुकीला माफी द्यावी, असा विचार हिलरीच्या मनात घोळत होता. बिलनं केलेली चूक एकदम घोर असली तरी लुईन्स्कीसुद्धा स्वतःला प्रमाणाबाहेर महत्त्व देणारी, तसंच फुकटच्या प्रसिद्धीसाठी हपापलेली असल्याचं हिलरीचं मत होतं. याखेरीज बिलशी तिचे असलेले संबंध बळजबरीचे नसून परस्परसहमतीचे असल्याचा मुद्दाही महत्त्वाचा आहे, असं हिलरीला वाटत होतं. राष्ट्रपती म्हणून बिलनं निर्विवादपणे सुरेख कामगिरी केली असल्याचाही तिचा दावा होता. एकूण काय, तर हिलरी परत एकदा बिलला माफ करायला तयार असल्यासारखं चित्र दिसत होतं. जवळच्या मित्र-मैत्रिणींनीसुद्धा हिलरीला हाच सल्ला दिला. काहीही झालं तरी हिलरीचं बिलवरचं प्रेम टिकून असल्याचं सगळ्यांनाच दिसत होतं. यामुळे बिलच्या चुका पराकोटीच्या असल्या तरी हिलरीनं त्या पोटात घेण्यातच तिचा मोठेपणा दिसून येईल, असं ते म्हणत होते. नंतर राग निवळल्यानंतर हिलरीनं दिलेली प्रतिक्रियाही काहीशी अशाच स्वरूपाची होती. एके क्षणी 'त्याचा

गळा दाबणं शक्य असलं तर तो दाबून टाकावा' असं आपल्याला वाटल्याचं सांगून तरीसुद्धा त्याला घटस्फोट देण्याचा विचार आपण करू शकलो नसल्याची कबुली तिनं दिली.

१९९८ सालच्या सप्टेंबर महिन्यात स्टारनं बिलवरच्या आरोपांची चौकशी झाल्यानंतरचा जाडजूड अहवाल तब्बल तीन डझन मोठ्या पेट्यांमध्ये भरलेल्या कागदी पुराव्यांनिशी अमेरिकी संसदेच्या न्याय समितीकडे पाठवून दिला. यामधला बिलच्या दृष्टीनं सगळ्यात लज्जास्पद असलेला भाग म्हणजे त्याच्या लुईन्स्कीबरोबरच्या लैंगिक संबंधांचे बारीकसारीक तपशील हा होता. काही दिवसांनी हा अहवाल जनतेसमोर खुला करण्यात आला. लाखो अमेरिकी नागरिकांची निरनिराळ्या वेबसाईट्सवर जाऊन तो वाचण्याची नुसती झुंबडच माजली. आपल्या राष्ट्रपतीच्या रंगेलपणाची चविष्ट वर्णनं त्यांना वाचायची होती. बिल आणि हिलरी यांच्या दृष्टीनं ही आणखी एक मोठी नामुष्की ठरली. हे कमी म्हणून की काय; पण हाउस ऑफ रिप्रझेंटेटिव्ह्जच्या रिपब्लिकन नेत्यांनी बिलच्या व्हिडिओद्वारा घेण्यात आलेल्या जबानीचं चित्रीकरणही सार्वजनिक करून टाकलं. खरं म्हणजे हे गुप्त ठेवलं जाणं अपेक्षित असलं तरी बिल आणि हिलरी यांना पुरतं नामोहरम करण्याच्या द्वेषपूर्ण भावनेतून त्यांच्या विरोधकांनी हे केलं होतं. सगळीकडे यासंबंधीच्या बातम्या, वर्णनं, लोकांची मतं, प्रतिक्रिया यांचा नुसता पाऊस पडला.

मोनिका लुईन्स्की प्रकरणामुळे जमिनीनं अक्षरशः आपल्याला गिळून टाकलं तर किती बरं होईल, असं हिलरीला वाटत राहिलं. आपली काहीच चूक नसतानाही बिलच्या अक्षम्य बाहेरख्यालीपणाचा फटका बसल्यामुळे ती अजूनच दुखावली होती.

◆

न्यू यॉर्कची सिनेटर?

मोनिका लुईन्स्की प्रकरणाचा गोंधळ सुरू असतानाच अमेरिकी संसदेच्या सदस्य असलेल्या डेमोक्रॅटिक पक्षाच्या काही महिला नेत्या हिलरीला भेटायला म्हणून आल्या. आपलं सांत्वन करणं किंवा तिला धीर देणं हा त्यांचा हेतू असावा असं हिलरीला आधी वाटलं; पण प्रकरण काही वेगळंच होतं. बिलच्या पुरत्या डागाळलेल्या प्रतिमेमुळे देशासमोरचे महत्त्वाचे प्रश्न पार मागे पडले होते. अमेरिकी संसदेमध्ये किंवा इतर कुठल्याच व्यासपीठावर स्टारचा अहवाल वगळता कशाचीच चर्चा होत नव्हती. यामुळे देशाचं नुकसान तर होतंच आहे; पण शिवाय डेमोक्रॅटिक पक्षाची अवस्था एकदम बिकट होत चालली आहे, असं या महिला नेत्यांचं म्हणणं होतं. बिल या परिस्थितीत काहीच करू शकत नसला तरी हिलरी मात्र पुन्हा उभारी धरू शकली तर डेमोक्रॅटिक पक्षाची नौका तारू शकेल, अशी आशा त्यांना वाटत होती. यासाठी हिलरीनं काही भव्यदिव्य करावं असं त्या म्हणत नव्हत्या. हिलरीनं परत एकदा हिरिरीनं लोकांच्या दृष्टीनं महत्त्वाचे असलेले मुद्दे घेऊन आपली साथ दिली तरी पुरे, असं त्यांचं हिलरीपुढे आर्जव होतं. खास करून मध्यावधी निवडणुकांना फक्त दोन महिने शिल्लक असल्यामुळे आपण घाईनं हे केलं नाही तर डेमोक्रॅटिक पक्षाची अवस्था दारुण होईल, अशी रास्त भीती त्यांना सतावत होती. हिलरीला त्यांचं म्हणणं पटलं. सगळं दुःख आणि सगळे विचार बाजूला सारून तिनं प्रचाराच्या रणांगणात उडी घेतली. कॅलिफोर्नियामध्ये फेरनिवडीसाठी उभी असलेली सिनेटर तर हिलरीचा भाऊ टोनी रॉडहॅम याची सासूच होती. तिच्या प्रचारासाठी हिलरीनं सहा सभा घेतल्या. इतरही अनेक ठिकाणी तिनं भाषणं केली. या काळात हिलरीनं इतका विमानप्रवास केला की तिच्या एका गुडघ्याच्या मागच्या बाजूला धोकादायक ठरू शकेल अशी रक्ताची गुठळी निर्माण झाली. तिचा पाय सुजून बसला. यामुळे उर्वरित कार्यक्रम रद्द करावे लागणार अशी भीती वाटत असताना

निर्धारानं तिनं आपला प्रचार सुरूच ठेवला. फक्त काही भलतंसलतं घडू नये यासाठी तिच्याबरोबर आता कायम एक नर्स असे. न्यूयॉर्कच्या रिपब्लिकन पक्षाच्या सिनेटरनं हिलरीच्या तथाकथित आर्थिक घोटाळ्यांच्या चौकशीच्या संदर्भात खूप रान उठवलं होतं. अत्यंत आक्रमकपणे त्यानं हिलरीला शक्य तितकं अडचणीत आणण्याचा प्रयत्न केला होता. यामुळे त्याच्या विरोधातल्या प्रचारात तर हिलरीनं जान ओतली. काहीही करून त्याची फेरनिवड टाळायची आणि त्याच्या डेमोक्रॅटिक पक्षाच्या विरोधी उमेदवाराला निवडून आणायचं, यासाठी तिनं जंग जंग पछाडलं. अखेरीला तिचे प्रयत्न यशस्वी ठरले आणि न्यूयॉर्कचा विजय डेमोक्रॅटिक पक्षाच्या हाती आला. एकूणच हिलरीच्या प्रचारामुळे डेमोक्रॅटिक पक्षाचं नुकसान मर्यादित राहिलं. स्वाभाविकपणे एका विश्लेषकानं हिलरीचं वर्णन 'राजकीय शक्ती' तसंच 'पक्षाला वाचवणारी एक सदस्यीय संकटमोचन शक्ती' असं केलं.

यातूनच मतदार नक्की कशाला महत्त्व देतात हेसुद्धा बऱ्यापैकी स्पष्ट झालं. बिलच्या हातून घडलेल्या अनैतिक चुकांपेक्षा अमेरिकेसमोरच्या प्रश्नांचं काय करायचं असा सवाल लोक विचारत होते. रिपब्लिकन पक्षानं आपली संपूर्ण ताकद बिल आणि हिलरी यांचं चारित्र्यहनन करण्यात लावली असल्यामुळे लोक वैतागून गेले होते. बिलला झालेली शिक्षा आणि त्याच्या कुटुंबाची झालेली अवहेलना या पुरेशा शिक्षा असल्यामुळे 'आता त्याला मोकळं सोडा आणि काम करू द्या' असा संदेश मतपेटीतून लोकांनी दिला असल्याचं 'टाईम' नियतकालिकाच्या वार्ताहरानं सांगितलं.

दरम्यान बिलनं केलेल्या अपराधांमुळे त्याला राष्ट्रपतिपदावरून पदच्युत करण्यासाठीची कारवाई करण्याकडे रिपब्लिकन पक्षाचं लक्ष लागून राहिलेलं होतं. १९९८ सालच्या डिसेंबर महिन्यात अमेरिकी संसदेच्या न्याय समितीनं एकंदर चार कलमांखाली या प्रकरणाचा निवाडा करणं भाग असल्याचं सांगितलं. या प्रकरणी आपण काय भूमिका घ्यावी हे ठरवणं डेमोक्रॅटिक पक्षाच्या दृष्टीनं महत्त्वाचं होतं. आपल्या पक्षाच्या राष्ट्रपतीला पदच्युत होत असताना बघणं त्यांच्या दृष्टीनं अत्यंत अपमानास्पद ठरलं असतं. यासाठी हिलरीनं हाउस ऑफ रिप्रेझेंटेटिव्हज या सभागृहामधल्या डेमोक्रॅटिक पक्षाच्या नेत्यांशी संवाद साधायचं ठरवलं. गंमत म्हणजे अजूनही ती बिलशी अत्यंत तुटकपणे वागत होती. त्याच्यापासून वेगळं व्हायचं का, हेसुद्धा अजून तिनं ठरवलं नव्हतं. तरीसुद्धा त्याच्या बाजूनं लढण्यात ती कुठंच कमी पडत नव्हती. इतरांना कदाचित हा विरोधाभास वाटेल; पण हिलरीच्या स्वभावाचं सुरुवातीपासूनच ते वैशिष्ट्य होतं. डेमोक्रॅटिक पक्षाच्या नेत्यांना तिनं खुलेपणानं आपल्या नवऱ्याच्या कृत्यांमध्ये चूक असल्याचं सांगून टाकलं; पण हा प्रश्न सोडवण्यासाठी त्याला राष्ट्रपतिपदावरून हुसकावून लावणं हा उपाय नसल्याचंही ती म्हणाली. आपल्याला बिलविषयी विलक्षण कणव असून तो स्वतःहून राष्ट्रपतिपद सोडण्याचा प्रश्नच

उद्‌भवत नसल्याचं तिनं स्पष्टपणे सांगितलं. हिलरीच्या भावनापूर्ण भाषणानं डेमोक्रॅटिक पक्षाचे नेते भारावून गेले आणि त्यांनी उभं राहून टाळ्यांच्या गजरात तिचं कौतुक केलं.

एकीकडे डेमोक्रॅटिक पक्षाच्या नेत्यांना हिलरीनं स्फूर्ती देण्याचा प्रयत्न केला असला तरी त्याच दिवशी थोड्या वेळानंतर हाउस ऑफ रिप्रेझेंटेटिव्ह्ज या सभागृहान रिपब्लिकन पक्षाच्या बहुमताच्या जोरावर बिलला पदच्युत करण्यासंबंधीच्या विधेयकावर अगदी थोड्या फरकाच्या बहुमतानं शिक्कामोर्तब केलं! प्रत्यक्षात बिलला या पदावरून घालवून देण्यासाठी आता संसदेच्या वरिष्ठ सभागृहामध्ये म्हणजेच सिनेटमध्ये या विधेयकावर किमान दोन तृतीयांश सिनेटर्सनी सहमती दर्शवणं गरजेचं होतं. अमेरिकेच्या इतिहासात यापूर्वी फक्त अँड्र्यू जॉन्सन या एकमेव राष्ट्रपतीला पदच्युत व्हावं लागलं होतं आणि तेसुद्धा एकोणिसाव्या शतकात! आपण या कठीण परिस्थितीत बिलच्या पाठीशी उभं आहोत हे दाखवण्याच्या हेतूनं दोन बस भरून डेमोक्रॅटिक पक्षाचे संसदपटू व्हाईट हाउसमधल्या एका बागेत जमले. तिथं बिलनं एक छोटं भाषण केलं. आश्चर्याची गोष्ट म्हणजे बिल तिथं दाखल झाला तो हिलरीच्या हातात हात घेऊन. खरं म्हणजे हिलरी तिथं बिलबरोबर येईल असं कुणाला वाटत नव्हतं. त्यांच्यामधला दुरावा बऱ्यापैकी वाढला असल्याची सगळ्यांना कल्पना होती. फार फार तर बिल जवळ नसताना हिलरी कदाचित त्याच्या बाजूनं बोलेल, असं सगळ्यांचं मत होतं. हिलरी मात्र नुसतीच बिलबरोबर आली नाही; तर तिनं त्याचं भाषण सुरू असताना त्याच्याशी आपण सहमत असल्याचं आपल्या देहबोलीतून स्पष्टपणे दाखवूनसुद्धा दिलं. कदाचित आत्ता आपण हे केलं नाही तर बिलचं पद वाचणार नाही, याची तिला कल्पना असावी. यामुळे तिनं आपला वैयक्तिक संताप, मनातलं दुःख, बिलविषयीच्या खऱ्या भावना हे सगळं तात्पुरतं गुंडाळून टाकलं असावं.

१९९८ सालची निवडणूक जिंकल्यानंतर न्यूयॉर्कचा दीर्घ काळ सिनेटर असलेल्या नेत्यानं आपण यापुढच्या म्हणजेच २००० सालच्या निवडणुकीसाठी उभं राहणार नसल्याचं जाहीर केलं. यामुळे अमेरिकेमधल्या अत्यंत प्रभावशाली अशा ठिकाणचं सिनेटरपद आता रिकामं होणार होतं. त्यासाठी कुणी उमेदवार नजरेसमोर नसल्यामुळे अनेक जणांच्या नजरा हिलरीकडे वळल्या. खरं म्हणजे हिलरीचा तसा न्यूयॉर्कशी फारसा संबंध नव्हता. ती न्यूयॉर्कमध्ये राहत नव्हती. तसंच न्यूयॉर्कमध्येच काय, पण इतर कुठंच तिचं किंवा बिलचं कधी घरही नव्हतं. याखेरीज राजकारणी म्हणून तिला स्वतःचा असा काही अनुभव नव्हता. बिल राजकारणात आधी गव्हर्नर आणि नंतर राष्ट्रपती म्हणून काम करत असताना 'फर्स्ट लेडी'ची जास्त करून बाहुलीवजा प्रकारची भूमिका निभावणं, एवढीच तिची

आजवरची कामगिरी होती. असं असूनही न्यूयॉर्कपेक्षा दुसरं कुठलं चांगलं ठिकाण आपलं राजकीय नशीब अजमावून बघण्यासाठी हिलरीसाठी नव्हतं. एक तर न्यूयॉर्कमध्ये विलक्षण 'कॉस्मोपॉलिटन' विचारसरणी असल्यामुळे खुल्या दिलानं हे राज्य/शहर सगळ्यांचं स्वागत करतं. दुसरं म्हणजे न्यूयॉर्कचे नागरिकत्वासंबंधीचे कायदे तसे एकदम खुले आहेत. साहजिकच न्यूयॉर्कचा निवासी असणं उमेदवारांच्या दृष्टीनं तसं गरजेचं नव्हतं. न्यूयॉर्कमधल्या डेमोक्रॅटिक पक्षाच्या नेत्यांना हिलरीनं इथूनच आपली उमेदवारी जाहीर करावी, असं मनापासून वाटत होतं. रिपब्लिकन पक्षाच्या वतीनं अत्यंत कठोर स्वभावाचा आणि शिस्तीचा म्हणून ओळखला जाणारा न्यूयॉर्कचा महापौर रुडी गिलानी उमेदवार असण्याची दाट शक्यता होती. त्याला न्यूयॉर्कमध्ये उदारमतवादी लोकांचा खूप पाठिंबा होता. यामुळे गिलानी विरुद्ध हिलरी हा सामना रंगतदार होण्याची दाट शक्यता होती.

हळूहळू हिलरीच न्यूयॉर्कमध्ये डेमोक्रॅटिक पक्षातर्फे सिनेटरपदासाठीची उमेदवार असेल असं चित्र रंगवलं जायला लागलं. हिलरी आपल्या दुःखातून अपेक्षेपेक्षा लवकर बाहेर आल्याची चिन्हं दिसत होती. तिचे बिलशी कटू झालेले संबंध अजून सुधारले नसले तरी ती खिन्न किंवा उदास वाटत नसे. उलट परत एकदा ती आपल्या आवडत्या कामांमध्ये रंगून गेल्यासारखं बहुतेक जणांना जाणवे. जाहीररीत्या अजून तरी हिलरी आपल्याला न्यूयॉर्कमधून उभं राहण्यात अजिबात रस नसल्याचं आणि आपण आपल्या कामात गर्क असल्याचं बोलून दाखवे. सिनेटच्या सभागृहामध्ये बिलच्या पदच्युतीविषयीचं विधेयक आता चर्चेला येऊ घातलं होतं. काहीही झालं तरी राष्ट्रपतिपदानंतर आपण अर्कान्सॉ राज्यात परतायचं आणि तिथं परत एकदा सिनेटरपदासाठीच्या निवडणुकीला उभं राहायचं, असा बिलचा मानस होता. हिलरी मात्र अजून काहीच स्पष्टपणे बोलत नसे. आपल्याला नक्की काय करायचं आहे; भविष्याकडे आपण कसं बघतो, याविषयी ती फारसं बोलत नसे.

आपण खरोखर राजकारणात उतरायचं का, याविषयी हिलरीच्या मनात विचार नक्कीच सुरू होते. खरं म्हणजे राजकारणात न उतरताही आपल्याला काही सामाजिक प्रश्न हाताळता येतील असं तिला वाटत होतं; पण यामधली अडचण म्हणजे हे प्रश्न मर्यादित स्वरूपाचे असण्याची दाट शक्यता होती. उदाहरणार्थ एखाद्या विद्यापीठाची प्रमुख किंवा एखाद्या सामाजिक संस्थेची अध्यक्ष अशा प्रकारची भूमिका निभावणं तिच्या दृष्टीनं सहज शक्य होतं; पण यामुळे तिचा आवाका खूप मर्यादित झाला असता. याउलट सिनेटरपदाची निवडणूक जिंकल्यावर खूप व्यापक स्वरूपाच्या चर्चांमध्ये भाग घेणं, धोरणं आखणं आणि काम करणं तिला शक्य झालं असतं. १२ फेब्रुवारी १९९९ या दिवशी अमेरिकी सिनेट बिलला पदच्युत करण्यासंबंधीच्या मतदानामध्ये गर्क असताना बिलच्या एका माजी राजकीय सल्लागाराशी

हिलरी आपल्या संभाव्य सिनेटरपदासंबंधीची चर्चा करायला बसली. यातून तिला अनेक बारकावे समजले. न्यूयॉर्कमध्ये १९४० च्या दशकानंतर एकही महिला सिनेटर झाली नसल्याचं तिच्या लक्षात आलं. तसंच सिनेटरपदाची निवडणूक जिंकायची असेल तर त्यासाठी नक्की कशा प्रकारचा प्रचार कुठे आणि कसा करावा लागेल याचे तपशीलही तिला समजले. दरम्यान अमेरिकी सिनेटनं बिलवरच्या एका आरोपावर पंचेचाळीस-पंचावन्न तर दुसऱ्या आरोपावर पन्नास-पन्नास असं मतदान केलं. साहजिकच बिलला पदच्युत करण्यासाठी आवश्यक असलेल्या दोन तृतीयांश मतांपेक्षा हे आकडे बरेच कमी असल्यामुळे बिलची गच्छंती टळली. यानंतर काही दिवसांमध्येच हिलरीनं न्यूयॉर्कमधून सिनेटरपदाची निवडणूक लढवण्याचा आपला इरादा जाहीर केला.

लगेचच हिलरीनं न्यूयॉर्कचं पाणी जोखण्यासाठी संभाव्य मतदारांशी प्रत्यक्ष-अप्रत्यक्ष संवाद सुरू केला. यातून हिलरीविषयी सगळे लोक आशावादी असल्याचं दिसून आलं असलं तरी म्हणून ते तिला आपोआप मत देतील, असं मात्र सांगता येत नसल्याचं चित्र समोर आलं. खास करून गिलानीला न्यूयॉर्कमध्ये मिळणारा पाठिंबा आणि हिलरी न्यूयॉर्कसाठी काय खास करून दाखवणार याची माहिती नसणं, हे प्रमुख मुद्दे असल्याचंही लक्षात आलं. आपण आणि गिलानी यांच्यामधली शर्यत अगदी अटीतटीची होईल, हे तिला उमगलं. अजूनही अधिकृतपणे आपली उमेदवारी जाहीर करायची का नाही याविषयीचं द्वंद्व तिच्या मनात सुरूच होतं. बिलपासून घटस्फोट घेण्याइतकीच मानसिक ओढाओढ आपल्याला न्यूयॉर्कच्या सिनेटरपदासाठीच्या उमेदवारीच्या निर्णयाच्या वेळी सहन करावी लागल्याचं तिनं नंतर नमूद केलं. दरम्यान बिल आणि हिलरी यांनी आपलं लग्न टिकवण्याच्या हेतूनं समुपदेशकाकडे धाव घेतली. या दरम्यानच हिलरीनं न्यूयॉर्कमधल्या आपल्या उमेदवारीसंबंधी गंभीरपणे विचार सुरू केला असल्यानं तिनं बिलशी या विषयावर नकळत चर्चा सुरू केली. निवडणूक, प्रचार अशा गोष्टींनी बिल नेहमीच उत्तेजित होत असल्यामुळे त्यानं लगेचच ही कल्पना उचलून धरली. यामुळे दोघांच्या नकळत हिलरीची संभाव्य उमेदवारी हा त्यांचे संबंध सुधारण्यासाठीचा एक चांगला उपाय ठरला! अखेर न्यूयॉर्कमधून आपण सिनेटरपदासाठी उभं राहायचं असा निर्णय हिलरीनं मे महिन्यात घेऊन टाकला.

अर्थातच अनेक जणांच्या मनात हिलरीनं हा निर्णय का घेतला, हा प्रश्न होता. याचं मुख्य कारण म्हणजे शिक्षण, आरोग्य आणि रोजगार या गोष्टींविषयी जशी आपल्याला खूप आस्था आहे, तसंच न्यूयॉर्कवासीयांच्या बाबतीतही आढळून येतं, असं हिलरीचं म्हणणं होतं. म्हणूनच या सगळ्या गोष्टींच्या संदर्भात आपल्याला त्यांच्याशी बोलायचं आहे असं सांगून तिनं न्यूयॉर्कचा मोठा दौरा आखला. यापूर्वी

हिलरीनं बिलसाठी आणि डेमोक्रॅटिक पक्षाच्या इतर नेत्यांसाठी प्रचार केला असला तरी ती यात पुरती सरावली नव्हती. यामुळे तिच्या हातून काही नवखेपणाच्या चुका घडत. यातूनच ती शिकत गेली. दरम्यान क्लिंटन दांपत्यानं न्यूयॉर्कच्या एका आलिशान भागात तब्बल सतरा लाख डॉलर्स खर्चून पाच बेडरूम्सचं मोठं घर विकत घेतलं. एकीकडे बिलवरच्या खटल्याच्या खर्चापोटी त्यांच्या डोक्यावर लाखो डॉलर्सचं कर्ज असताना हे कसं शक्य आहे, या विचारानं काही जणांचे डोळे विस्फारले. याचं उत्तर म्हणजे त्यांच्या एका श्रीमंत मित्रानं त्यांना तेरा लाख पन्नास हजार डॉलर्स गोळा करून दिले. आपोआपच काही जणांनी बिल आणि हिलरी यांच्या नीतिमत्तेविषयी आणि मूल्यांविषयी चर्चा सुरू केली. हा विषय वाढू नये म्हणून काही महिन्यांनी या कर्जाचं रूपांतर क्लिंटन दांपत्यानं नेहमीच्या कर्जासारख्या व्यवहारात केलं.

हिलरीनं मतदारांशी संवाद करण्यासाठी आता न्यूयॉर्कभर दौरे काढायला सुरुवात केली. या दरम्यान तिला जाणवत असलेली प्रमुख अडचण प्रतिमेची होती. हिलरीविषयी न्यूयॉर्कच्या नागरिकांना फारच वरवरची माहिती होती. तिची धोरणं, तिच्या संकल्पना, ती सिनेटर म्हणून निवडून आली तर नक्की काय करू इच्छिते, अशा कुठल्याच गोष्टींसंबंधी लोकांना ठाऊक नव्हतं. दुसरी अडचण बिलच्या रूपानं होती. सगळ्या महिलांना बिलनं केलेल्या कृत्यांनंतरही हिलरी त्याच्याबरोबर कशी काय राहू शकते आणि त्याला घटस्फोट का देत नाही, असा प्रश्न पडला होता. हे बिलला सांगून स्वतः आपल्यालाही खरं म्हणजे हाच प्रश्न पडला असल्याचं म्हणत तिनं खिन्न स्वरूपाचं स्मितहास्य केलं. याचं उत्तर 'कारण तुला ज्या गोष्टींविषयी काळजी आणि आस्था वाटते त्या गोष्टींना तू चिकटून राहतेस म्हणून' अशा शब्दांमध्ये बिलनं दिलं.

सर्वसाधारणपणे विवाहबाह्य संबंध ठेवणाऱ्या पुरुषांना आपल्या अनैतिक कृत्यांसंबंधीचं स्पष्टीकरण द्यावं लागतं; पण इथला प्रकार जरा वेगळाच होता. बिलच्या कारनाम्यांनंतरही हिलरी त्याच्यासोबत कशी काय राहते याचं स्पष्टीकरण लोकांना हवं असे. एकदाचा या प्रश्नाचा निकाल लावून टाकावा आणि सातत्यानं लोकांनी हा प्रश्न आपल्याला विचारून भंडावून सोडू नये यासाठी हिलरीनं 'टॉक' नावाच्या मासिकाला दिलेल्या प्रदीर्घ मुलाखतीमध्ये याचं उत्तर देण्याचा प्रयत्न केला. तसंच इतर कुणाला त्यांच्या खासगी आयुष्याविषयी इतकं विचारलं जात नसताना आपल्यालाच अशा प्रश्नांचं लक्ष्य वारंवार का बनवलं जात, असा उद्विग्नपूर्ण सवालही तिनं या मुलाखतीत केला. बिलच्या कृत्यांविषयी जवळपास काहीच न बोलता त्यानं जास्त नियमबद्ध तसंच शिस्तबद्ध पद्धतीनं वागलं पाहिजे, अशी अपेक्षा तिनं व्यक्त केली. तसंच कदाचित त्याच्या बालपणामधल्या घटनांमुळे त्याच्या मनावर आलेल्या ओरखड्यांचं

प्रतिबिंब त्याच्या प्रौढ वयातल्या चुकांमधून उमटत असावं, अशी शक्यताही तिनं बोलून दाखवली. तिचं हे विधान अगदी वाखाणण्याजोगं होतं. अत्यंत अचूकपणे तिनं बिलच्या मानसिकतेवर नेमकं बोट ठेवलं. अनेक मानसशास्त्रज्ञांनी आणि अभ्यासकांनी अशाच प्रकारचं भाष्य केलं आहे. लहानपणीच्या अप्रिय घटनांमुळे माणूस आयुष्यभर, जाणवत असूनही, त्यांचा सूड घेण्यासाठी घोडचुका करत राहतो, असं त्यांनी म्हटलं आहे. बिलचंही तेच होत असावं. बिलमध्ये लहानपणीच्या घटनांमुळे एक प्रकारचा मानसिक कमकुवतपणा आला असावा आणि तो कुठल्याही प्रकारच्या दुष्टपणामुळे किंवा विकृतीमुळे हे करत नसणार, असं ती म्हणाली. तरीसुद्धा माणूस म्हणून तो खूपच चांगला असल्याचं विधान तिनं दोन वेळा केलं. तसंच आपलं त्याच्यावर खूप प्रेम असल्यामुळे आपण त्याला अशा अवस्थेत सोडून जाण्याचा विचारही करू शकत नसल्याचे भावपूर्ण उद्गार तिनं काढले. आपल्यामधला संवाद संपला नसल्याचं आणि आपण राजकारण, समाजकारण याविषयी अजूनही पूर्वीच्याच उत्साहानं बोलतो, असं ती म्हणाली. हे सगळं सांगून झाल्यावर तिनं हळूच 'आम्हाला अजूनही बिछान्यात लोळत जुने चित्रपट बघायला आवडतात' अशी एक खासगी गोष्टसुद्धा कबूल करून टाकली!

काही विश्लेषकांनी लगेचच हिलरी आपलं राजकीय भविष्य उज्ज्वल असावं यासाठी बिलच्या घोडचुकांवर पांघरूण घालत असल्याचा आरोप केला. तिनं खूप थेटपणे बिलच्या चुकांविषयी भाष्य करायला हवं होतं, असं ते म्हणाले. बिल सगळ्या जनतेच्या साक्षीनं खोटं बोलण्याचं धाडस करू शकला, ही साधीसुधी चूक नसल्याचं विधान त्यांनी केलं. एकूण काय, तर ही मुलाखत दिल्यामुळे आपल्या मागचं हे संकट दूर होईल अशी हिलरीला वाटत असलेली आशा फोल ठरली. आपल्या बाजूनं हिलरीनं अशा प्रकारच्या प्रश्नांना विस्तारानं उत्तर देणं जवळपास बंद करून टाकलं. तसंच याविषयी ती स्वतःहून फारसं भाष्यही करत नसे. विनाकारण हा मुद्दा चर्चेत ठेवणं तिला नकोसं झालं होतं. तसंच आपल्या कामाविषयी आणि योजनांविषयी बोलणं सोडून पुन्हापुन्हा तोच विषय उगाळत राहणं म्हणजे आपलं नुकसान करून घेणं आहे, ही तिची रास्त धारणा होती. प्रत्यक्षात मात्र लोकांना हिलरी स्वतःभोवती एक मुखवटा धारण करून मुद्दामच अवघड प्रश्नांविषयी बोलणं टाळत आहे, असं वाटायला लागलं.

न्यूयॉर्कची सिनेटर बनण्यासाठी हिलरी प्रयत्न करणार याची चाहूल मात्र लोकांना आता लागत होती!

◆

राजकारणात थेट प्रवेश

१९९९ साल संपण्याआधी हिलरीच्या एका कृतीमुळे, तसंच एकदा तिच्या कृती न करण्यामुळे मोठं वादळ निर्माण झालं. इस्त्राईलच्या दौऱ्यावर 'फर्स्ट लेडी' म्हणून हिलरी गेली होती. या दौऱ्यादरम्यान ती इस्त्राईलचे कट्टर शत्रू असलेल्या पॅलेस्टिनी लोक राहत असलेल्या रामाल्ला या भागातसुद्धा एका कार्यक्रमासाठी गेली. तिथे पॅलेस्टिनी नेता यासर अराफातच्या पत्नीनं पॅलेस्टिनी लोकांना ठार करण्यासाठा इस्त्राईल कर्करोग पसरवणारे वायू सोडत असल्याचे आरोप केले. हिलरीनं त्यावर काहीच प्रतिक्रिया दिली नाही. याच कार्यक्रमात इस्त्राईलवर आणखी जोरदार आरोप झाले. हिलरीनं ते ऐकून घेतले. कार्यक्रमाच्या शेवटी निरोप घेताना अराफातच्या गालाचं चुंबन हिलरीनं पारंपरिक पद्धतीनुसार घेतलं. यामुळे इस्त्राईलमध्ये खळबळ माजली. अमेरिकेमध्ये बलाढ्य मानल्या जाणाऱ्या ज्यू लोकांनी विलक्षण संताप व्यक्त केला. अमेरिकेनं नेहमीच इस्त्राईलला झुकतं माप दिलेलं असताना हिलरीनं पॅलेस्टिनी लोकांना जास्त महत्त्व दिल्याचं आणि त्यांनी इस्त्राईलच्या विरोधात आग ओकूनसुद्धा याकडे साफ दुर्लक्ष केल्याचं चित्र निर्माण झालं होतं. बराच काळ हिलरीवरची आगपाखड सुरू राहिली.

न्यूयॉर्कच्या निवडणुकीत गिलानीचं पारडं स्पष्टपणे जड असल्याचं दिसून येत होतं. हिलरी नवखी असल्याप्रमाणे आपला प्रचार करण्याचा प्रयत्न करत राहिली. तिच्याकडे ठोस मुद्दे असल्याचं कुणालाच आढळत नव्हतं. याउलट गिलानी मात्र आत्मविश्वासानं भारून गेला होता आणि तोच बाजी मारणार, असं बहुतेक सगळ्या सर्वेक्षणांमध्ये आढळून येत होतं. अनेक पत्रकारांनी हिलरीची आकांक्षा तिच्या कुवतीपेक्षा खूप वाढली असल्याचं मत व्यक्त केलं. आता तिच्या प्रचारात बिलसुद्धा उतरला. प्रचारामधल्या फलकांमध्ये तिचं नाव फक्त 'हिलरी' असं लिहिलेलं असे. यातून क्लिंटन आडनावाचे फायदे-तोटे तिला नको असल्याचा अर्थ काही जणांनी

काढला. प्रचारामध्ये मात्र हिलरीकडे फारसा उत्साह नसल्याचं मत अनेक जणांनी व्यक्त केलं. ती गरजेपेक्षा जास्त पारंपरिक पद्धतीनं बोलते, तिच्यात नावीन्याचा अभाव आहे आणि उत्साहाच्या बाबतीतही तिच्यामध्ये कमतरता जाणवते, असं इतर काही विश्लेषक म्हणत असत. तरीसुद्धा हिलरीच्या नावाभोवती असलेल्या वलयामुळे आणि ती 'फर्स्ट लेडी' असल्याच्या अनोख्या प्रकारामुळे तिच्या प्रचाराला खूप प्रसिद्धी मिळे. इतर सगळ्या निवडणुकांच्या तसंच उमेदवारांच्या तुलनेनं हिलरीला प्रचंड जास्त महत्त्व दिलं जाई. अमेरिकेबाहेरूनही अनेक पत्रकार खास या निवडणुकीचं वार्तांकन करण्यासाठी न्यूयॉर्कमध्ये दाखल झाले. तरीसुद्धा हिलरीशी सहजपणे बोलणं बहुतेक कुणालाच जमत नसे. याचं कारण म्हणजे इतर उमेदवार आपल्या भाषणांदरम्यान पत्रकारांशी दिलखुलासपणे बोलत; पण हिलरीला देण्यात आलेल्या खास सुरक्षेमुळे तिच्या आजूबाजूला सतत सुरक्षारक्षकांचं कोंडाळं असे. त्यातून हिलरीपाशी पोहोचणं खूप अवघड असे. शिवाय जिथं ती जाई तिथं लोकांचे जथ्थे जमत आणि सगळे रस्ते भरून जात.

हळूहळू गिलानी जसा एकदम कडक शिस्तीचा आणि गुन्हेगारी मोडून काढण्याची धमक असलेला माणूस आहे, तशीच क्षमता हिलरीमध्येसुद्धा आहे, असं लोकांना वाटायला लागलं. तिच्या भाषणांमधून ते जाणवत राही. याच्या जोडीला कृष्णवर्णीय लोकांमध्ये गिलानी अजिबात लोकप्रिय नसल्याचा फायदा हिलरीला मिळण्याची शक्यता निर्माण झाली. न्यूयॉर्कमध्ये गुन्हेगारी प्रचंड वाढली असताना गिलानीनं अत्यंत निर्दयपणे ती मोडून काढली होती. हे अत्यंत आवश्यक असलं तरी यामुळे अनेक निष्पाप कृष्णवर्णीय लोकांची त्यात फरफट झाली होती. हिलरीची मात्र पूर्वीपासूनच सर्वसमावेशक प्रकारची प्रतिमा असल्यामुळे गिलानीच्या तुलनेत कृष्णवर्णीयांचा हिलरीला मोठ्या प्रमाणावर पाठिंबा मिळण्याची चिन्हं दिसायला लागली. त्यातच २००० सालच्या एप्रिल महिन्यात नाट्यमयरीत्या गिलानीला अडचणीत आणणाऱ्या दोन घटना घडल्या. एक तर आपल्याला प्रोस्टेट ग्रंथींचा कर्करोग झाला असल्यामुळे त्यावर उपचार करून घेणं आवश्यक असल्याचं त्यानं जाहीर केलं. यानंतर काही आठवड्यांनी आपण आपल्या पत्नीला घटस्फोट देत असून आपल्या एका 'मैत्रिणी'बरोबर इथून पुढे जास्त काळ घालवणार असल्याचं त्यानं जाहीर केलं. म्हणजेच फक्त क्लिंटन दांपत्यालाच वैवाहिक आयुष्यामधल्या नाजूक प्रश्नांशी झगडावं लागत नव्हतं तर! या सगळ्या दबावाचा सामना करणं गिलानीला अशक्य होऊन बसलं आणि त्यानं लवकरच न्यूयॉर्कच्या सिनेटरपदासाठीच्या निवडणुकीतून सरळ माघार घेत असल्याचं जाहीर केलं.

गिलानी निवडणुकीच्या शर्यतीतून बाहेर पडल्यावर त्याची जागा घेणारा रिपब्लिकन पक्षाचा दुसरा उमेदवार एकदम शांतपणे आपलं काम करणारा आणि आक्रमकपणे

न वागणारा असल्यामुळे हिलरीलासुद्धा आपल्या प्रचाराची दिशा बदलणं भाग पडलं. एकीकडे या घडामोडी सुरू असताना हिलरीच्या सगळ्यात जवळच्या मैत्रिणीला फुप्फुसाचा कर्करोग झाल्याचं डॉक्टरांनी सांगितलं. हा कर्करोग वेगानं पसरत गेला आणि काही काळातच तिचं निधन झालं. हिलरी तिला दररोज फोन करून धीर देत असे; पण अखेर कर्करोगानं आपला डाव साधलाच. यामुळे हिलरीवर मोठा भावनिक आघात झाला. नाइलाजानं ती आपल्या प्रचाराकडे वळली. आता प्रचार करताना पूर्वीप्रमाणे एकदम शिस्तशीरपणे वागणं तिनं कमी केलं. भाषण करून झाल्यावर तिथं उपस्थित असलेल्या लोकांशी काही काळ बोलणं, त्यांच्याशी हस्तांदोलन करणं, अशा समाजप्रिय गोष्टी ती करायला लागली. लोकांवर या सगळ्याचा खूप प्रभाव पडतो आणि त्याचा आपल्याला मिळणाऱ्या मतांवर थेट परिणाम होऊ शकतो, याची तिला आता जाणीव होती.

अजूनही महिला मतदारांचा हिलरीवरचा राग मात्र टिकून होता. बिलच्या वागण्याचा राग ते हिलरीवर अनाकलनीयरीत्या काढत होते. तसंच हिलरीच्या तथाकथित आर्थिक घोटाळ्यांच्या पार्श्वभूमीवर तिच्यावर कितपत विसंबून राहायचं, असा प्रश्नही काही जणांना भेडसावत होता. न्यूयॉर्क शहरापासून जरा लांबवर राहत असलेल्या महिलांना हिलरीचा आत्मविश्वास म्हणजे तिच्यामधला अहंभाव वाटे. ती फक्त उच्चभ्रू समाजासाठीच काहीतरी करेल, असं त्या मानत. तसंच ती सगळ्या गोष्टींवर आपलं नियंत्रण प्रस्थापित करण्याचा प्रयत्न करते आणि इतरांचं म्हणणं ऐकूनसुद्धा घेत नाही, असा समज मोठ्या प्रमाणावर पसरला. यातून मार्ग काढण्यासाठी हिलरीनं काही घरांमध्ये जाऊन तिथल्या परिसरामधल्या महिलांशी बोलायचं ठरवलं. म्हणजेच त्यांचे प्रश्न, त्यांना हिलरीविषयी वाटत असलेल्या शंकाकुशंका या सगळ्यांचं निरसन सार्वजनिक ठिकाणी होणं अशक्य असल्यामुळे खासगीत ते जास्त सहजपणे आणि मोकळेपणानं होईल, अशी यामागची भूमिका होती. यामुळे महिलांमध्ये हिलरीविषयी असलेली अस्वस्थता काही प्रमाणात तरी दूर व्हायला मदत व्हावी, असा यामागचा हेतू होता. तो पूर्णपणे साध्य झाला. टीव्हीवर हिलरी दिसते त्याहून ती खूप सुंदर, मोकळी, उदारमतवादी, समोरच्यांचं म्हणणं ऐकून घेणारी, शांत, बुद्धिमान आहे असं अनेक महिला म्हणायला लागल्या. खास करून हिलरीनं आपल्याशी संवाद साधण्यासाठी आणि आपल्या मनातल्या शंकाकुशंका दूर करण्यासाठी स्वतःहून या बैठका आयोजित कराव्यात, याचं त्यांना खूपच अप्रूप वाटलं.

याच्या जोडीला आपण माध्यमांशी फारच फटकून वागत असल्याचा फटकाही आपल्याला बसत असल्याचं चाणाक्ष हिलरीच्या लक्षात आलेलं असल्यामुळे तिनं यासंबंधीच्या धोरणातसुद्धा बदल केले. आता ती जास्त मोकळेपणानं त्यांच्याशी

संवाद साधत असे. पत्रकारांना हिलरीच्या जास्त मुलाखती मिळत असल्यामुळे तिचा नेमका दृष्टिकोन त्यांच्यापर्यंत सहजपणे पोहोचे. याचबरोबर आपोआपच तिच्याविषयी विनाकारण गैरसमज पसरण्याला जरा आळा बसला. अगदी इस्त्री केल्यासारखा चेहरा घेऊन वावरणारी हिलरी प्रत्यक्षात हलक्याफुलक्या विनोदांचा शिडकावा करते आणि प्रत्येक गोष्ट विनाकारण अतिगंभीरपणे घेत नाही, हे त्यांना उमगलं.

याखेरीज स्टार प्रकरणाचा तपास आता संपल्याचं जाहीर करण्यात आलं. तसंच बिल आणि हिलरी यांच्या अर्कान्सॉमधल्या जमीन खरेदी-विक्री प्रकरणाच्या तपासाचाही अखेरचा टप्पा दृष्टिपथात आला आणि संपला. याही प्रकरणात बिल आणि हिलरी यांच्यावर काही खास ठपका ठेवणं शक्य नसल्याचं आढळून आलं. यामुळे आपल्याला एकदम हलकंफुलकं वाटत असल्याची प्रतिक्रिया हिलरीनं दिली. रिपब्लिकन पक्षानं हिलरीवरचं आक्रमण सुरू ठेवलं असलं आणि तिला निवडणुकीत पराभूत करण्यासाठीच्या प्रचाराला आवश्यक असलेला निधी मोठ्या प्रमाणावर गोळा केला असला तरी, या पक्षातर्फे हिलरीच्या विरोधात असलेला उमेदवार हिलरीसमोर दुय्यम वाटत होता. त्याच्याभोवती 'फर्स्ट लेडी'सारखं वलय नव्हतं. त्यातच त्यानं हिलरीबरोबरच्या जाहीर वादविवादामध्ये मोठा घोळ केला. दोन्ही उमेदवारांनी कशा प्रकारे निधी गोळा करावा या संदर्भात त्यानं या संदर्भातला काळा पैसा रोखण्यासाठी एक प्रस्ताव मांडला. तसंच या प्रस्तावावर हिलरीनं आपल्यासह तत्काळ सही करावी, अशी मागणी केली. जर हिलरी खरोखर भ्रष्टाचारविरोधी असेल तर तिला असं करण्यात कसलीच अडचण नसावी असं त्यानं जवळपास ओरडून तर सांगितलंच; पण शिवाय हिलरीकडे आपल्या हाताचं बोट दाखवून आपल्या देहबोलीतूनही आपला आक्रमकपणा स्पष्टपणे दर्शवला. यामुळे अजिबात न बिचकता किंवा अशाच आक्रमक मार्गाचा अवलंब न करता हिलरीनं स्मितहास्य करत उभं राहून त्याच्यापाशी जात त्याच्याशी हस्तांदोलन केलं. या घटनेचा मतदारांवर खूप परिणाम झाला. खास करून महिलांना आपल्या प्रतिस्पर्ध्यानं आक्रस्ताळेपणा करूनसुद्धा हिलरीनं अत्यंत शांतपणे ही घटना हाताळली असं वाटलं. तसंच हिलरीच्या विरोधात या प्रतिस्पर्ध्यानं केलेली टीका अनाठायी असल्याचंही बहुतेक जणांचं मत पडलं. अर्थातच याचा परिणाम हिलरीविषयीची सहानुभूती वाढण्यात आणि तिच्या प्रतिस्पर्ध्याचं नुकसान होण्यात झाला.

२००० मध्ये हिलरी न्यूयॉर्कच्या सिनेटरपदासाठी उभी असली तरी या सालातली सगळ्यात महत्त्वाची निवडणूक म्हणजे अमेरिकी राष्ट्रपतिपदासाठीची होती. डेमोक्रॅटिक पक्षाच्या वतीनं क्लिंटनच्या राष्ट्रपतिपदाच्या काळात उपराष्ट्रपती असलेला अल गोर उभा होता. टेक्सास राज्याचा गव्हर्नर जॉर्ज डब्ल्यू. बुश हा रिपब्लिकन पक्षाचा उमेदवार होता. बिल क्लिंटनच्या आधी अमेरिकेचा राष्ट्रपती असलेल्या जॉर्ज डब्ल्यू.

एच. बुशचा हा मुलगा होता. बिलच्या काळात अमेरिकी अर्थव्यवस्था भरभराटीच्या रस्त्यावरून मार्गक्रमण करत होती आणि तंत्रज्ञानविषयक प्रगतीमुळे आणखी प्रगती साधली जात होती. तरीसुद्धा बिलच्या विवाहबाह्य संबंधांमुळे आणि त्याच्यावरच्या इतर आरोपांमुळे आपल्याला नुकसान होऊ शकतं या विचारानं गोरनं बिलच्या नावाचा फार वापर आपल्या प्रचारासाठी करायचं टाळलं. गोर आणि बुश यांच्यामधली लढत अत्यंत अटीतटीची झाली. गोरला बुशपेक्षा पाच लाख मतं जास्त पडूनसुद्धा अमेरिकी पद्धतीनुसार जो उमेदवार जास्त राज्यं जिंकेल तो विजयी घोषित होणार असल्याचा फायदा बुशला मिळाला. फ्लॉरिडा राज्याच्या निकालावर सगळं भवितव्य अवलंबून होतं. तिथं बुश जिंकला की गोर हे अनेक फेऱ्यांनंतरही समजेना. दोन्ही उमेदवारांनी आपणच तिथं विजय मिळवला असल्याचा दावा केल्याची अभूतपूर्व परिस्थिती निर्माण झाली. अखेर खूप गोंधळानंतर बुश जिंकला असल्याचं जाहीर करण्यात आलं. या तुलनेत न्यूयॉर्कच्या सिनेटरपदाच्या निवडणुकीत हिलरीनं मात्र अत्यंत सहजपणे आपल्या रिपब्लिकन प्रतिस्पर्ध्याचा ५५%-४३% अशा मतांच्या फरकांनी पराभव केला. जवळपास एकतर्फी झालेल्या या निवडणुकीत महिला मतदारांच्या एकूण मतांपैकी ६०% मतं हिलरीच्या वाट्याला आली. अखेर अधिकृतपणे स्वतःच्या जोरावर हिलरी सरकारी पदावर स्थानापन्न झाली आणि तिचा राजकारणात प्रवेश झाला!

खरं म्हणजे अगदी सुरुवातीपासूनच हिलरी स्वतंत्र व्यक्तिमत्त्व लाभलेली आणि स्वतंत्र बाण्याची होती. गेली दोन दशकं मात्र बिलच्या कारकिर्दीमुळे तिची स्वतःची कारकीर्द झाकोळून गेली होती. त्यातल्या त्यात गेली आठ वर्षं तर अमेरिकेचा राष्ट्रपती म्हणून बिल जबाबदारी सांभाळत असताना हिलरीनं स्वतःचं स्थान निर्माण करणं जवळपास अशक्य होतं. आता ही संधी तिनं साधली. आपल्या वयाच्या त्रेपन्नाव्या वर्षी हिलरी रॉडहॅम क्लिंटन पुन्हा एकदा स्वबळावर काय करू शकते, हे लोकांना दिसून आलं. निवड झाल्यावर पुढच्याच दिवशी एका पत्रकार परिषदेत यानंतरच्या म्हणजे २००४ सालच्या राष्ट्रपतिपदासाठीच्या निवडणुकीसाठी हिलरी उत्सुक आहे का, असा प्रश्न तिला एका पत्रकारानं विचारला. याला नकारात्मक उत्तर देत पुढची सहा वर्षं आपल्याला न्यूयॉर्क राज्याची कनिष्ठ सिनेटर म्हणून सेवा करायची असल्याचं उत्तर तिनं दिलं. याचा अर्थ, या अवधीनंतर ती राष्ट्रपतिपदासाठी प्रयत्न करणार का, हा प्रश्न अनुत्तरितच राहिला.

३ जानेवारी २००१ या दिवशी हिलरीनं सिनेटरपदाची शपथ घेतली. चेल्सी आणि हिलरीची आई यांच्यासह स्वतः बिल या सोहळ्याला हजर होता. नवा राष्ट्रपती बुश अजून आपल्या पदावर विराजमान झालेला नसल्यामुळे अधिकृतपणे बिलच अमेरिकेचा राष्ट्रपती होता. अशा प्रकारे प्रेक्षकांमध्ये बसून अमेरिकी राष्ट्रपती

आपल्या नवनिर्वाचित सिनेटर पत्नीचं कौतुक करायला हजर होता. चेल्सीचा हात आपल्या हातात घेऊन मोकळं हास्य करणारा बिल सगळ्यांनाच भावला. पुढचे तीन आठवडे हिलरीनं 'फर्स्ट लेडी' आणि सिनेटर अशी दुहेरी भूमिका हसतहसत पार पाडली. यानंतर बुश अमेरिकेचा अधिकृतपणे राष्ट्रपती झाला. हिलरी न्यूयॉर्कची सिनेटर झाल्यानंतर आपण आपला आनंद शब्दांमध्ये व्यक्त करू शकत नसल्याचं आणि चेल्सीच्या जन्माखालोखालचा आपल्या आयुष्यातला हा सगळ्यात आनंदाचा क्षण असल्याचं बिलनं सांगितलं.

हिलरीची निवडणूक आणि तिनं सिनेटर पदाची जबाबदारी स्वीकारण्याचा दिवस यामधल्या काळात 'सायमन अँड शूस्टर' या प्रकाशन संस्थेनं ऐंशी लाख डॉलर्सचा मोबदला हिलरीच्या आत्मचरित्रासाठी तिला देण्याचं कबूल केलं होतं. १९९४ मध्ये पोप जॉन पॉलच्या आत्मचरित्रासाठी पंचाऐंशी लाख डॉलर्सचा मोबदला दिल्यानंतर कुठल्याही लेखकाला मिळणारी ही सगळ्यात मोठी आगाऊ रक्कम होती. याखेरीज बिल राष्ट्रपती असतानाच्या काळात त्यांना मिळालेल्या सगळ्या भेटवस्तूंची किंमत सुमारे दोन लाख डॉलर्स इतकी भरत होती. यात फर्निचर, सुबक भांडी आणि इतर वस्तू अशा अनेक गोष्टी होत्या. क्लिंटन दांपत्यानं त्या आपल्या न्यूयॉर्कमधल्या नव्या घरात हलवल्या. या दोन गोष्टींमुळे परत एकदा त्यांच्यावर जोरदार टीका झाली. खरं म्हणजे याआधी अनेक राजकारणी लोकांना त्यांच्या पुस्तकांसाठी मोठ्या रकमा मिळाल्या होत्या आणि बऱ्याच राष्ट्रपतींनी आपल्याला मिळालेल्या भेटवस्तू कार्यकालाच्या समाप्तीनंतर आपल्याकडेच ठेवल्या होत्या. तरीसुद्धा परत एकदा टीकेचा सूर बिलपाठोपाठ हिलरीनं आपल्या पदाचा गैरवापर करण्यात केला असल्याचा होता. प्रत्यक्षात हिलरीनं सिनेटरपदाची जबाबदारी स्वीकारल्यानंतर तिला वर्षाकाठी एक लाख पंचेचाळीस हजार डॉलर्स इतकं वेतन मिळणार होतं. यानंतर तिला कुणाकडूनही पन्नास डॉलर्सपेक्षा जास्त किमतीची भेट स्वीकारणं नियमांनुसार अशक्य झालं असतं. त्यातून तिनं ही पळवाट शोधली असल्याचं तिच्या विरोधकांचं मत होतं. याखेरीज बिल राष्ट्रपती असताना मिळालेल्या भेटवस्तू या 'राष्ट्रपती' या पदावर असलेल्या माणसासाठी म्हणजेच 'व्हाईट हाउस'साठी होत्या; त्या बिल क्लिंटनला मिळालेल्या नव्हत्या आणि म्हणूनच त्या क्लिंटन दांपत्यानं आपल्याबरोबर नेणं योग्य नसल्याचंही त्यांचं म्हणणं होतं. अखेर आपल्या विरोधात उठलेल्या या रानामुळे क्लिंटन दांपत्यानं सुमारे अठ्ठावीस हजार पाचशे डॉलर्स किमतीच्या भेटवस्तू परत केल्या आणि इतर वस्तूंसाठी शहाऐंशी हजार डॉलर्स इतकी रक्कम भरली.

सिनेटर म्हणून हिलरीचा कारकीर्द सावधपणे सुरू झाली. तिनं मुद्दाम प्रकाशझोतापासून दूर राहण्यासाठी म्हणून किंवा चमकण्यासाठी म्हणून काहीच केलं नाही. आपलं

काम शांतपणे करण्यावर तिनं भर दिला. तरीसुद्धा सातत्यानं सगळ्यांचं लक्ष तिच्याकडे लागून राहिलेलं असे. माध्यमांनीही तिच्यावरचा आपला झोत काही कमी केला नाही. आपल्या आत्मचरित्रासाठी मिळालेल्या आगाऊ रकमेचा वापर करून वॉशिंग्टनजवळ तिनं एक घर विकत घेतलं. तिथं क्लिंटन कुटुंबानं सध्या राहण्याचा प्रश्न नसल्यामुळे हिलरीची आई तिथं आता राहायला लागली. याखेरीज आपल्या राजकीय स्वरूपाच्या कामांसाठी हिलरी या घराचा वापर करे. याखेरीज न्यायालयीन प्रकरणांमुळे आपल्या डोक्यावर साचलेलं सुमारे एक कोटी चाळीस लाख डॉलर्सचं कर्ज चुकवण्यासाठी बिलनं आता भाषणं करून कमाई करायला सुरुवात केली. याचे त्याला दिवसाकाठी तब्बल अडीच लाख डॉलर्स मिळत. हिलरीनं डेमोक्रॅटिक पक्षासाठी निधी गोळा करायला सुरुवात केली. यामुळे डेमोक्रॅटिक पक्षामधलं तिचं स्थान अगदी दुय्यम न राहता ते हळूहळू मजबूत होण्याला मदत व्हायला लागली. सकाळी ८.३० पासून रात्री जवळजवळ १० वाजेपर्यंत हिलरी आता सिनेटरपद आणि डेमोक्रॅटिक पक्षाचं काम यात व्यग्र असे.

तेवढ्यात सगळं काही अचानकपणे बदलून गेलं!

◆

९/११

११ सप्टेंबर २००१ या दिवशी राष्ट्रपती जॉर्ज डब्ल्यू. बुशची पत्नी काही कारणानं हिलरीचा समावेश असलेल्या एका समितीसमोर लहान मुलांसंबंधीच्या एका प्रश्नावर काही मुद्दे मांडणार होती. एका प्रकारे सध्याची फर्स्ट लेडी आधीच्या फर्स्ट लेडीसमोर येण्याचा हा अनोखा प्रकार होता. या बैठकीसाठीची तयारी करण्यासाठी हिलरी फोनवर बोलत असताना पहिल्या विमानानं न्यूयॉर्कमधल्या वर्ल्ड ट्रेड सेंटरच्या पहिल्या इमारतीला धडक दिली. सुरुवातीला हा अपघात असावा असं वाटलं. तेवढ्यात दुसऱ्या इमारतीमध्येही विमान घुसलं. आता मात्र हा दहशतवादी हल्ला आहे याविषयी हिलरीची खात्रीच झाली. 'कॅपिटॉल हिल' या इमारतीमधल्या आपल्या कामाच्या ठिकाणी हिलरी पोहोचेपर्यंत पेंटॅगॉन या अमेरिकी लष्कराच्या मुख्यालयाच्या इमारतीवर तिसरं विमान धडकलं होतं. पोलीस आता हिलरीच्या कामाच्या ठिकाणची इमारत रिकामी करत होते. हिलरीनं घाबऱ्याघुबऱ्या झालेल्या आपल्या काही सहायकांना धीर दिला आणि दुसऱ्या एका इमारतीत जायला सांगितलं. पोलिसांनी रस्त्यामधली वाहतूक नीट करण्याचा प्रयत्न सुरू केला. हिलरी एका अधिकाऱ्यासमवेत आपल्या मोटारीतून निघाली. तिनं अगदी घाईघाईनं आता एकवीस वर्षं वय असलेल्या चेल्सीला फोन केला. काहीही करून चेल्सीशी संपर्क व्हावा आणि ती ठीकठाक असल्याचं आपल्याला समजावं, अशी तीव्र इच्छा ती मनाशी बाळगून होती. स्टॅनफर्डमधून आपलं पदवीचं शिक्षण पूर्ण केलेली चेल्सी सध्या आपल्या एका मैत्रिणीबरोबर न्यूयॉर्कमधल्या मॅनहॅटन भागात राहत असे. या वेळी ती बहुतेक करून धावायला जात असे. आपला कॉल चेल्सीपर्यंत पोहोचू शकत नसल्यामुळे हिलरी अत्यंत अस्वस्थ झाली.

पूर्ण अमेरिकेत प्रचंड खळबळ माजली होती. वर्ल्ड ट्रेड सेंटरच्या दोन इमारतींवर धडकलेल्या विमानांमुळे या इमारती पत्त्याच्या मनोऱ्यांसारख्या कोसळत असल्याची दृश्यं वारंवार टीव्हीवर दाखवण्यात आली होती. साहजिकच न्यूयॉर्कमध्ये

तर प्रचंड अस्वस्थता होती. आपल्या नेत्यांनी अशा प्रसंगी देशाला धीर द्यावा अशी सगळ्या लोकांची अपेक्षा होती. साहजिकच चेल्सीची काळजी सोडून अख्ख्या न्यूयॉर्कवासीयांची काळजी घेण्याच्या भूमिकेत हिलरी शिरली. विचार करायची उसंत तिच्याकडेच काय, पण इतर कुणाकडेच नव्हती. भराभर फोन करून हिलरीनं प्राप्त परिस्थितीविषयी शक्य तितकी माहिती गोळा करण्याचा प्रयत्न केला. बिल एका भाषणासाठी ऑस्ट्रेलियामध्ये होता. त्यालाही हिलरीनं फोन केला. बिलनं अमेरिकेमधल्या थरकाप उडवणाऱ्या घटनांची दृश्यं टीव्हीवर बघितली होती. चेल्सी ठीक आहे ना हे जाणून घेण्यासाठी तोही उतावीळ झाला होता. हिलरीला अर्थातच याची खात्री नसूनसुद्धा तिनं बिलला काही काळजी करण्यासारखं नसल्याचं सांगितलं. चेल्सी खरोखरच ठीकठाक होती. ती हिलरीला फोन करण्याचा प्रयत्न करत होती; पण तिचाही फोन लागत नव्हता. घाईनं बाहेर पळत जाऊन तिनं एका फोन बूथवरून हिलरीला फोन करण्याचं ठरवलं; पण सगळ्या फोन बूथ्सवर लांबलचक रांगा लागल्या असल्यामुळे तिचा नाइलाज झाला. न्यूयॉर्कच्या महापौरानं दिलेल्या सूचना इतरांप्रमाणेच पाळत तिनं ठरावीक ठिकाणी जायचं ठरवलं. तिथं जात असताना- 'ग्रँड सेंट्रल' या उपनगरीय रेल्वे स्थानकाजवळून जात असताना अफवा आणि भीती यांना ऊत आला होता. अनेक लोक 'बॉम्ब', 'आग' म्हणून ओरडत होते. प्रचंड गोंधळाचं वातावरण होतं. चेल्सी आणि तिची मैत्रीण या दोघी घाबरून गेल्या आणि त्यांना रडू फुटलं. इतर अनेक जणांचीसुद्धा अशीच अवस्था होती. आपण मरणार असं या काळात आपल्याला वाटल्याचं चेल्सीनं नंतर नमूद केलं. हिलरी तिला फोन करण्याचा प्रयत्न करतच होती. अखेर थोड्या वेळानंतर तिचा फोन लागला आणि चेल्सीनं आपल्या आईचा आवाज ऐकताच तिच्या डोळ्यांमधून आनंदाश्रू वाहायला लागले. चेल्सीची समजूत घालून झाल्यानंतर हिलरीनं पुन्हा एकदा बिलला फोन करून चेल्सी ठीक असल्याची सुवार्ता दिली.

आपल्या अधिकृत भूमिकेत जात हिलरीनं न्यूयॉर्कमधल्या दुसऱ्या सिनेटरच्या साथीनं न्यूयॉर्कचा महापौर, माजी महापौर गिलानी यांच्यासह राष्ट्रपती जॉर्ज डब्ल्यू. बुशशी संभाषण केलं. न्यूयॉर्कला सावरण्यासाठी जे काही करावं लागेल ते आपण करू, असं आश्वासन त्यांनी बुशला दिलं. काही वेळानंतर दुपारी इतर संसदपटूंसह हिलरी कॅपिटॉल हिल इमारतीपाशी गेली. हाउस ऑफ रिप्रेझेंटेटिव्ह्ज आणि सिनेट या दोन्ही सभागृहांच्या नेत्यांनी आपण अशा क्षणी एकदिलानं काम करू, अशी ग्वाही दिली. मृतात्म्यांना श्रद्धांजली वाहण्यासाठी काही क्षण सगळे शांतपणे उठून उभे राहिले. यानंतर काही संसदपटूंनी 'गॉड ब्लेस अमेरिका' गायला सुरुवात केली. इतरांनीही त्यांना साथ दिली. सगळे भावुक झाले. हिलरीच्या डोळ्यांमध्ये अश्रू दाटले. लवकरच बुश अमेरिकी जनतेशी संवाद साधणार असल्याचं घोषित करण्यात

आलं. त्याआधी सीएनएन वाहिनीनं हिलरीची घडलेल्या घटनाक्रमाविषयी प्रतिक्रिया विचारली. आपण पूर्णपणे राष्ट्रपतीच्या पाठीशी उभं राहणार असल्याचं सांगून अत्यंत कठोर शब्दांमध्ये तिनं या हल्ल्याची निर्भर्त्सना केली. अमेरिका या हल्ल्याचा बदला तर घेईलच; पण अमेरिकाच नव्हे तर इतर कुठल्याही देशावर अशा प्रकारचा दहशतवादी हल्ला झालेला आपण कुणीच खपवून घेणार नाही, असा सज्जड इशारा तिनं दिला.

या अत्यंत अवघड दिवसानंतर दुसऱ्या दिवशी अमेरिकी सिनेटनं या हल्ल्याचा निषेध करण्यासंबंधीचा ठराव मंजूर केला. अर्थातच कुणीही या ठरावाला विरोध करण्याचा प्रश्नच नव्हता. हिलरीनं ठरावाच्या बाजूनं मतदान केलं हे वेगळं सांगायलाच नको. यानंतरच्या दिवशी न्यूयॉर्कचा गव्हर्नर आणि महापौर यांच्यासह हिलरी झालेल्या नुकसानाचा अंदाज घेण्यासाठी आणि लोकांना धीर देण्यासाठी दौरा करण्याच्या उद्देशानं न्यूयॉर्कमध्ये फिरली. टीव्हीवर बघितलेल्या दृश्यांपेक्षा अतिभयंकर दृश्यं हिलरीनं प्रत्यक्षात बघितली. पाताळ म्हणतात ते हेच असावं, असं तिला वाटलं. १३ सप्टेंबरला हिलरीनं राष्ट्रपती बुशची भेट घेतली. नुकसान झालेल्या राज्यांच्या मदतीसाठी बुश सरकार दोन हजार कोटी डॉलर्सचा निधी उपलब्ध करून देणार असल्याचं जाहीर करण्यात आलं होतं. हा निधी दुप्पट करण्याची विनंती हिलरीनं केली आणि आश्चर्य म्हणजे बुशनं अगदी सहजपणे ती मान्य केली.

सिनेटर म्हणून आपल्याला आठवड्याचे सहा दिवस काम करावं लागेल असा हिलरीचा सुरुवातीला अंदाज होता खरा; पण ९/११ च्या या घटनेनंतर हिलरीला सातत्यानं सातही दिवस कामाला जुंपून घ्यावं लागे. वर्ल्ड ट्रेड सेंटरच्या इमारतींचं झालेलं अतोनात नुकसान भरून काढण्यासाठी कामगार सतत झटत होते. या भागामध्ये साचलेली प्रचंड धूळ आणि तिथं होत असलेलं विलक्षण प्रदूषण यामुळे या कामगारांच्या तब्येतीवर विपरीत परिणाम होत असल्याची हिलरीची खात्री पटली. यामुळे तिनं परिस्थितीची पाहणी करण्यासाठी एका तज्ज्ञाची नेमणूक केली. तसंच सातत्यानं अमेरिकी संसदेमध्ये हा मुद्दा मांडून या कामगारांना पोहोचणारा धोका कमी करण्यासाठी निधी उपलब्ध करून दिला. अर्थात हिलरीला नेहमीच आपल्या प्रयत्नांमध्ये यश मिळणार, याची खात्री नसे. ऑक्टोबर महिन्यात अग्निशमनदल आणि पोलीस यंत्रणा यांच्या मदतनिधीसाठी आयोजित करण्यात आलेल्या एका कार्यक्रमाच्या वेळी हिलरी व्यासपीठावर गेली तेव्हा जमलेल्या प्रेक्षकांनी तिची हुर्यो उडवली. आपल्याला इथं हिलरी नको असल्याचं काही जणांनी ओरडून सांगितलं. यामागचं मुख्य कारण म्हणजे अग्निशमनदल आणि पोलीस या दोन्ही यंत्रणांना हिलरी आपली सिनेटर म्हणून पसंत नव्हती. त्यांनी तिला आपली मतंही दिली नव्हती. याखेरीज राष्ट्रपती बुशच्या भाषणादरम्यान हिलरी कंटाळा आल्यासारखी

चुळबूळ करत असल्याचं बघूनही ते संतापले होते. आश्चर्य म्हणजे याच कार्यक्रमाला बिलनं हजेरी लावली तेव्हा त्याचं मात्र प्रेक्षकांनी जोरदार स्वागत केलं. हिलरीनं या अपमानाकडे दुर्लक्ष केलं. 'राजकारणात उतरलेल्यांना कधी ना कधी अशा अप्रिय प्रसंगांचा सामना करावाच लागतो,' असं ती म्हणाली.

अमेरिकेवरच्या हल्ल्याला जोरदार प्रत्युत्तर दिलं पाहिजे अशी विचारसरणी असलेल्या गटात हिलरी होती. बुशनं ९/११ घडल्यानंतर एका महिन्याच्या आत अफगाणिस्तानवर जोरदार हल्ला केला. अमेरिकेवर हल्ला करण्याची जबाबदारी घेतलेल्या अल कायदा संघटनेचा नेता ओसामा बिन लादेन आणि त्याचे सहकारी यांचा खातमा करण्यासाठीची ही योजना होती. अफगाणिस्तानवर तेव्हा तालिबान या अतिरेकी संघटनेचा कब्जा होता. अमेरिकेच्या जोरदार हल्ल्यापुढे तालिबानी सरकार टिकू शकलं नाही. डिसेंबर महिन्यापर्यंत तालिबानचं वर्चस्व संपुष्टात आलं. बिन लादेनला पकडण्यात किंवा ठार करण्यात मात्र अमेरिकेला अपयश आलं. अफगाणिस्तानपाठोपाठ बुश सरकारनं आपलं लक्ष इराककडेही वळवलं. इराकमधून अल कायदाला मदत मिळते आणि इराकी नेता सद्दाम हुसेन गैर मार्गांनी घातक रासायनिक शस्त्रं बनवतो, असा आरोप ठेवण्यात आला. युरोपच्या साथीनं इराकची पाहणी करण्यासंबंधीची मागणी अमेरिकेनं संयुक्त राष्ट्रसंघासमोर ठेवली. तिथल्या गैरप्रकारांना आळा घालण्यासाठी हे सर्वेक्षण गरजेचं असल्याचं बुशचं म्हणणं होतं. या सर्वेक्षणांदरम्यान सद्दाम हुसेननं पुरेसं सहकार्य केलं नसल्याचा आरोप करून २००२ सालच्या सुरुवातीला इराकवर हल्ला करण्याची तयारी अमेरिकेनं सुरू केली. भावनात्मकता, भीती आणि देशप्रेम यांचा अमेरिकेमध्ये तेव्हा अतिरेक झाल्याचा फायदा बुशनं उठवला. सप्टेंबर महिन्यात इराकवर हल्ला करण्यासाठीची परवानगी अमेरिकी संसदेला बुशनं मागितली. हे अत्यंत वादग्रस्त पाऊल होतं. व्हिएतनाम युद्धानंतर अमेरिकेनं उचललेलं हे सगळ्यात आततायी पाऊल ठरलं. सद्दाम हुसेन आणि अल कायदा यांच्यामध्ये काहीच संबंध नसल्याचं आणि इराकमध्ये रासायनिक किंवा जैविक शस्त्रं नसल्याचं नंतर सिद्ध झालं.

इराकवर हल्ला करण्यामधला धोका इतर जणांबरोबरच हिलरीलाही माहीत होता. सद्दाम हुसेनला सत्तेवरून हुसकावून लावल्यानंतर इराकची कशी अवस्था होईल याविषयी ती साशंक होती. यामुळे तिनं बुश सरकारसमोर याविषयी अनेक थेट प्रश्न उपस्थित केले. अनेक देशांमध्ये इराकवर युद्ध लादण्याची अमेरिकेची योजना साफ चुकीची असल्याचं आणि यामुळे मध्यपूर्व आशिया पूर्णपणे विस्कळीत व्हायचा धोका असल्याचं मत व्यक्त केलं. याचे दीर्घकालीन दुष्परिणाम अमेरिकेसकट इतर अनेक देशांना भोगावे लागतील, असा इशारा देण्यात आला.

अमेरिकी संसदेनं मात्र बुशची साथ देण्याचा निर्णय घेतला. १० ऑक्टोबर

२००२ या दिवशी हाउस ऑफ रिप्रेझेंटेटिव्हज या रिपब्लिकन पक्षाचं नियंत्रण असलेल्या सभागृहानं २९६-१३३ अशा मताधिक्यानं बुशला पाठिंबा दिला.

संसदेच्या सिनेट या दुसऱ्या सभागृहावर डेमोक्रॅटिक पक्षाचं नियंत्रण होतं. तिथं बुशच्या प्रस्तावाला साथ द्यावी का नाही, यावर चर्चा सुरू झाली. हिलरीनं सद्दाम हुसेनला नेस्तनाबूद करण्याची गरज हिरिरीनं अधोरेखित केली. जर त्याला मोकळं सोडलं तर अमेरिका आणि इतर देश यांच्यासमोर नवे धोके निर्माण होण्याची शक्यता तिनं बोलून दाखवली. तसंच रासायनिक आणि जैविक शस्त्रांबरोबरच तो अण्वस्त्रधारी होण्याचा धोका कायम राहील, असं तिचं मत होतं. अल कायदालाही तो पाठिंबा देतो आणि मदत पुरवतो याविषयी ती ठाम होती. डेमोक्रॅटिक पक्षाच्या इतर काही सिनेटर्सना मात्र हिलरीचा हा युक्तिवाद अजिबात पटला नाही. अमेरिकेवरच्या हल्ल्यासाठी बुश सरकार कुणीतरी खलनायक शोधत असून सद्दाम हुसेनला त्यात विनाकारण गोवलं जात असल्याची त्यांची धारणा होती. आपण इराकवर थेट हल्ला करण्याचा उपाय हा अंतिम उपाय मानत असून त्याआधी चर्चेनं हा प्रश्न सोडवण्यासाठी प्रयत्न करण्याच्या निर्णयाला समर्थन देणार असल्याचं ती म्हणाली. या संदर्भात संयुक्त राष्ट्रसंघासमोर जाण्याची भाषा बुश तेव्हा करत होता. म्हणूनच या कठीण प्रसंगी आपला राष्ट्रपती जे ठरवेल ते योग्यच ठरवेल, असं मानून आपण त्याच्या विधेयकाला समर्थन देण्यासाठीचं मत देणार असल्याचं तिनं जाहीर केलं. हा निर्णय घेणं अवघड असलं तरी देशहितापेक्षा दुसरं काही आपल्याला जास्त मोठं वाटत नसल्यामुळे आपण या निर्णयाप्रत आल्याचं तिनं स्पष्ट केलं. आपण घाईघाईनं युद्धाकडे वळण्याला पाठिंबा देत नसून यासंबंधीचा अंतिम निर्णय आपल्या देशाच्या राष्ट्रपतीनं सुज्ञपणे घ्यावा याला पाठिंबा देत असल्याचंही तिनं सांगितलं. सिनेटमध्ये या विषयावर भरपूर वादविवाद झाले. दोन्ही बाजूंनी मतं मांडण्यात आली. मध्यरात्र उलटून गेल्यानंतरही ही चर्चा सुरू राहिली. अखेर ११ ऑक्टोबर २००२ या दिवशीची पहाट उजाडण्याआधी म्हणजे रात्रीच्या सव्वा वाजता ७७-२३ अशा बहुमतानं सिनेटनं बुशला अंतिम निर्णय घेण्यासंबंधीचे सर्वाधिकार बहाल केले.

२००३ सालच्या मार्च महिन्यात अमेरिका आणि तिची मित्रराष्ट्रं यांनी इराकवर हल्ला केला. हे युद्ध चांगलंच लांबलचक आणि नुकसानदायी ठरलं. आततायीपणा करणाऱ्या बुशला याची फळं भोगावी लागली. अमेरिकेच्या ताकदीपुढे सद्दाम हुसेनचं लष्कर अजिबात टिकाव धरू शकलं नाही आणि सद्दामला लपून बसलेल्या दारुण अवस्थेत अमेरिकेनं पकडून काही दिवसांनी फाशी दिलं; पण त्याच्या जागी नेमलेल्या सरकारमुळे प्रचंड अस्थिरता निर्माण झाली. अमेरिकेनं इराकमध्ये शांतता प्रस्थापित करण्यासाठी आपले सैनिक तैनात केले होते; पण अनेक टोळ्यांनी खूप धुमाकूळ घालून या सैनिकांच्या नाकीनऊ आणले. सातत्यानं अमेरिकी लष्करी

तुकड्यांवर हल्ले होत राहिले. दहशतवादी कृत्यांनी इराकमध्ये विलक्षण अस्थिरता निर्माण झाली. नव्या सरकारला काम करणं अशक्य झालं. इराकमध्ये लोकशाही प्रस्थापित करण्याचं अमेरिकेचं तथाकथित स्वप्न पार भंगलं. इराकमध्ये घातक शस्त्रं तर मिळाली नाहीतच; पण इराकचे अल कायदाशी कसलेच संबंध नसल्याचंही आढळून आलं. म्हणजेच बुशनं सगळ्यांची पार फसवणूक केली होती. याखेरीज हिलरीसकट बुशला या युद्धासाठी पाठिंबा देणाऱ्या सगळ्या लोकांवरही नामुष्की ओढवली. अमेरिकेमध्येसुद्धा जनतेमध्ये या युद्धाविषयी असंतोष पसरला. असं असूनही हिलरीनं यानंतरही अनेक वर्षं आपण या युद्धाला पाठिंबा देण्याचा निर्णय योग्यच असल्याचं ठाम प्रतिपादन केलं.

इराकविषयीची हिलरीची भूमिका अजूनही वादग्रस्त मानली जाते. तिच्यावर यासाठी अजूनही टीका होत राहते. कदाचित तेव्हाच्या परिस्थितीमध्ये हिलरीनं भावनांपोटी बुशला पूर्ण पाठिंबा जाहीर केला असावा आणि आता मागे वळून बघताना आपण इतक्या टोकाला जायला नको होतं, असं तिला वाटतही असावं!

◆

आता नजर राष्ट्रपतिपदाकडे

२००३ मध्ये अमेरिकी लष्करासंबंधीच्या निर्णयांसाठीच्या सल्लागार समितीसाठी सिनेटतर्फे हिलरीची निवड झाली. खरं म्हणजे यात वेगवेगळे सिनेटर्स असतातच. यात नवं किंवा वेगळं असं काहीच नव्हतं. तरीसुद्धा हिलरी या समितीवर नेमली जाण्यामध्ये एक वेगळ्या प्रकारचं रहस्य असल्यासारखं चित्र निर्माण करण्यात आलं. हिलरी यानंतर अमेरिकी राष्ट्रपतिपदावर आपला दावा लावणार का, असा प्रश्न लोक विचारायला लागले. अमेरिकी राष्ट्रपतीला ज्या महत्त्वाच्या विषयांविषयी सखोल ज्ञान मिळवणं गरजेचं असतं, त्यात अर्थातच लष्कराचा क्रमांक अगदी वरचा असतो. या समितीवर काम केल्यामुळे हिलरी त्या दिशेनं प्रवास करत असल्याचं भाकीत काहींनी केलं. एकूणच हिलरीला हा प्रश्न सातत्यानं विचारला जात असे. राष्ट्रपतिपदासाठी आपण इच्छुक असल्याविषयी ती काहीच बोलत नसे. आपण न्यूयॉर्कची सिनेटर म्हणून काम करण्यातच समाधानी असल्याचं ती सांगे. २००४ किंवा २००८ मध्ये राष्ट्रपतिपदासाठीच्या निवडणुकीची उमेदवार म्हणून आपल्याकडे अजिबात बघितलं जाऊ नये, असं तिनं अनेकदा सांगितलं. २००१-०३ या काळात वर्तमानपत्रांना आणि नियतकालिकांना दिलेल्या किमान एकशेतीस मुलाखतींमध्ये हिलरीनं सातत्यानं याचा पुनरुच्चार केला असल्याचं आढळून आलं. तरीसुद्धा तिच्यामागचा पिच्छा काही सुटला नाही.

२००३ सालच्या जून महिन्यात 'लिव्हिंग हिस्ट्री' नावाचं तिचं आत्मचरित्र प्रकाशित झालं. यात तिनं व्हाईट हाउसमधल्या आपल्या काळाविषयी थोडंफार लिहिलं. तरी हे लिखाण एकदम जपून केलेलं होतं. वेळ मिळेल तेव्हा, संध्याकाळी आणि शनिवार-रविवारी हिलरी आणि तिचे सहायक यांनी हे पुस्तक पूर्ण केलं होतं. या पुस्तकातून हिलरीनं कुठलाच वाद निर्माण होणार नाही आणि कसलीच सनसनाटीपूर्ण खबर पसरणार नाही, याची काळजी घेतली असूनसुद्धा तिच्याविषयीच्या अनेक

माहीत नसलेल्या गोष्टी प्रथमच लोकांसमोर आल्या. या पुस्तकाची जोरदार विक्री झाली. पहिल्या महिन्यातच त्याच्या दहा लाखांहून जास्त प्रती खपल्या. या पुस्तकाच्या निमित्तानं हिलरीनं देशभर दौरे केले. त्यादरम्यान सगळीकडचे लोक तिनं राष्ट्रपतिपदासाठी उभं राहावं यासाठी तिची मनधरणी करत. हिलरीला सगळेच ओळखत असल्यामुळे डेमोक्रॅटिक पक्षाच्या वतीनं उमेदवारी मिळवण्यासाठी ती शर्यतीत एकदम आघाडीवर जाण्याची दाट शक्यता दिसत होती. यामुळे तिनं जाहीरपणे याला नकार दिला आणि याची शक्यतासुद्धा नसल्याचं स्पष्ट केलं. आपल्याला आपली सध्याची जबाबदारी एकदम आवडत असल्याचं आणि आपण दुसरं कुठलंही पद मिळवण्यासाठी धडपडणार नसल्याचं तिनं सांगून टाकलं. असं असूनही खासगीत मात्र ती खरोखरच राष्ट्रपतिपदाच्या शर्यतीत दाखल होण्याचा विचार गंभीरपणे करायला लागली असल्याचं तिच्या निकटवर्तीयांनी नंतर कबूल केलं. आपण राष्ट्रपतिपदासाठीची उमेदवारी जाहीर केली तर आपण खरोखरच निवडून येण्याची किती शक्यता आहे, हे ती चाचपडून बघत असे.

काही दिवसांनी तिनं आपल्या विश्वासातले सहकारी, बिल आणि चेल्सी यांना एकत्र बोलावून आपण काय करावं याविषयीचा सल्ला विचारला. हिलरी जर राष्ट्रपतिपदाच्या निवडणुकीला उभी राहिली तर ती निवडून येईल, असं आपलं मत असल्याचं बिलनं सांगितलं. यामुळे हिलरीच्या मनातली चलबिचल वाढली. चेल्सीला मात्र आपल्या आईनं न्यूयॉर्कच्या नागरिकांना दिलेलं वचन पूर्ण करावं, असं वाटत होतं. म्हणजेच हिलरीनं तिथल्या सिनेटरपदाचा कार्यकाल पूर्ण केला नाही, तर तिथल्या नागरिकांना आपली फसवणूक झाल्यासारखं वाटेल, असं चेल्सीचं मत होतं. यामुळे हिलरी विचारात पडली. याखेरीज आपण २००४ सालच्या निवडणुकीसाठी आपली उमेदवारी जाहीर केली तर एक प्रकारे आपण आपल्या टीकाकारांच्या हाती कोलीत दिल्यासारखं होईल, याचीही तिला जाणीव होती. हिलरी खोटारडी आहे, स्वतःच्या फायद्यासाठी ती हवं तेव्हा टोपी फिरवते, अतिमहत्त्वाकांक्षेपोटी ती हवं तेव्हा भूमिका बदलते, असे आरोप तिच्यावर नेहमीच होत. हे सगळे आरोप खरे असल्याची पावतीच आपण या निर्णयाद्वारा देण्याची शक्यता असल्याचं हिलरीच्या लक्षात आलं.

अखेर हिलरीनं २००४ सालच्या राष्ट्रपतिपदाच्या निवडणुकीला उभं राहायचं नाही, असा निर्णय घेतला आणि इलिनॉयतर्फे सिनेटरपदासाठीची निवडणूक लढवणाऱ्या एका तरुण कृष्णवर्णीय उमेदवाराच्या प्रचारात सहभागी व्हायचं ठरवलं. बराक ओबामा असं त्याचं नाव होतं! डेमोक्रॅटिक पक्षाचा हा 'सुपरस्टार' होणार असल्याचं भाकीत हिलरीनं आपल्या जवळच्या लोकांपाशी केलं. २००४ मध्ये राष्ट्रपतिपदी जॉर्ज डब्ल्यू. बुशची फेरनिवड झाली आणि इलिनॉय राज्यातून सिनेटर म्हणून बराक

ओबामाची निवड झाली. यामुळे सिनेट या सभागृहात हिलरी आणि ओबामा यांची भेट व्हायला लागली.

आता स्वतः राजकारणात बऱ्यापैकी नाव कमावलेलं असल्यामुळे हिलरीनं सिनेटमध्ये काही प्रश्नांविषयी खंबीर भूमिका घ्यायला सुरुवात केली. वेळप्रसंगी आपल्या डेमोक्रॅटिक पक्षाशी सुसंगत नसलेली भूमिकाही ती घेत असे. उदाहरणार्थ व्हिडिओ गेम्स, टीव्ही आणि इंटरनेट यांचा लहान मुलांवर दुष्परिणाम होत असल्यामुळे यासंबंधी कडक कायदे करण्याची गरज असल्याचं विधेयक एका रिपब्लिकन सिनेटरनं मांडलं तेव्हा पारंपरिक पद्धतीनं त्याला विरोध न करता हिलरीनं पाठिंबा दिला. समलिंगी संबंध ठेवणं गैर नसलं तरी समलिंगी विवाह मात्र चुकीचे असल्याचं मत मांडून हिलरीनं समलिंगी संबंध ठेवणाऱ्यांची नाराजी ओढवून घेतली. पूर्वी आपल्या हातून पूर्ण होऊ न शकलेल्या आरोग्यसेवांशी संबंधित असलेल्या तरतुदींना तिनं पाठिंबा दिला. खास करून लष्करी बाबतींमध्ये हिलरीनं एकदम ठाम भूमिका घेतली. लष्करसेवा करणाऱ्यांना जास्त वेतन मिळावं; तसंच त्यांना आरोग्यसेवाही उत्तम आणि फुकट मिळाव्यात यासाठी तिनं खूप प्रयत्न केले. इराकमधलं युद्ध मारुतीच्या शेपटीसारखं लांबत चालल्यावर तिनं बुशवर टीका केली. तरीसुद्धा तिची टीका मुळात हे युद्ध चुकीचं होतं अशा प्रकारची नसून, ज्या प्रकारे हे युद्ध लढलं गेलं त्यावर आक्षेप घेणारी होती. इराकमधून अमेरिकी लष्कर काढून घेण्यालाही तिचा विरोध होता. नंतर तो जरा मावळला; पण लष्कर मागे घेण्याची घाई न करता हे काम सावकाशीनं करावं, असं तिचं म्हणणं होतं.

अशा प्रकारे हिलरीनं मध्यवर्ती विचारसरणी असलेली भूमिका अगदी उघडपणे घेतलेली असल्यामुळे पुन्हा एकदा तिच्या टीकाकारांच्या जिभा वळवळायला लागल्या. २००८ सालच्या राष्ट्रपतिपदासाठीच्या निवडणुकीत हिलरी नक्कीच उभी राहणार अशी चर्चा पुन्हा सुरू झाली. यासाठीची तयारी तिनं सुरू केली असल्याची ही खूणगाठ असल्याचं लोकांचं मत झालं. खरं म्हणजे हिलरीनं सगळ्याच प्रश्नांशी संबंधित असलेल्या भूमिका घेत असताना आपल्या आधीच्याच गोष्टींशी सुसंगत असलेली मतं मांडली होती. इराक युद्धासंबंधी तिनं घेतलेली सहानुभूतीपूर्ण भूमिका मात्र वादग्रस्त ठरली. हळूहळू अमेरिकी जनमत या युद्धाच्या पार विरोधात गेलं. २००६ सालच्या मध्यावधी निवडणुकांमध्ये बुशच्या जवळच्या अनेक लोकांना पराभवाचा सामना करावा लागला. हाउस ऑफ रिप्रेझेंटेटिव्ह्ज आणि सिनेट या दोन्ही सभागृहांमध्ये परत एकदा डेमोक्रॅटिक पक्षाचं बहुमत प्रस्थापित झालं. हिलरीलाही न्यूयॉर्कच्या सिनेटरपदाच्या फेरनिवडीसाठी मतदारांचा सामना करावा लागला. तिच्या विरोधातला रिपब्लिकन पक्षाचा उमेदवार इराक युद्धाला जोरदार विरोध करत होता. मतदार हिलरीवर काही प्रमाणात नाराजही होते. तरीसुद्धा हिलरीनं ही निवडणूक

जिंकण्यात यश मिळवलं. ही निवडणूक जिंकून हिलरीनं पुन्हा सिनेटमध्ये प्रवेश करताच २००८ सालच्या राष्ट्रपतिपदाच्या निवडणुकीची चर्चा जोरात सुरू झाली. परत एकदा हिलरीच्या उमेदवारीविषयी लोक बोलायला लागले. डेमोक्रॅटिक पक्षातर्फे ही उमेदवारी मिळवण्यासाठी दुसरं कुणी शर्यतीत असल्याचं चित्र सुरुवातीला तरी अजिबातच नसल्यामुळे हिलरीच पक्षाचं प्रतिनिधित्व करणार, याविषयी अनेक जणांच्या मनात अजिबात शंका उरली नाही.

अखेर २० जानेवारी २००७ रोजी आपल्या अधिकृत वेबसाईटवर एका व्हिडिओ संदेशात अमेरिकी राष्ट्रपतिपदासाठीची पूर्वतयारी आपण करत असल्याचं हिलरीनं जाहीर केलं. अमेरिकी नागरिकांच्या मनात असलेल्या अनेक महत्त्वाच्या प्रश्नांचं भान आपल्याला असल्याचं तिनं या संदेशात म्हटलं होतं. इराकमधलं युद्ध कधी संपणार आणि अमेरिकी लष्कर पुन्हा मायदेशी कधी परतणार, आरोग्यसेवांच्या संदर्भात झालेले गोंधळ कधी निस्तरले जाणार, पर्यावरण आणि ऊर्जा यांच्याशी संबंधित असलेल्या मूलभूत प्रश्नांविषयी काय केलं पाहिजे, अशा गोष्टींचा त्यात समावेश होता. या पदासाठी आपण कसे लायक आहोत, हे विशद करणारी माहितीसुद्धा तिनं यात दिली होती. आपली शैक्षणिक पार्श्वभूमी, समाजकारण आणि राजकारण यांच्यामधली आपली आत्तापर्यंतची कामगिरी, अर्कान्सॉमध्ये शिक्षण क्षेत्रात सुधारणा घडवून आणण्यासाठी आपण केलेलं काम, अमेरिकी आरोग्यसेवा सुधारण्यासाठी आपण केलेली धडपड, ९/११ च्या संकटानंतर आपण केलेलं काम या सगळ्या मुद्द्यांना तिनं स्पर्श केला. पुढचे काही दिवस या आणि इतर सगळ्या मुद्द्यांवरून आपल्याला अमेरिकी जनतेशी संवाद साधायचा असून, इंटरनेट चॅटिंगच्या माध्यमातून कुणीही आपल्याशी संपर्क साधू शकेल, असं तिनं जाहीर केलं.

हिलरीनं हा निर्णय जाहीर केला असला तरी त्या निर्णयाप्रत येणं तिला अजिबातच सोपं गेलं नाही. आधीप्रमाणेच खूप विचार करून आणि दोलायमान अवस्थेतून गेल्यानंतर तिनं आपली उमेदवारी जाहीर करायचं ठरवलं होतं. खास करून माध्यमांचा झोत कसा सहन करायचा, हा मुख्य प्रश्न होता. इराकमध्ये अमेरिकेनं केलेल्या घुसखोरीला हिलरीनं दिलेला पाठिंबा हा अलीकडच्या काळातला मुद्दा तिच्याविषयीच्या आधीच्या वादग्रस्त गोष्टींशी जोडला गेला असल्यामुळे सातत्यानं आपल्याला अनेक प्रश्नांची उत्तरं द्यावी लागतील आणि टीकाकार टीकेचा भडिमार करतील याची तिला जाणीव होती. तसंच आपल्या साठीच्या उंबरठ्यावर असलेल्या हिलरीला आधी डेमोक्रॅटिक पक्षाची उमेदवारी मिळवणं आणि त्यात यश आलं तर नंतर रिपब्लिकन प्रतिस्पर्ध्याला नमवून राष्ट्रपतिपद मिळवणं यासाठीची शारीरिक आणि मानसिक दमछाक सोसणं भाग होतं. हे खरोखर झेपेल का याचा तिला अंदाज

नव्हता. तसंच बिलचा आपल्या उमेदवारीसाठी फायदा होईल का तोटा होईल, हेसुद्धा तिला समजत नव्हतं. त्याचं संभाषणकौशल्य आणि त्याच्या राष्ट्रपतिपदाच्या काळात त्यानं संपादित केलेली विलक्षण लोकप्रियता या जमेच्या गोष्टी असल्या तरी त्याच्या जोडीला त्याच्याविषयीच्या दुसऱ्या टोकाची बदनामी करणाऱ्या बातम्यांची जोड होती. ही फोडणी नक्की कशी जमेल आणि मतदार त्याकडे कसं बघतील याची तिला कल्पना नव्हती.

अजूनही बिलच्या भानगडी चालू असल्याच्या अफवा सुरूच होत्या. बिलचा अनुभव आणि त्याचं माजी राष्ट्रपती म्हणून असलेलं स्थान या गोष्टी निर्विवाद असल्या तरी हिलरीच्या सहायकांच्या सल्ल्यांकडे विशेष लक्ष न देता, आपल्याला हवं त्या पद्धतीनंच पुढे जाण्याची त्याची सवय, या गोष्टी अडचणीच्या होत्या. यामुळे अगदी शेवटपर्यंत म्हणजे २००६ सालच्या डिसेंबर महिन्यापर्यंत हिलरी आपल्या उमेदवारीविषयी निर्णय घेऊ शकली नाही. या सुमाराला बिलसोबत ती सुट्टी घालवण्यासाठी म्हणून न्यूयॉर्कपासून दूर गेलेली असताना नववर्षदिनाच्या पूर्वसंध्येला तिनं बिलला आपल्या उमेदवारीविषयी सल्ला विचारला. यावर बिलनं दिलेलं उत्तर खरोखरच विचारप्रवर्तक होतं : 'राष्ट्रपतिपदासाठी इच्छुक असलेल्या सगळ्या लोकांपैकी आपण त्या पदासाठी सगळ्यात जास्त लायक आहोत असं तुला वाटत असलं तर तू निश्चितपणे उमेदवारी जाहीर कर'. हिलरीनं यावर विचार केला. काही दिवसांनी तिनं आपल्या एका जवळच्या महिला सहकाऱ्यापाशी बिलबरोबरच्या आपल्या बोलण्याचा संदर्भ देत आपल्याला खरोखरच आपण राष्ट्रपती बनण्यासाठीची सर्वोत्तम उमेदवार असल्याचं वाटत असल्याचं सांगितलं.

आपली उमेदवारी जाहीर करण्यात हिलरीसमोर दुसरी एक अडचण होती. इलिनॉय राज्याच्या सिनेटरपदासाठी तिनं पूर्वी ज्या बराक ओबामाचा प्रचार केला होता, तो ओबामा आता तिचा प्रतिस्पर्धी बनण्याची दाट चिन्हं होती. हिलरीनं आपली उमेदवारी जाहीर केली तरी राष्ट्रीय पातळीवर मतदार तिला कितपत स्वीकारतील, अशी शंका डेमोक्रॅटिक पक्षाच्या वरिष्ठ नेत्यांना वाटत होती. यामुळे त्यांनी पंचेचाळीस वर्षं वयाच्या ओबामाला राष्ट्रपतिपदाच्या शर्यतीत उतरवायचं ठरवलं. ओबामाला राष्ट्रीय पातळीवर खूप ओळख होती असं नाही; पण त्याचं कमी वय, त्याचा उत्साह आणि अमेरिकी लोकांना हवा असलेला बदल घडवून आणण्याची क्षमता त्याच्यामध्ये असल्याचा विश्वास या गोष्टी हिलरीवर मात करतील अशी डेमोक्रॅटिक पक्षाच्या वरिष्ठ नेत्यांची धारणा होती. म्हणूनच त्यांनी ओबामाच्या उमेदवारीमागे आपली ताकद लावायचं ठरवलं. हिलरीनं राष्ट्रपतिपदासाठीची उमेदवारी जाहीर करण्याच्या अगदी थोडं आधी ओबामानं आपण शर्यतीत उतरणार असल्याचं स्पष्ट केलं. यामुळे डेमोक्रॅटिक पक्षाची ही दुरंगी लढाई रंगणार, असं चित्र निर्माण

झालं. यापूर्वी कुठल्याच महिलेनं किंवा कुठल्याच कृष्णवर्णीय माणसानं अमेरिकी राष्ट्रपतिपदाची निवडणूक लढवलेली नव्हती असं नाही; अर्थातच इतर काही जणही डेमोक्रॅटिक पक्षातर्फे उमेदवारी मिळवण्यासाठीच्या शर्यतीत होते; पण खरोखरच हे पद या दोघांपैकी एकाच्या आवाक्यात असल्याची भावना प्रथमच निर्माण झाली, हे मात्र अगदी खरं.

अमेरिकेमधल्याच नव्हे, तर जगामधल्या सगळ्यात महत्त्वाच्या पदाकडे झेप घेण्यासाठीची महत्त्वाकांक्षा मनाशी बाळगून हिलरीनं वाटचाल सुरू केली.

◆

कडवी झुंज आणि पराभव

राष्ट्रपतिपदाची उमेदवार म्हणून हिलरीची प्रतिमा मतदारांसमोर नक्की कशी ठेवायची, या संदर्भात तिच्या सल्लागारांची बरीच चर्चा झाली. हिलरीच्या सल्लागार मंडळाच्या प्रमुखानं हिलरीचा उदारमतवादी आणि मानवतावादी चेहरा बाजूला सारून माजी ब्रिटिश पंतप्रधान मार्गरेट थॅचरच्या धर्तीवर हिलरी अत्यंत कणखर असल्याचं लोकांना सांगावं, असं मत मांडलं. याचं कारण म्हणजे ज्या महिलांनी राजकारणात यश मिळवलं आहे त्या जवळपास कधीच मानवतावादी किंवा सोशीक नव्हत्या; तर त्या कणखर होत्या आणि कुठल्याही आक्रमकतेपुढे झुकणाऱ्या नव्हत्या, असं दिसून आलं आहे. असं असूनही हिलरीची कणखर प्रतिमा साकार करण्यात एक अडचण होती. आधीच हिलरी एकदम दुराग्रही, भांडखोर, रागीट आणि यंत्रवत असल्याची टीका तिच्यावर होत असे. त्यात आता अगदी खास प्रयत्न करून तिची अशीच प्रतिमा लोकांसमोर आणली तर तिच्या टीकाकारांचा नैतिक विजय झाल्याचं चित्र निर्माण झालं असतं. शिवाय रोनाल्ड रीगन, खुद्द बिल क्लिंटन आणि अगदी जॉर्ज डब्ल्यू. बुश यांच्यासारख्या उभय अमेरिकी पक्षांच्या माजी राष्ट्रपतींची प्रतिमा एकदम कठोर नव्हती. उलट लोकांमध्ये मिसळणं, हास्यविनोद करणं यामुळे ते सगळ्यांना आपलेसे वाटतात, असं म्हटलं जाई.

अशा गोंधळांमधून मार्ग काढत हिलरीनं आपला प्रवास सुरू केला. तिची सुरुवात उत्तम झाली. नवख्या ओबामाचा अननुभव साफ उघडा पाडणाऱ्या जाहीर चर्चांमधून हिलरी हीच आघाडीची उमेदवार असल्याचं मत निर्माण झालं. वेगवेगळ्या प्रश्नांच्या संदर्भातली आपली धोरणं आणि मतं काय असतील याविषयी बोलताना ओबामा थोडासा चाचपडत असला तरी हिलरी मात्र एकदम मुद्देसूद आणि ठाम वाटत होती. खास करून आरोग्यसेवांशी संबंधित असलेल्या चर्चांमध्ये हिलरी ओबामा आणि इतर प्रतिस्पर्धी यांना खूपच भारी पडत होती. इराकच्या मुद्द्यावरून

मात्र ती अडचणीत आल्यासारखं वाटत होतं. इराकमधलं युद्ध ही व्हिएतनाम युद्धानंतरची अमेरिकेची सगळ्यात मोठी घोडचूक ठरल्याचं मत अनेक विश्लेषक आता मांडत होते. सर्वसामान्य अमेरिकी नागरिकसुद्धा याच्याशी सहमत होते. विनाकारणच अमेरिकेनं इराकवर हल्ला केला आणि त्याचे परिणाम स्वतःही मोठ्या प्रमाणावर भोगले, असं बहुतेक जणांना वाटत होतं. मुळात इराकमध्ये अमेरिकेनं घुसावं का, याविषयी पूर्वी अमेरिकी सिनेटमध्ये घेण्यात आलेल्या मतदानाच्या वेळी ओबामानं त्याच्या विरोधात मत तर दिलं होतंच; पण शिवाय इराक युद्धाच्या विरोधात जोरदार मतप्रदर्शन करणारं भाषणही केलं होतं. हिलरीनं मात्र सातत्यानं इराक युद्धाच्या बाजूनं मत दिल्याचं आणि नंतरही ही चूक अमान्य केल्याचं लोकांना माहीत होतं.

हळूहळू हिलरीनं आपल्या भूमिकेत बदल मात्र केला. जर आपल्याला आता माहीत असलेल्या गोष्टी या प्रश्नासंबंधी घेण्यात आलेल्या मतदानाच्या वेळीच माहीत असत्या, तर आपण तेव्हाच या युद्धाला विरोध केला असता, असं ती २००६ सालापासून म्हणायला लागली. युद्धविरोधी जनतेला मात्र हिलरीनं अप्रत्यक्षपणे कबूल केलेली ही चूक पुरेशी नव्हती. तिनं स्पष्टपणे आपल्या चुकीची कबुली द्यावी, अशी लोकांची अपेक्षा होती. असं करणं म्हणजे आपण अनेक वर्षं अत्यंत आत्मविश्वासानं जाहीरपणे व्यक्त केलेल्या मतांना फाटा देणं असल्याची हिलरीला कल्पना होती. साहजिकच आपली चूक स्पष्टपणे कबूल करण्यात तिला आपल्या पायांवर धोंडा मारून घेण्याचा धोका जाणवत होता. आपण फक्त आपल्या भूमिकेत थोडा बदल केला असल्याचं ती सांगत राहिली. यामुळे तिच्या संभाव्य पाठीराख्यांमध्ये संभ्रम निर्माण झाला. थेट २०१४ मध्ये 'हार्ड चॉईसेस' हे आपलं पुस्तक प्रकाशित होईपर्यंत हिलरीमध्ये आपली चूक कबूल करण्याचं धाडस आलं नाही. अखेर आपण आपली चूक तेव्हाच अगदी स्पष्टपणे आणि शाब्दिक खेळ न करता कबूल करायला हवी होती, असं हिलरी या पुस्तकात म्हणाली. हे खूप उशिरा केल्यामुळे आपलं प्रचंड नुकसान झालं असल्याचंही तिनं मान्य केलं.

ऑक्टोबर महिन्यात एबीसी न्यूज या टीव्ही चॅनेलनं वॉशिंग्टन पोस्ट या दैनिकासह संयुक्तपणे केलेल्या सर्वेक्षणामध्ये हिलरीनं मतदारांच्या मनात ओबामावर ५३%-२०% अशी जोरदार आघाडी घेतली असल्याचं दिसून आलं. डेमोक्रॅटिक पक्षातर्फे हिलरीला उमेदवारी मिळावी असं बहुतेक जणांचं मत होतं; तसंच तिला उमेदवारी मिळाली तरच डेमोक्रॅटिक पक्षाकडे राष्ट्रपतिपद येईल, असं मतदारांना वाटत होतं. यामुळे कदाचित हिलरी अतिआत्मविश्वासाच्या चक्रात गुरफटली गेली असावी. डेमोक्रॅटिक पक्षातर्फे राष्ट्रपतिपदाच्या उमेदवारीसाठी इच्छुक असलेल्या लोकांच्या वादविवादांमध्ये मात्र काही प्रश्नांच्या संदर्भात हिलरी अडखळत असल्याचं

दिसून आलं. उदाहरणार्थ अमेरिकेमध्ये अवैध मार्गानं स्थलांतरित होऊन, नागरिकत्व मिळालेलं नसूनही तिथंच राहणाऱ्या लोकांना वाहन चालवण्याचा परवाना मिळावा का या प्रश्नाची चर्चा सुरू असताना हिलरीनं सगळ्यांना गोंधळात टाकणारं उत्तर दिलं. तिनं याविषयी पूर्ण विचार केला नसल्याचं अगदी स्पष्टपणे दिसून आलं. आपल्या चुकीवर पांघरूण घालण्याचा तिनं केलेला प्रयत्न यानंतर अंगलट आला आणि याचा फायदा उठवून ओबामानं लगेचच 'हिलरी हा परवाना देण्याचं समर्थन करते का त्याच्या विरोधात आहे हेच समजत नाही' असं म्हणून तिच्या दुखऱ्या भागावर बोट ठेवलं. यापूर्वीसुद्धा हिलरी स्पष्टपणे बोलत नाही आणि आपल्या मूळ भूमिकेवर ठाम राहत नाही, अशी टीका झाली होती. तोच मुद्दा पकडून टीकाकारांनी यात नवं असं काहीच नसल्याचं म्हटलं. यानंतरच्या एका कार्यक्रमातही ओबामानं आपल्या ओघवत्या वक्तृत्वानं हिलरीला पार झाकोळून टाकलं. तसंच या भाषणात त्यानं हिलरीवर थेट हल्ला न करता 'आपल्या दीर्घ काळच्या महत्त्वाकांक्षा पूर्ण करण्यासाठी किंवा आपला यावर हक्क आहे म्हणून मी राष्ट्रपतिपदाच्या निवडणुकीच्या लढतीत उतरलेलो नाही,' असं म्हणून हिलरी यात नक्की कशासाठी आली आहे हे मतदारांना सांगितलं.

आयोवा राज्यातून डेमोक्रॅटिक पक्षाच्या उमेदवाराच्या निवडीचा प्रवास सुरू होणार होता. ओबामानं आपली सगळी शक्ती लावून इथं भरपूर प्रचार केला. हिलरी मात्र बऱ्यापैकी गाफील राहिली. नंतर तिनं बिलच्या साथीत आयोवामध्ये फिरून याची भरपाई करण्याचा प्रयत्न केला खरा; पण यामुळे किती फरक पडेल याची आपल्याला कल्पना नसल्याचं मत बहुतेक जणांनी व्यक्त केलं. ३ जानेवारी २००८ या दिवशी आयोवाच्या नागरिकांनी मतदान केलं. सुमारे १.५०-१.८० लाख लोक मतदान करतील असं विश्लेषक म्हणत असताना तब्बल २.४ लाख लोक मतदान करायला बाहेर पडले. २००४ सालच्या तुलनेत हा आकडा जवळपास दुप्पट होता. मतमोजणी झाल्यानंतर एकूण मतांपैकी ३८% मतं मिळवून ओबामानं बाजी मारली असल्याचं दिसून आलं. हिलरी आयोवा जिंकू शकली तर नाहीच; पण ती चक्क तिसऱ्या क्रमांकावर फेकली गेली. अशा प्रकारे आपलं दीर्घ काळचं स्वप्न लगेचच भंगणार की काय, अशी कुशंका तिला भेडसावायला लागली.

यानंतर पाच दिवसांनी म्हणजे ८ जानेवारी २००८ या दिवशी न्यू हॅम्पशायर राज्यामधली पक्षांतर्गत निवडणूक होती. ही काहीही करून जिंकणं हिलरीच्या दृष्टीनं गरजेचं होतं. खरं म्हणजे आयोवा आणि न्यू हॅम्पशायर ही तशी दोन्ही छोटी राज्यं असल्यामुळे मतांच्या दृष्टीनं त्यांचा तसा फार परिणाम होणं शक्य नव्हतं. तरीसुद्धा एकूण जनमानसात हिलरी ही खरोखर डेमोक्रॅटिक पक्षातर्फे उमेदवारी मिळवू शकते असा विचार पसरण्यासाठी तिला न्यू हॅम्पशायरमध्ये चांगली कामगिरी करून

दाखवणं गरजेचं होतं. तसं घडलं नाही तर आपल्या प्रचारासाठी गोळा होत असलेल्या निधीमध्ये विलक्षण घट होईल आणि यामुळे आपण प्रभावीपणे प्रचार करू शकणार नाही, याची तिला कल्पना होती. दुर्दैवानं आयोवामध्येच हिलरीच्या प्रचारासाठी खूप रक्कम खर्च झालेली असल्यामुळे आधीच तिच्यापुढे प्रश्नचिन्हं निर्माण होणार असं दिसत असताना आता न्यू हॅम्पशायर समोर येऊन ठाकलं. आपल्या विश्वासातल्या सहकाऱ्यांना एकत्र करून हिलरीनं काहीही झालं तरी आपण लढत राहणार असल्याचं सांगून त्यांच्यामध्ये चैतन्य निर्माण करण्याचा प्रयत्न केला.

आयोवाच्या निवडणुकीदरम्यान बिलनं जरा 'बॅकफूट'वर राहणंच पसंत केलं होतं. आता न्यू हॅम्पशायरमध्ये मात्र त्यानं पुढाकार घ्यायचं ठरवलं. तसंच त्यानं पूर्वी आपल्या उमेदवारीच्या काळात केलं होतं त्याप्रमाणे न्यू हॅम्पशायरमध्ये थेट मतदारांशी संवाद साधण्याचं आवाहन हिलरीला केलं. असं करणं हिलरीनं आयोवामध्ये टाळलं असल्याचा फटका तिला सहन करावा लागला असल्याचं बिलचं मत होतं. यामुळे न्यू हॅम्पशायरमध्ये हिलरीनं भराभर भाषण उरकून पुढच्या भाषणाला पळणं टाळलं. लोकांमध्ये थोडंफार मिसळणं, त्यांच्या वैयक्तिक प्रश्नांना उत्तरं देणं, हास्यविनोद करणं आणि एकूण आपण आत्मविश्वासानं विजयाकडे वाटचाल करत असल्याचं चित्र रेखाटणं, अशी भूमिका तिनं साकारली. ओबामाला मात्र लोकांचा जोरदार प्रतिसाद मिळत होता. आयोवामधल्या मोठ्या विजयामुळे त्याचा आत्मविश्वास एकदम वाढला होता. हिलरीनं खचून न जाता घरोघरी प्रचार करणं, फोन करून मतदारांना आपल्याला मत देण्याचं आवाहन करणं अशा गोष्टी आपल्या सहकाऱ्यांच्या मदतीनं केल्या. अखेर मतदानाच्या आधीची संध्याकाळ उजाडली. हिलरीच्या सगळ्यात विश्वासू सहकाऱ्यानं हिलरीला अत्यंत खराब बातमी दिली. न्यू हॅम्पशायरमध्येच नव्हे तर यापाठोपाठ साऊथ कॅरॉलिना आणि नेवाडा या राज्यांमध्येसुद्धा ओबामाकडून हिलरीला पराभव स्वीकारावा लागणार, अशी चिन्हं दिसत होती. निराश झालेल्या हिलरीनं तरीसुद्धा वरवर आपण उत्साही असल्याचं दाखवण्याचा प्रयत्न केला.

दुसऱ्या दिवशी न्यू हॅम्पशायरमध्ये मतदान झालं. मतमोजणीनंतर आपल्याला काय चित्र बघावं लागणार आहे यासंबंधीच्या संभाव्य निराशेला कसंबसं झटकून हिलरी निकालाची वाट बघायला लागली आणि काय आश्चर्य! हिलरी न्यू हॅम्पशायरमध्ये जिंकली! ओबामाच्या जोरदार आव्हानाचा सामना करून आणि मतदारांशी शक्य तितक्या मार्गांनी थेट संवाद साधून हिलरीनं बाजी मारली होती. म्हणजेच एकीकडे आपण कणखर तर आहोत; पण दुसरीकडेच आपल्याला मतदारांशी भावनिक संवादही साधता येतो, हे तिनं सिद्ध केलं होतं. खास करून महिलांना हिलरीविषयी खूप विश्वास वाटायला लागला होता. याचं प्रतिबिंब निवडणुकीच्या निकालात

उमटलं. आपल्या विजयी भाषणात तिनं 'गेल्या आठवड्यामध्ये मी तुमचं म्हणणं ऐकलं आणि यातूनच मला माझा आतला आवाज सापडला' असं सांगितलं. अत्यंत महत्त्वाचा विजय मिळवून हिलरीनं अशा प्रकारे राष्ट्रपतिपदासाठीची उमेदवारी मिळवण्याच्या शर्यतीत पुनरागमन केलं होतं. अर्थातच हा विजय साजरा करण्यासाठी अगदी कमी वेळ होता. लगेचच पुढच्या राज्यांमधल्या झुंजी रंगणार होत्या.

आता नेवाडाकडे सगळ्यांचं लक्ष वळलं. आयोवाच्या अनुभवावरून जास्त मतदार मतदान करायला आले तर त्याचा निकालावर निश्चितपणे परिणाम होतो, हे हिलरी आणि तिचे सहकारी यांना पुरेपूर कळून चुकलं होतं. यामुळे हिलरीला समर्थन देणारे जास्तीत जास्त मतदार मतदान करण्यासाठी बाहेर येतील याकडे त्यांनी लक्ष पुरवलं. साहजिकच तब्बल १.१७ लाख म्हणजेच २००४ सालच्या तुलनेत तब्बल बारा पट मतदारांनी नेवाडामध्ये मतदान केलं. याचा चांगलाच परिणाम झाला. हिलरीला एकूण मतांपैकी ५१% मतं मिळाली.

साऊथ कॅरॉलिना राज्यात खूप प्रचार करण्यासंबंधी हिलरीच्या सहकाऱ्यांनी फार बेत आखले नव्हते. आपला तिथल्या मतदारांवर चांगला प्रभाव पडेल असं बिलला वाटत असल्यामुळे त्यानं मात्र तिथं भाषणं केली. दुर्दैवानं हे हिलरीला मारक ठरलं. बिलनं ओबामावर कडाडून टीका केली. हे ओबामाच्या पथ्यावर पडलं. याचं कारण म्हणजे कृष्णवर्णीय उमेदवारांना बिलची टीका आवडली नाही आणि ते हिलरीच्या विरोधात गेले. हे लक्षात येताच हिलरीच्या सहकाऱ्यांनी बिलची भाषणं एकदम कमी करून टाकली आणि त्याला आपल्या अंतर्गत डावपेचांमध्ये सहभागी करून घेण्यावर भर दिला. कदाचित बिलच्या भाषणांचा खराब परिणाम म्हणून की काय; पण साऊथ कॅरॉलिनामध्ये ओबामानं ५५%-२७% अशा दणदणीत फरकानं हिलरीला धूळ चारली. ओबामाच्या प्रचाराच्या निधीमध्ये जोरदार भर पडत गेली. ओबामा आणि हिलरी यांच्यात खरी चुरस निर्माण झाल्यामुळे डेमोक्रॅटिक पक्षाच्या या शर्यतीत असलेल्या एका तिसऱ्या उमेदवारानं जानेवारी महिन्याच्या अखेरीला स्पर्धेतून बाहेर पडायचं ठरवलं.

आता ५ फेब्रुवारी २००८ या Super Tuesday म्हणून ओळखल्या जाणाऱ्या दिवसाकडे सगळ्यांचं लक्ष लागून राहिलं होतं. या दिवशी तब्बल बावीस राज्यांमध्ये मतदान होणार होतं. हिलरीनं आपली उमेदवारी घोषित करण्याच्या सुमाराला आत्तापर्यंत उमेदवारी तिच्या खिशात आलेली असेल असं तिच्या समर्थकांना वाटत होतं. आता मात्र ओबामाच्या आव्हानामुळे हिलरीची परिस्थिती बिकट असल्याचं सगळ्यांना जाणवत होतं. हिलरीच्या प्रचाराची धुरा सांभाळणाऱ्या लोकांमध्ये अनेक अनुभवी मातब्बरांचा समावेश होता. या अवघड परिस्थितीतून ते मार्ग काढतील अशी आशा हिलरीला वाटत असली तरी प्रत्यक्षात त्यांच्यातच अंतर्गत वाद होत

राहिले. यामुळे हिलरीला अडचणीतून बाहेर काढण्याऐवजी भलत्याच गोष्टींवरून त्यांचे वादविवाद सुरू असत. हिलरीचा प्रचार थंडावत चालला असल्याची ठळक खूण म्हणजे तिच्या प्रचारासाठीच्या निधीमध्ये होत असलेली घट होती. आता तर बिल आणि हिलरी यांना या निधीमध्ये वैयक्तिक संपत्तीमधून पन्नास लाख डॉलर्स ओतावे लागले. याचा थोडाफार उपयोग झाला. हिलरीनं नऊ राज्यांमध्ये विजय संपादित केला. यात कॅलिफोर्निया, न्यूयॉर्क, न्यू जर्सी आणि मॅसॅच्युसेट्स अशा मोठ्या म्हणजेच जास्त मतदार असलेल्या राज्यांचाही समावेश होता. ओबामानं तेरा राज्यांमध्ये हिलरीवर मात केली.

अमेरिकेमध्ये उमेदवार निवडण्याची पद्धत खूप क्लिष्ट आहे. यामुळे काही राज्यांमध्ये बहुमत मिळवून भागण्यासारखं नसतं. याखेरीज इतर तरतुदींमुळे एखाद्या उमेदवाराला कमी मतं मिळूनसुद्धा त्यानं जर त्या राज्यामधले 'डेलिगेट' म्हणून ओळखले जाणारे विशिष्ट प्रकारचे मतदार आपल्याकडे ओढून घेतले, तर असा उमेदवार बाजी मारू शकतो. या खाचाखोची ओबामानं जास्त मोठ्या प्रमाणावर लक्षात घेतल्या होत्या. म्हणूनच त्यानं काही राज्यं गमावूनसुद्धा हिलरीवर आघाडी घेण्याचं सत्र सुरूच ठेवलं. हा सगळा प्रकार इतका किचकट असतो, की अमेरिकेच्या आघाडीच्या संपादकांचा आणि वृत्तसंपादकांचाही गोंधळ उडाला. न्यूयॉर्क टाईम्सनं आता हिलरी आघाडीवर असल्याचं म्हटलं तर असोसिएटेड प्रेसनं ओबामाच्या आघाडीवर शिक्कामोर्तब केलं. ओबामाचे डावपेच हिलरीच्या लक्षात येईपर्यंत त्यानं जोरदार आगेकूच केली. यानंतर त्यानं आठ राज्यांमध्ये बाजी मारली आणि हिलरीला जोरदार धक्का दिला. तरीसुद्धा हिलरी निराश वाटत नव्हती. किमान वरवर ती तसं जाणवू तरी देत नव्हती. आपणच डेमोक्रॅटिक पक्षाची उमेदवारी मिळवणार असा आत्मविश्वास तिच्या देहबोलीतून जाणवत राही. अर्थात आतून तिच्या मनानं कटू सत्य स्वीकारलं असल्याची दाट शक्यता आहे. हिलरीच्या चेहऱ्यावर या सगळ्याचा ताण कसा काय येत नाही, असं कुणीतरी विचारलं तेव्हा 'मी माझ्या आयुष्यात तसंच राजकारणात फक्त आजच्या दिवसापुरता विचार करते' असं फसवं उत्तर तिनं दिलं.

आत्ताच्या हिशेबांनुसार हिलरी पार मागे पडली असून ओबामाला ती गाठू शकणार नाही, असं ओबामाच्या सहकाऱ्यांचं मत पडलं. ते योग्यच होतं. हिलरीला मात्र अजूनही आशा वाटत होती. आपण बाजी मारू आणि विजय खेचून आणू, असं ती आपल्या सहकाऱ्यांना सांगत राहिली. Super Tuesday नंतर हिलरीच्या प्रचारनिधीत तीन कोटी डॉलर्सची घसघशीत भर पडली. आता टेक्सास आणि ओहायो या मोठ्या राज्यांवर लक्ष केंद्रित करायचं तिनं ठरवलं. ४ मार्च २००८ रोजी या राज्यांमधलं मतदान होतं. तेव्हा अमेरिकी अर्थव्यवस्था घसरणीच्या वाटेला

लागली असल्याची चिन्हं दिसायला लागली होती. यामुळे ती सावरणं आणि रोजगारनिर्मिती करणं यावर आपला भर राहील, असं हिलरीनं ओहायोमधल्या प्रचारात सांगितलं. याचा मतदारांवर चांगला परिणाम झाला. हळूहळू टेक्सास राज्यातही हिलरीनं आपला झेंडा रोवला आणि आपल्या अथक प्रयत्नांमुळे तिनं ही दोन्ही राज्यं जिंकली.

अशा रीतीनं पराभवाच्या उंबरठ्यावर उभी असलेली हिलरी अचानकपणे पुन्हा शर्यतीत असल्याचं चित्र निर्माण झालं. एप्रिल महिन्यात तिनं पेनसिल्व्हेनिया राज्यही जिंकलं. दरम्यान मार्च महिन्यात हिलरीनं आपल्या प्रचारादरम्यान सांगितलेली एक घटना खोटी असल्याचं निदर्शनाला आल्यामुळे तिनं त्याविषयी खेद प्रकट केला. १९९६ साली बॉस्नियामध्ये अचानकपणे गोळीबार सुरू झाल्यानंतर आपल्याला चेल्सीसह विमानातून जीव मुठीत घेऊन पळावं लागलं असल्याचं हिलरी म्हणाली होती; पण नंतर उपलब्ध झालेल्या व्हिडीओ चित्रणात मात्र त्या दोघी अगदी आरामात चालत असल्याचं आणि त्यानंतर त्यांच्या स्वागताला आलेल्या लोकांचं अभिवादन स्वीकारत असल्याचं स्पष्टपणे दिसून आलं.

यानंतर नॉर्थ कॅरॉलिना राज्य ओबामाकडे तर इंडियाना राज्य हिलरीकडे आलं. हिलरीनं अशा प्रकारे उशिरा जोरदार मुसंडी मारली असली तरी सगळ्या आकडेवारीनुसार ओबामाला ती हरवू शकणार नसल्याचं जवळपास स्पष्टपणे दिसत होतं. अगदी काहीतरी अभूतपूर्व घटना घडली तरच आता ती ओबामावर मात करू शकते, असं बहुतेक जण म्हणत होते. यामुळे डेमोक्रॅटिक पक्षामधल्या अनेक जणांनी हिलरीला पराभव मान्य करून ओबामाच्या उमेदवारीमागे सगळी ताकद एकवटण्याचा सल्ला दिला; पण हिलरीनं तो साफ धुडकावून लावला. अजूनही ती जास्तीत जास्त डेलिगेट्स जिंकून घेण्याचा प्रयत्न करत होती. अगदी शेवटच्या निवडणुकीपर्यंत तिनं शर्यतीतून माघार घ्यायला नकार दिला. न्यूयॉर्क टाईम्सला दिलेल्या एका मुलाखतीत तिनं आपल्या आणि बिलच्या स्वभावांमधलं एक समान वैशिष्ट्य म्हणजे आम्ही दोघंही शेवटपर्यंत लढण्यासाठी आणि कुठल्याही प्रतिकूल परिस्थितीसमोर न झुकण्यासाठी अगदी सज्ज असल्याचं सांगितलं.

सगळ्या मतांची गोळाबेरीज झाली तेव्हा एकूण ३.५५ कोटी मतांपैकी ओबामाला हिलरीपेक्षा फक्त दीड लाख मतं जास्त मिळाल्याचं आढळून आलं. म्हणजेच जेमतेम अर्धा टक्का एवढ्या निसटत्या फरकानं ओबामानं हिलरीवर मात केली होती. आता मात्र हिलरीनं पराभवाचा स्वीकार केला. ७ जून २००८ या दिवशी तिनं आपण राष्ट्रपतिपदाच्या स्पर्धेतून माघार घेत असल्याचं जाहीर करून आपल्या समर्थकांचे आभार मानले. तसंच सगळ्यांनी आता ओबामाची निवड राष्ट्रपतिपदी व्हावी यासाठी एकत्र येऊन काम करण्याचं आवाहनही तिनं केलं. तसंच

प्रथमच तिनं एक महिला असूनसुद्धा अमेरिकी राष्ट्रपतिपदापर्यंत पोहोचण्यासाठी इतकी कडवी झुंज आपण देऊ शकल्याबद्दल खूश असल्याचं सांगितलं. प्रेक्षकांमध्ये बसलेली डोरोथी रॉडहॅम ही हिलरीची आई या वेळी हळूच आपल्या डोळ्यांच्या ओलावलेल्या कडा पुसत होती!

आता पुढची किमान आठ वर्षं तरी राष्ट्रपतिपद आपल्या हातून निसटलं असल्याची आणि त्यानंतर वय आणि उत्साह आपली साथ देतील का, याची शाश्वती नसल्याची भावना हिलरीला खिन्न करत होती!

◆

परराष्ट्रमंत्री

ओबामाकडून राष्ट्रपतिपदाची उमेदवारी मिळवण्यासाठीच्या डेमोक्रॅटिक पक्षांतर्गत स्पर्धेमध्ये पराभव झाल्यानंतर हिलरीनं ओबामाची उपराष्ट्रपती म्हणून जबाबदारी स्वीकारण्याची तयारी करावी, असं तिच्या अनेक समर्थकांचं मत होतं. अमेरिकेमध्ये तशी पद्धत सर्वमान्य आहे. एकदा का आपल्याला आपल्या पक्षाची उमेदवारी मिळणार नाही असं स्पष्ट झालं, की संबंधित माणूस अनेकदा उमेदवारी मिळालेल्या माणसाच्या हाताखाली उपराष्ट्रपती म्हणून काम करायला तयार होतो. हिलरी आणि तिचे समर्थक यांना काहीही वाटत असलं तरी खुद्द ओबामाला मात्र हे पटत नव्हतं. आपण राष्ट्रपती झालो तर उपराष्ट्रपतिपदसाठी हिलरी ही योग्य उमेदवार नसल्याचं त्याचं मत पडलं. तसंच माजी राष्ट्रपती बिल क्लिंटन पुन्हा आपल्या राष्ट्रपतिपदाच्या कार्यकालात या निमित्तानं लुडबूड करण्याची भीती त्याला सतावत होती.

दरम्यान २००८ सालच्या सप्टेंबर-ऑक्टोबर महिन्यात अमेरिकी अर्थव्यवस्थेची पार धूळधाण उडाली. १९२९ सालानंतरचं सगळ्यात भीषण आर्थिक संकट आधी अमेरिकी आणि त्यानंतर जागतिक महामंदीच्या रूपानं उद्‌भवलं. शेअर बाजार पूर्णपणे झोपल्यामुळे लाखो अमेरिकी नागरिकांच्या बचतीचे तीनतेरा वाजले. अनेक मोठमोठ्या बँका आणि वित्त संस्था पालापाचोळ्यासारख्या कोलमडून गेल्या. बेरोजगारीचा दर शिगेला पोहोचला. या पार्श्वभूमीवर डेमोक्रॅटिक पक्षाची उमेदवारी मिळवलेल्या ओबामानं राष्ट्रपतिपदाच्या निवडणुकीत रिपब्लिकन पक्षाचा आपला प्रतिस्पर्धी उमेदवार जॉन मॅक्केनचा आरामात पराभव केला. एक कृष्णवर्णीय माणूस अमेरिकेच्या राष्ट्रपतिपदावर बसण्याचा हा प्रसंग अभूतपूर्व ठरला. आता देशाची सूत्रं आपल्या हाती घेत असताना आपल्या टीममध्ये हिलरीचा समावेश करण्याची गरज ओबामाला जाणवत होती. तिला नक्की कोणतं पद द्यायचं आणि मुळात यासाठी ती कितपत तयार आहे, याची मात्र त्याला जाणीव नव्हती.

हिलरी आपल्या मंत्रिमंडळात परराष्ट्रमंत्री म्हणून चांगल्या प्रकारे काम बघू शकेल, असं वाटत असल्यामुळे ओबामानं तिच्यापाशी यासंबंधीची विचारणा केली; पण तिनं याला नकार दिला. ओबामानं तरीसुद्धा हिलरीला आणखी एकदा हाच प्रश्न विचारला असता तिनं दुसऱ्यांदा त्याला नकार दिला. २००८ सालच्या राष्ट्रपतिपदाच्या निवडणुकीत मॅक्केनचा पराभव केल्यानंतर शिकागोमध्ये ओबामानं हिलरीची भेट घेतली आणि तिला परराष्ट्रमंत्रिपदाविषयी पहिल्यांदा विचारलं. यामुळे हिलरीला आश्चर्याचा मोठा धक्का बसला. आपल्याला ओबामाच्या मंत्रिमंडळात स्थान मिळेल याची तिला कल्पना असली तरी आरोग्यसेवा आणि मानव संसाधन मंत्रालय अशांसारखं कुठलं तरी तुलनेनं दुय्यम खातं आपल्या वाट्याला येईल, असं तिला वाटत होतं. याला अर्थातच साफ नकार द्यायचं तिनं ठरवलं होतं. आता मात्र अत्यंत अनपेक्षितपणे तिच्यासमोर परराष्ट्रमंत्री बनण्याची सुसंधी चालून आली. अमेरिकी राष्ट्रपतीनंतर उपराष्ट्रपती, सिनेटचा पक्षनेता आणि हाउस ऑफ रिप्रेझेंटेटिव्हजचा पक्षनेता यानंतर चौथं सगळ्यात महत्त्वाचं पद हिलरीकडे चालून येण्याची शक्यता होती. बुशच्या कार्यकालात अफगाणिस्तान आणि इराक युद्धं, तसंच एकूणच अतिआक्रमक धोरण स्वीकारण्याची घिसाडघाई यामुळे अमेरिकेची परदेशांमधली प्रतिमा डागाळून गेली असल्याचं आणि त्यात कमालीची सुधारणा घडवून आणणं गरजेचं असल्याचं ओबामाचं मत होतं. या कामासाठी हिलरीची निवड सार्थ ठरू शकते, असं त्याला वाटत होतं. त्यातच अमेरिकेमध्ये आर्थिक महासंकट उभं राहिलेलं असल्यामुळे परराष्ट्रीय धोरणांकडे आपलं पूर्ण लक्ष जाणार नसल्याची जाणीव त्याला होत होती. म्हणूनच जागतिक पातळीवर ओळख असलेला आणि आत्मविश्वासानं अमेरिकी भूमिका इतर नेत्यांसमोर मांडू शकणारा, अडचणींमधून मार्ग काढू शकणारा माणूस ओबामाला परराष्ट्रमंत्री म्हणून हवा होता. या कामासाठी हिलरी त्याला एकदम योग्य वाटत होती. तिच्यामधली शिस्त, दबावाखाली न झुकण्याचा तिचा स्वभाव आणि अनेक देशांमध्ये बिल क्लिंटनबरोबर जाऊन आल्यामुळे आंतरराष्ट्रीय राजकारणाची किमान जुजबी ओळख, हे मुद्दे त्याच्या दृष्टीनं महत्त्वाचे होते.

हिलरीला मात्र आपण ही जबाबदारी स्वीकारावी असं वाटत नव्हतं. सिनेटर म्हणून आपण आपलं काम सुरू ठेवावं आणि आरोग्यसेवांशी संबंधित असलेल्या प्रश्नांकडे आपलं लक्ष केंद्रित करावं, असं तिचं मत होतं. याखेरीज राष्ट्रपतिपदाची उमेदवारी मिळवण्यासाठी केलेल्या धडपडीमुळे तिच्या डोक्यावर तब्बल अडीच कोटी डॉलर्सचं कर्ज साचलं होतं. २००८ सालाच्या अखेरीला तिनं कर्जफेड करत करत हा आकडा साठ लाख डॉलर्सवर आणला; पण हे कर्जसुद्धा फेडण्यासाठी तिची धडपड सुरू होती. अखेर २०१३ मध्ये ती हे कर्ज फेडू शकली.

या सगळ्या मुद्द्यांखेरीज बिलचं काय करायचं, हाही प्रश्न हिलरीसमोर होता.

बिलनं स्थापन केलेल्या संस्थेला परदेशी देणग्या मोठ्या प्रमाणावर मिळत. या संस्थेतर्फे अनेक देशांमध्ये विविध स्वरूपाचे कार्यक्रम आणि प्रकल्प राबवले जात. जर हिलरी परराष्ट्रमंत्री झाली तर बिलच्या कामावर गंडांतर येण्याची शक्यता होती. बिलच्या संस्थेला नक्की कुणाकडून किती निधी मिळतो, हिलरीला खूश ठेवण्यासाठी यामधला काही निधी आहे का, असे अनेक प्रश्न विरोधकांकडून उपस्थित होण्याची दाट शक्यता होती. तसंच आपल्या भाषणांमध्ये बिल काय बोलेल यावर आपलं नियंत्रण असू शकणार नाही, याची जाणीव हिलरीला होती. या सगळ्यावर कडी म्हणजे एकसष्ट वर्षं वयाची हिलरी सततच्या धावपळीमुळे आणि मानसिक ताणतणावामुळे खूप थकली होती. आपल्याला पुन्हा विलक्षण तणावग्रस्त जबाबदारी स्वीकारणं शक्य होईल का, याची तिला कल्पना नव्हती. फार धावपळ होणार नाही असं काहीतरी काम करावं, असं तिला वाटत होतं. हिलरीच्या मनातली चलबिचल ओबामानं ओळखली. तरीसुद्धा देशाला तिची गरज असल्याचं आपलं प्रामाणिक मत असल्यामुळे तिनं आपल्या प्रस्तावाविषयी शांतपणे पुनर्विचार करण्याची विनंती त्यानं केली.

बिलनं हिलरीला ओबामाचा प्रस्ताव स्वीकारायला सांगितलं. आपल्या बाजूनं जे काही करण्याची गरज असेल ते आपण नक्की करू, असं आश्वासन देत आपल्या संस्थेला मिळत असलेल्या देणग्यांचे सगळे तपशील जाहीर करण्याची तयारी त्यानं दाखवली. हिलरीनं अमेरिकी परराष्ट्रमंत्रिपद स्वीकारल्यामुळे आपल्या कामावर जरी थोडेफार निर्बंध आले तरी त्यानं फारसा फरक पडणार नसल्याचं त्याचं मत होतं. हिलरीनं मात्र घाईघाईनं हा निर्णय घ्यायचा नाही, असं ठरवलं. नेहमीप्रमाणे अनेक लोकांशी ती बोलली. बिलच्या राष्ट्रपतिपदाच्या काळात मॅडेलिन ऑलब्राईट ही पहिली महिला अमेरिकेची परराष्ट्रमंत्री झाली होती. तिच्या अनुभवांविषयी जाणून घेण्यासाठी हिलरीनं तिच्याशीही चर्चा केली. जो बायडेन या ओबामाच्या कार्यकालातल्या उपराष्ट्रपतीशी तिनं बोलणं केलं. सिनेटमध्ये आपल्याला म्हणावं तसं वरिष्ठ मानलं जात नसल्याचा मुद्दा कितपत निर्णायक ठरू शकतो, याचाही तिनं विचार केला. हे सगळं करून झाल्यावर आपण परराष्ट्रमंत्रिपद न स्वीकारता सिनेटर म्हणूनच राहावं, असा निर्णय तिनं घेतला. या संदर्भात तिच्या कार्यालयानं ओबामाला सांगण्यासाठी एक संदेश तयार केला. तो त्याच्यापर्यंत पोहोचवून आपला नकार कळवण्यासाठी ओबामाला तिनं केलेला फोन ओबामानं चतुराईनं घेतला नाही. यानंतरचा हिलरीचा दुसरा फोनही त्यानं घ्यायचं टाळलं. अखेर थेट मध्यरात्री हिलरी त्याच्याशी फोनवर बोलू शकली. हिलरीच्या मनामधल्या सगळ्या शंकाकुशंका ऐकून घेतल्यानंतर त्यानं अफगाणिस्तान आणि इराक इथं सुरू असलेली युद्धं तसंच अमेरिकेसमोरची इतर परराष्ट्रविषयक आव्हानं याविषयी आपल्याला काय वाटतं हे सांगितलं. हे झाल्यावर आपण हिलरीकडून नकार स्वीकारू शकत नसल्याचं सांगून

त्यानं हिलरीनं आणखी विचार करावा असं सांगितलं.

रात्रभर हिलरीला झोप लागली नाही. ती नुसती चुळबूळ करत राहिली. आपण मुळात राजकारणात कशासाठी आलो, याचा तिनं विचार केला. तसंच ओबामाला पडलेला प्रश्न आपल्याला पडला असता तर आपल्याला काय वाटलं असतं, याचीही तिनं कल्पना केली. म्हणजेच एखादी जबाबदारी स्वीकारण्यासाठी ओबामा सर्वोत्तम माणूस असल्याचं आपलं प्रामाणिक मत असतं आणि आपण खूप विनंती करूनसुद्धा त्यानं त्याला नकार दिला असता तर आपल्याला काय वाटलं असतं, असा विचार तिनं केला. सगळ्यात शेवटी आपल्या राष्ट्रपतीनं आपल्याला एखादं काम सांगितलं तर आपण फार काथ्याकूट न करता ते केलं पाहिजे, असं तिनं स्वतःला बजावलं. दुसऱ्या दिवशी सकाळी आपण परराष्ट्रमंत्री म्हणून जबाबदारी स्वीकारायला तयार असल्याचं तिनं ओबामाला सांगितलं.

परराष्ट्रमंत्री म्हणून जबाबदारी पार पाडण्याचं आव्हान अत्यंत बिकट असल्याची हिलरीला जाणीव होती. तिला इंग्रजी सोडून दुसरी एकही भाषा येत नसे. 'फर्स्ट लेडी' म्हणून अनेक देशांमध्ये तिनं बाहुलीसारखा फेरफटका मारला असला तरी आताची परिस्थिती एकदम वेगळी होती. अनेक देशांमधलं राजकारण, त्याचे आंतरराष्ट्रीय पटलावरचे परिणाम, क्लिष्ट आणि गुंतागुंतीच्या समस्या, अमेरिकेची या सगळ्यामधली भूमिका या गोष्टी समजून घेणं सोपं नव्हतं. या पार्श्वभूमीवर अवघड निर्णय घेणं, त्यांची अंमलबजावणी करणं आणि यातून उद्‌भवणाऱ्या समस्यांना तोंड देणं आपल्याला जमेल का, अशी शंका तिला सतावत होती. मॅडेलिन ऑलब्राईटशी तर हिलरी विस्तारानं बोललीच; पण तिच्यानंतर जॉर्ज डब्ल्यू. बुशच्या राष्ट्रपतिपदाच्या कार्यकालात परराष्ट्रमंत्री असलेल्या काँडेलिट्‌झा राईस हिच्याशीसुद्धा हिलरीनं चर्चा केली. ऑलब्राईट आणि राईस यांनी परराष्ट्रमंत्रिपद स्वीकारण्याआधी राष्ट्रीय सुरक्षा परिषदेसाठी काम केलं होतं. तसंच त्यांना परकीय संबंधांची बऱ्यापैकी तोंडओळख होती. याचं कारण म्हणजे त्यांनी यासाठीच्या काही कनिष्ठ भूमिकांमध्ये काम केलं होतं. हिलरीसाठी मात्र हा सगळा प्रकार एकदम नवा होता. सतत एका देशामधून दुसऱ्या देशात प्रवास करत असताना हे सगळं करणं आणि अनेक परकीय नेत्यांशी चांगले संबंध प्रस्थापित करणं, अर्थातच मोठं आव्हानात्मक होतं. ऑलब्राईटनं मात्र एका मुलाखतीत हिलरीला दिलासा मिळेल असं विधान केलं. 'परकीय धोरणांमध्ये यश मिळवण्यासाठीची एक महत्त्वाची गोष्ट म्हणजे आपल्याला जे हवं आहे तेच समोरच्या माणसालाही हवं आहे किंवा त्याच्या हिताचं आहे असं त्याला पटवून देणं ही,' असं ती म्हणाली. तसंच हे काम हिलरी उत्तम प्रकारे करू शकेल, असं ऑलब्राईटचं मत होतं.

२००९ सालच्या फेब्रुवारी महिन्यापर्यंत आपली पूर्वतयारी करून झाल्यावर

हिलरीनं परदेश दौऱ्यांना प्रारंभ केला. युरोप आणि किचकट प्रश्नांनी वेढलेला मध्यपूर्व आशियाचा भाग सोडून तिनं सुरुवातीला आशिया, इंडोनेशिया, दक्षिण कोरिया, चीन या आशियाई देशांना भेट द्यायचं ठरवलं. काही विश्लेषकांना हे जरा विचित्र वाटलं खरं; पण यामागे एक मोठा हेतू होता. चीन हा आर्थिकदृष्ट्या अत्यंत बलाढ्य असलेला देश आपल्याशी राजकीय पातळीवर कट्टर शत्रूसारखा वागतो याची जाणीव असल्यामुळे चीनशी जरा सौहार्दपूर्ण संबंध प्रस्थापित करणं गरजेचं असल्याची ओबामा आणि हिलरी यांची धारणा होती. यामुळे हिलरीनं सुरुवातीला चीनमध्ये जाणं त्यांना महत्त्वाचं वाटत होतं. यापूर्वीच्या सरकारांनी चीनकडे दुर्लक्ष केल्यामुळे आपणसुद्धा हीच चूक करू नये, असं त्यांचं मत होतं.

हिलरीचा पहिला परदेशदौरा तिच्या स्पष्टवक्तेपणामुळे गाजला. एका वार्ताहरानं तर 'क्लिंटनची स्पष्टवक्तेपणा एक्स्प्रेस' दौरा करून गेली असल्याची प्रतिक्रिया दिली. मानवी हक्कांच्या चीनमधल्या पायमल्लीविषयी आपण जास्त खोलात जाणार नसून, जागतिक तापमानवाढीचं संकट आणि चीनमधलं आर्थिक महासंकट हे आपल्या दृष्टीनं सध्या कळीचे मुद्दे असल्याचं हिलरी म्हणाली. याचं कारण म्हणजे मानवी हक्कांच्या पायमल्लीविषयी आपण काहीही म्हणालो तरी चीनचं त्याला काय उत्तर असेल याची आपल्याला पूर्वकल्पना असल्याची स्पष्टोक्ती तिनं केली. यामुळे मानवी हक्कांविषयी लढणारे कार्यकर्ते नाराज झाले आणि काही जण तर हिलरीवर चिडले. हिलरी आता अत्यंत महत्त्वाच्या आणि नाजूक पदावर असून तिनं आपल्या बोलण्याचे काय परिणाम होऊ शकतात याकडे बारीक लक्ष दिलं पाहिजे, अशी अपेक्षा अनेक जणांनी व्यक्त केली.

आपल्या परदेश दौऱ्यांमध्ये साचेबद्धपणा टाळण्यासाठी आणि अमेरिकेविषयी इतर देशांमधल्या सर्वसामान्य लोकांना काय वाटतं हे जाणून घेण्यासाठी हिलरीनं फक्त मोठ्या नेत्यांच्या भेटी घेण्यापुरतंच आपलं कार्यक्षेत्र मर्यादित ठेवलं नाही. अशा अधिकृत भेटीगाठींबरोबरच ती ठिकठिकाणी जमेल तेव्हा तिथल्या स्थानिक नागरिकांशी गटानं चर्चा करत असे. दक्षिण कोरियाच्या सोल शहरात तिनं तीन हजार विद्यार्थिनींशी संवाद साधला. जपानमध्ये टोकियो विद्यापीठाला तिनं भेट दिली. बीजिंगमध्ये तिनं निरनिराळ्या कार्यक्षेत्रांमधल्या महिलांशी चर्चा केली. अनेक जणी अगदी मोकळेपणानं हिलरीला वेगवेगळे प्रश्नही विचारत. उदाहरणार्थ हिलरीचं आवडतं संगीत कोणतं, ती इतकी कणखर कशी झाली, बिलच्या प्रेमात पडल्याची जाणीव तिला कधी आणि कशी झाली, अशा असंख्य प्रश्नांची तिच्यावर बरसात होई. दिलखुलासपणे हिलरी त्यांची उत्तरं देई. खरं म्हणजे नेहमीच्या अतितणावपूर्ण परिस्थितीतून बाहेर पडण्यासाठी तिला याची मदतच होत असल्यामुळे ती उत्साहानं अशा संधींची वाटच बघे.

इतकी वर्षं हिलरीचे माध्यमांशी तणावपूर्ण संबंध असले तरी आता मात्र हिलरीनं त्यांच्याशी अधिक मोकळेपणानं बोलायला सुरुवात केली. तिच्या परदेश दौऱ्यांमध्ये अनेक वार्ताहरांचा समावेश असे. त्यांच्याशी विमानप्रवासादरम्यान ती वेगवेगळ्या विषयांवर बोले. तसंच आपल्या संभाषणामधलं काय अधिकृतपणे छापलं तरी चालेल आणि काय गुप्त ठेवलं पाहिजे याची या वार्ताहरांना पुरेपूर कल्पना असल्यामुळे या नव्या भूमिकेपोटी हिलरीचं मोठं नुकसान होण्याची शक्यताही तशी दुर्मीळ होती. सततचा प्रवास, बदलता 'टाईमझोन' आणि विलक्षण तणावपूर्ण चर्चा यामुळे हिलरी खूप थकून जाई. तिच्या झोपेचंही पार खोबरं होत असे. स्वाभाविकपणे ती जमेल तेव्हा आणि मिळेल तशी झोप घेत असे. विमानप्रवासातच नव्हे तर मोटारीतून अगदी काही मिनिटं जात असतानाही ती डुलक्या मारतामारता गाढ झोपी जाई. ती इतकी दमलेली असे की कुठेही केव्हाही झोपू शके. अगदी दोन बैठकांच्या दरम्यानही ती आरामात झोप काढे. हे करूनसुद्धा अनेकदा तिला बैठका सुरू असताना झोप अनावर होई. अशा वेळी ती झोप न येण्यासाठी आपल्या एका हाताची बोथट नखं दुसऱ्या हाताच्या तळव्यात खुपसून ठेवी आणि त्यांचा दाब देत राही. आपल्या नव्या पदाचा फायदा उठवून हिलरीनं जागतिक पातळीवर महिलांच्या प्रश्नांना वाचा फोडण्यालाही प्राधान्य दिलं. मतदानहक्क, महिलांवर होत असलेले अत्याचार आणि त्यांना सोसावा लागत असलेला हिंसाचार, त्यांना मूलभूत हक्कांपासून वंचित केलं जाणं, त्यांचं आरोग्य आणि शिक्षण अशा अनेक मुद्द्यांवर काम करण्यासाठी तिनं खास सहकारी नेमले.

परराष्ट्रमंत्री म्हणून जबाबदारी स्वीकारल्यावर पहिल्या तीन महिन्यांमध्येच हिलरीनं तब्बल वीस देशांचे दौरे केले. सगळ्या लोकांना ओबामा आणि हिलरी यांचे एकमेकांशी सौहार्दपूर्ण संबंध प्रस्थापित होण्याविषयी खूप शंका वाटत होती. एक तर हिलरी वयानं आणि अनुभवानं ओबामापेक्षा मोठी होती. दुसरं म्हणजे निवडणुकीच्या रणधुमाळीमध्ये दोघांनी एकमेकांवर यथेच्छ चिखलफेक केल्यामुळे आता साहेब म्हणून हिलरी ओबामाचा स्वीकार कितपत खिलाडू वृत्तीनं करेल, अशी शंका अनेक जणांच्या मनात होती. हे सगळं खोटं ठरवून हिलरीनं अगदी सहजपणे ओबामाशी चांगले संबंध निर्माण केले. दर गुरुवारी त्यांची एक औपचारिक बैठक होत असे. अर्थात ओबामा आणि हिलरी यांच्यामध्ये अगदी कमालीचं सौहार्दपूर्ण नातं निर्माण झालं नसलं तरी हिलरी आपली जबाबदारी व्यवस्थितपणे निभावते आणि आपल्या सहकाऱ्यांशी अदबीनं वागते, असं ओबामाचं मत झालं.

एकूण काय, तर परराष्ट्रमंत्री म्हणून हिलरीनं आपली प्रतिमा उजळवण्यात बऱ्यापैकी यश मिळवलं हे नक्की.

◆

बिन लादेनचा खात्मा

राष्ट्रपतिपदाची सूत्रं हाती घेण्याआधी अफगाणिस्तान आणि इराक हे अमेरिकेसमोरचे मोठे प्रश्न सोडवण्याची ग्वाही ओबामानं आपल्या देशवासीयांना दिली होती. ओसामा बिन लादेनला आश्रय देण्याच्या आरोपावरून अमेरिकेनं अफगाणिस्तानवर हल्ला केला असला तरी इराककडे लक्ष वळल्यानंतर राष्ट्रपती बुशनं अफगाणिस्तानवरचं आपलं लक्ष एकदम कमी करून टाकलं होतं. याचा फायदा उठवून अफगाणिस्तानमध्ये तालिबान ही दहशतवादी संघटना पुन्हा आपले हातपाय पसरण्याच्या प्रयत्नांत होती. ९/११ ला सात वर्षं होऊन गेली असली तरी अजून बिन लादेनचा मात्र पत्ता नव्हता. हे काम पूर्ण करण्यासाठी आपण अफगाणिस्तानमध्ये जास्त लष्करी कुमक पाठवू, असं ओबामानं जाहीर केलं होतं. तसंच ज्या पाकिस्तानबरोबर अफगाणिस्तानची सीमारेषा आहे त्या पाकिस्तानमध्येही आपण लक्ष घालू, असं त्यानं म्हटलं होतं. प्रत्यक्षात अफगाणिस्तानमध्ये साठ हजार सैनिक पाठवूनसुद्धा आपल्याला फारसं यश लाभत नसल्याचं अफगाणिस्तानमधल्या अमेरिकी लष्करप्रमुखानं ओबामाला सांगितलं. यामुळे तिथल्या अमेरिकी सैनिकांची संख्या एक लाखावर व्हायला हवी, अशी अपेक्षा त्यानं व्यक्त केली. यावर ओबामानं आपल्या जवळच्या सहकाऱ्यांबरोबर अनेक महिने मंथन केलं. उपराष्ट्रपती बायडेनचा अफगाणिस्तानमध्ये आणखी सैनिक पाठवण्याला साफ विरोध होता. इतर मार्गांनी तालिबानला नमवण्यासाठी झटलं पाहिजे, असं तो म्हणत होता.

हिलरी आणि संरक्षणमंत्री रॉबर्ट गेट्स यांचं मात्र वेगळं मत होतं. अफगाणिस्तानमध्ये जास्त लष्करी कुमक पाठवणं गरजेचं असल्याचं त्यांना जाणवत होतं. याखेरीज अफगाणिस्तानला पोखरलेल्या अमली पदार्थांच्या तस्करीच्या प्रश्नातून काही अंशी मुक्त करण्यासाठीसुद्धा अमेरिकेनं प्रयत्न करणं आवश्यक असल्याचं हिलरी म्हणत होती. अन्यथा तालिबानला नमवल्यानंतरही अफगाणी जनजीवन सर्वसामान्य होऊ शकणार नाही, असं तिचं मत होतं. खरं म्हणजे संरक्षणमंत्री सर्वसाधारणपणे

आक्रमक भूमिका स्वीकारणारा आणि परराष्ट्रमंत्री सोशिकपणा दाखवून संयम दाखवणारा असतो. म्हणूनच दोघांमध्ये एकमत होत नाही. अमेरिकेमध्ये तर हे प्रकर्षानं आढळतं. साहजिकच हिलरी आपल्या सुरात सूर मिसळत असल्याचं बघून गेट्सला जरा आश्चर्यच वाटलं. त्यातच हिलरीविषयी अनेक गैरसमजुती गेट्सच्या मनात इतरांच्या सांगण्यामुळे होत्या. प्रत्यक्षात हिलरी एकदम वेगळी आहे आणि ती आपली जबाबदारीसुद्धा चांगल्या प्रकारे निभावते, असं त्याला आता वाटायला लागलं. अर्थातच इराकसंबंधीची हिलरीची आधीची भूमिका बघता, अफगाणिस्तानमध्ये आपण जास्त लष्कर धाडलं पाहिजे, असं हिलरीनं म्हणण्यात फारसं काही अनपेक्षित नव्हतं.

जवळपास नऊ महिन्यांच्या विचारमंथनानंतर ओबामानं अफगाणिस्तानमध्ये आणखी तीस हजार सैनिक धाडायचं ठरवलं. २ डिसेंबर २००९ या दिवशी त्यानं यासंबंधीची अधिकृत घोषणा केली. म्हणजेच हिलरी आणि गेट्स यांच्या विचारसरणीला त्यानं जास्त योग्य ठरवलं. फक्त यात त्यानं आणखी दोन महत्त्वाचे मुद्दे टाकले. एक तर आपल्या मित्रराष्ट्रांनी याच्या जोडीला आणखी दहा हजार सैनिक पाठवावेत, अशी आपली अपेक्षा असल्याचं आणि २०११ सालाच्या मध्यापर्यंत आपण सगळं लष्कर मागे घेणार असल्याचंही त्यानं जाहीर केलं. प्रत्यक्षात मात्र या डावपेचांना फारसं यश लाभलं नाही. २०११ सालच्या मध्यापर्यंत अमेरिकेनं अफगाणिस्तानमधल्या आपल्या फौजा मागे घ्यायला सुरुवात केली खरी; पण २०१४ साल उलटेपर्यंत अमेरिकी लष्कराला अफगाणी भूमीवर आपलं लष्कर काही प्रमाणात तरी ठेवावंच लागलं. शिवाय जास्तीची लष्करी कुमक पाठवूनसुद्धा अफगाणिस्तानमधल्या तालिबानी कारवाया पूर्णपणे थांबवण्यात अमेरिकेला अपयश आलं. यामुळे अधिकृतपणे तेरा वर्षं चाललेलं हे नुकसानदायी युद्ध अमेरिकेच्या इतिहासामधलं सगळ्यात लांबलचक युद्ध ठरलं.

२००९ सालच्या अखेरच्या काळात बिल आणि हिलरी क्लिंटन यांना एक शुभवार्ता समजली. मार्क मेझ्विन्स्की या आपल्या बऱ्याच काळापासूनच्या मित्राशी चेल्सीचा वाङ्‌निश्चय झाला. आता एकोणतीस वर्षं वयाची असलेली चेल्सी आपल्या आईच्या सततच्या प्रवासामुळे तिच्यापासून दूर असली तरी त्या दोघी इमेलद्वारा सतत संपर्कात असत. अर्थात रशियासारख्या काही देशांमध्ये हेरगिरी होण्याचा संभव असल्यामुळे हिलरीला मोकळेपणानं आपला लॅपटॉप किंवा फोन वापरता येत नसे. बिल इमेल वापरत नसल्यामुळे ती बिलशी फोनवरून बोलूनच संपर्क साधे. जवळपास दररोजच त्यांचं बोलणं होई. ओबामाच्या राजवटीत आपल्यामुळे हिलरी अडचणीत येऊ नये म्हणून बिल खूप काळजी घेत असे. त्यानं आपली लुडबूड कुठंही होणार नाही याची खबरदारी घेतली. हिलरीसुद्धा त्याचा आपल्या अधिकृत

कामामध्ये फारसा उल्लेख करत नसे. बिल आणि हिलरी यांचं भेटणं मात्र अत्यंत दुर्मीळ झालं होतं. महिन्यातून एखाद्या वेळी त्यांची कशीबशी भेट होऊ शके. अगदी नशिबानं कोलंबियामध्ये हिलरी असतानाच बिल त्याच्या एका भाषणासाठी तिथंच आल्यामुळे त्यांची तिथं भेट झाली; पण कहर म्हणजे सुरक्षा आणि दुसऱ्या दिवशीचे पूर्वनियोजित कार्यक्रम यामुळे दोघं त्यानंतर पुन्हा आपापल्या हॉटेलमध्ये परतले! एकदा तर एका शोकसभेत भेटण्याची संधी त्यांनी साधली. हा एक प्रकारचा करुण विनोदच होता.

२०१० सालच्या फेब्रुवारी महिन्यात बिलच्या छातीत वेदना सुरू झाल्यामुळे त्याला इस्पितळात भरती व्हावं लागलं. याआधी वयाच्या अठ्ठावन्नाव्या वर्षी २००४ साली बिलला असा त्रास झाला होता. तेव्हा त्याच्या हृदयामध्ये झालेले बिघाड दुरुस्त करण्यासाठी बायपास शस्त्रक्रिया करावी लागली होती. यामुळे प्रश्न दूर न झाल्यामुळे बिलला बरीच विश्रांती घेऊन दुसऱ्या शस्त्रक्रियेला सामोरं जावं लागलं होतं. या वेळी नव्यानं त्याला हृदयविकाराचा झटका येऊ नये यासाठी डॉक्टरांनी त्याच्या हृदयामधल्या एका रक्तवाहिनीमध्ये स्टेंट घातला. बिलला त्रास सुरू झाला तेव्हा हिलरीची वॉशिंग्टनमध्ये ओबामाबरोबर एक बैठक सुरू होती. तिला बिलच्या आजाराविषयी समजताच ती तातडीनं न्यूयॉर्कला परतली. नशिबानं बिलची तब्येत सुधारत असल्याचं आणि त्याचा जीव आता धोक्यात नसल्याचं डॉक्टरांनी सांगितल्यामुळे हिलरी आपल्या पर्शियन आखातामधल्या पुनर्नियोजित दौऱ्यावर रवाना झाली.

दरम्यान चेल्सीच्या लग्नाचे वेध हिलरीला लागले. तिचा होणारा नवरा ज्यू धर्मीय असल्यामुळे पत्रकारांनी हिलरीवर प्रश्नांची सरबत्ती केली. आपण आंतरधर्मीय लग्नाच्या विरोधात नसल्याचं आणि हा निर्णय चेल्सीनं विचारपूर्वक घेतला असल्याची आपल्याला खात्री असल्याचं हिलरीनं सांगितलं. तसंच एकमेकांविषयी जगात इतके गैरसमज पसरलेले असताना उलट अशा प्रकारची आणखी जास्त लग्नं व्हायला हवीत, असा उल्लेखही तिनं केला. ३१ जुलै २०१० या दिवशी चारशे पाहुण्यांच्या उपस्थितीत ख्रिस्ती, तसंच ज्यू अशा दोन्ही धार्मिक सोहळ्यांसह चेल्सीचा विवाह पार पडला. आपल्या आयुष्यातल्या या सगळ्यात आनंदाच्या प्रसंगी हिलरीचे डोळे आनंदाश्रूंमुळे पाणावले. तसंच आपल्या नातीचा विवाह बघण्यासाठी डोरोथी ही आपली एक्याण्णव वर्षांची आई या जगात आहे, याचं तिला खूप समाधान वाटत होतं. आपल्या आईपाशी हिलरी आपली सगळी सुखदुःखं शेअर करत असे. तिचा तिला खूप आधार वाटे.

जणू आपल्या नातीचं लग्न बघण्यासाठीच डोरोथीनं आपले प्राण टिकवून ठेवले होते. कारण यानंतर त्याच वर्षी तिची तब्येत बिघडत गेली. तिला हृदयाचा त्रास सुरू झाला. हिलरीला लंडनला आणि तिथून तुर्कस्तानला जायचं असतानाच

डोरोथीला इस्पितळात दाखल करावं लागलं. हिलरीनं तातडीनं तिथं जात आपल्या आईचा हात आपल्या हातात शेवटच्या वेळी घेतला. याच्या पुढच्या दिवशी म्हणजे १ नोव्हेंबर २०११ रोजी हिलरीला आपली आई या जगात नसल्याचं अतीव दुःख सहन करावं लागलं! हा धक्का अनपेक्षित नसला तरी आपल्या आयुष्यातल्या सगळ्यात महत्त्वाच्या व्यक्तींपैकी एक आता नसल्याची भावना तिला खात राहिली. आपल्या आईचा आपल्याला किती आधार होता, हे तिला सतत आठवत राहिलं. ती प्रचंड रडली. काही काळ तिनं सुट्टी घेतली; पण अर्थातच तिच्यावरच्या जबाबदाऱ्यांमुळे तिला लगेचच कामावर परतणं भाग होतं.

चेल्सीचं लग्न आणि आईचा मृत्यू यामुळे अचानकपणे आपल्याला खासगी आयुष्यही आहे, याची हिलरीला बऱ्याच काळानंतर जाणीव झाली. आपल्या जवळच्या लोकांबरोबर काही क्षण घालवणंसुद्धा किती अवघड झालं आहे, हे तिच्या लक्षात आलं. अर्थातच अशा विचारांमध्ये वेळ घालवणं तिच्या दृष्टीनं अशक्यच होतं. २०११ सालच्या मार्च महिन्यात सेंट्रल इंटेलिजन्स एजन्सी (सीआयए) या अमेरिकी गुप्तचर संस्थेच्या प्रमुखपदी असलेल्या लिऑन पॅनेटा यानं हिलरीला एक महत्त्वाची बातमी सांगितली. गुप्तचर संस्थांच्या अहवालांनुसार अल कायदाचा प्रमुख ओसामा बिन लादेन कुठं आहे याविषयीची खात्रीलायक बातमी आली होती. ९/११ घडून जवळपास एक दशक उलटून गेल्यानंतर अमेरिकेला बिन लादेनचा मागमूस लागला होता. हे प्रकरण पूर्णत्वाला नेण्यासाठी पॅनेटाला हिलरीचं समर्थन हवं होतं. या संदर्भात ओबामाच्या त्याच्या खास सहकाऱ्यांबरोबर अनेक बैठका झाल्या. ही सगळी माहिती अत्यंत गोपनीय स्वरूपाची असल्यामुळे सगळ्याच संबंधितांनी त्याविषयी कमालीची गुप्तता राखणं गरजेचं होतं. हिलरीच्या डायरीमध्येही या बैठकांच्या नोंदी 'बैठक' एवढ्याच एका शब्दानं केलेल्या असत. पाकिस्तानमध्ये तिथल्या लष्कराच्या प्रमुख प्रशिक्षण केंद्रापासून अगदी जवळच्या भागातल्या एका कुंपण असलेल्या इमारतीत बिन लादेन राहत असल्याचं अमेरिकेला समजलं होतं. अर्थात ही खात्रीलायक माहिती नव्हती. सीआयएच्या अंदाजानुसार बिन लादेन तिथं असण्याची शक्यता ४०%-६०% होती. ओबामा तर हे ५०%-५०% प्रकरण असल्याचं म्हणत होता. हिलरीनं मिळालेली माहिती खरी असण्याची शक्यता गृहीत धरून बिन लादेनचा खात्मा करण्यासाठी अमेरिकेनं प्रयत्न करायला हवेत, अशी भूमिका मांडली.

आता ही मोहीम नक्की कशी राबवायची याविषयी खलबतं सुरू झाली. पाकिस्तानच्या साथीत संयुक्तपणे बिन लादेनवर आक्रमण करण्याचा एक पर्याय होता. हिलरी आणि इतर काही जण यांना मात्र पाकिस्तानविषयी खात्री वाटत नव्हती. पाकिस्ताननंच बिन लादेनला आश्रय दिलेला असू शकतो आणि साहजिकच

पाकिस्तान बिन लादेनला तिथून सुरक्षितपणे निसटायची संधी देईल, असा याचा अर्थ होता. या इमारतीवर बॉम्ब टाकायचा तर मुळात तिथं बिन लादेन आहे का, हे खात्रीलायकरीत्या माहीत नसताना असं करणं धोक्याचं होतं. एक तर बॉम्बहल्ल्यामुळे सगळंच बेचिराख झालं असतं आणि बिन लादेन त्यात मेला असता तरी त्याचा मृतदेह ओळखणंसुद्धा अशक्य झालं असतं. याखेरीज बिन लादेन तिथं नसता तर विनाकारण निष्पाप लोकांच्या मृत्यूप्रकरणी अमेरिकेला सगळ्यांनी धारेवर धरलं असतं. एखाद्या क्षेपणास्त्राद्वारा ड्रोन डागण्यामुळेसुद्धा जवळपास असंच घडलं असतं. अखेर खास प्रशिक्षित अमेरिकी सैनिकांना तिथं उतरवण्याचा पर्याय निवडण्यात आला. अर्थातच त्यातही धोके होते. जर ही मोहीम फसली तर या सैनिकांचा मृत्यू जवळपास निश्चित होता आणि याचा सगळा दोष ओबामा सरकारवर आला असता. तसंच जर ही मोहीम यशस्वी ठरली तर आपला विश्वासघात केला अशी पाकिस्तानची समजूत होणार आणि त्यानंतर बिघडलेले संबंध सुधारण्याची मुख्य जबाबदारी ओबामाबरोबरच हिलरीवर येणार, हेही उघड होतं. ही बैठक सुरू असताना एकानं 'अशा प्रकारे आपण पाकिस्तानी भूमीवर आपल्या सैनिकांद्वारा अचानकपणे हल्ला करण्यानं पाकिस्तानची बदनामी होणार नाही का?' असा प्रश्न विचारला. आता मात्र हिलरीचा संयम सुटला. तिनं 'आपल्या आत्तापर्यंतच्या बदनामीचं आणि नामुष्कीचं काय? आपण सोसलेल्या नुकसानाचं काय? ज्या माणसानं हजारो निरपराध माणसांचा मृत्यू घडवून आणला त्याला आपण संपवायचं नाही का?' असा प्रतिप्रश्न विचारून आपलं मत काय आहे हे प्रत्यक्ष शब्दांमध्ये न सांगताच सांगून टाकलं.

२८ एप्रिल २०११ या दिवशी ओबामानं या मोहिमेमधल्या आपल्या सगळ्या खास लोकांना परत एकदा एकत्र बोलावलं. आपल्या मोहिमेवर त्याला शेवटचा हात फिरवायचा होता. अजूनही आपण ही मोहीम पुढे न्यावी का नाही याविषयी त्यानं उपस्थितांची मतं घेतली. उपराष्ट्रपती ज्यो बायडेनचा या मोहिमेला विरोध होता. संरक्षणमंत्री रॉबर्ट गेट्सनंही ही मोहीम थांबवावी असं मत मांडलं. एक तर बिन लादेन तिथं नसला तर काय आणि दुसरं म्हणजे याचा बदला म्हणून पाकिस्तान आपल्याशी अफगाणिस्तान युद्ध तसंच इतर गोष्टी या बाबतींमध्ये करत असलेलं सहकार्य बंद करून टाकेल, याची भीती गेट्सला सतावत होती. फार तर आपण ड्रोनचा वापर करावा, असं तो म्हणाला. हिलरीनं या मोहिमेचे फायदे आणि तोटे यांचा काळजीपूर्वक आढावा घेतला. या मोहिमेमुळे पाकिस्तानबरोबरच्या अमेरिकी संबंधांमध्ये नक्कीच ताणतणाव निर्माण होतील, हे तिनं मान्य केलं. याचबरोबर अमेरिका जशी पाकिस्तानवर अवलंबून आहे, त्याच प्रकारे पाकिस्तानसुद्धा अमेरिकेवर अवलंबून आहे हे विसरून चालणार नसल्याचा उल्लेख तिनं केला. जरी अमेरिका आणि पाकिस्तान यांचा एकमेकांवर पूर्ण विश्वास नसला, तरी गरजेपोटी पाकिस्तानी

नेते अमेरिकेशी चांगले संबंध टिकवून ठेवतील, असं सांगून बिन लादेनला संपवण्याची संधी आपण काही झालं तरी सोडता कामा नये, असं मत तिनं मांडलं. ओबामाचं मत ही मोहीम पूर्णत्वाला नेण्याकडे झुकत होतंच; हिलरीच्या आक्रमक पाठिंब्यामुळे त्यानं हा निर्णय आणखी पक्का केला.

खराब हवामानामुळे ही मोहीम ठरलेल्या तारखेपेक्षा पुढे ढकलावी लागली. अखेर एक मेचा मुहूर्त तिला लाभला. अफगाणिस्तानमध्ये रात्री उशिरा म्हणजेच वॉशिंग्टनमध्ये दुपार झालेली असताना तेवीस 'नेव्ही सील' हे अत्यंत उत्कृष्ट दर्जाचे सैनिक एका कुत्र्यासह आणि उर्दू भाषा जाणणाऱ्या दुभाष्यासह दोन 'ब्लॅक हॉक' हेलिकॉप्टर्समधून पाकिस्तानमधल्या आबोटाबादच्या दिशेनं झेपावले. नंतर काही अनपेक्षित घडलं तर या सील्सची सुटका करण्यासाठी म्हणून आणखी साधी हेलिकॉप्टर्सही पाठवण्यात आली. ओबामा, गेट्स, बायडेन, हिलरी आणि इतर महत्त्वाचे लोक व्हाईट हाउसमधल्या एका खास दालनात अत्यंत उत्कंठेनं आणि काळजीनं पुढच्या घटनाक्रमाची प्रतीक्षा करत होते. तेवढ्यात जवळच्या एका छोट्या खोलीत अबोटाबादमधल्या घटनाक्रमाचा अंधुक का होईना; पण लाईव्ह व्हीडिओ दिसत असल्याचं लक्षात येताच ओबामानं तिथं आपला मुक्काम वळवला. इतर मंडळीही तिथं गेली. पहिली दृश्यं उपस्थितांचा उत्साह वाढवणारी नव्हती. पहिल्या ब्लॅक हॉक हेलिकॉप्टरची शेपटी संबंधित इमारतीच्या भिंतीवर आदळल्यामुळे हे हेलिकॉप्टर जमिनीवर हलकेच न येता जवळपास आदळलंच. दुसऱ्या हेलिकॉप्टरमधून आलेले सील्स थेट इमारतीच्या छतावर उतरणं अपेक्षित होतं; पण हे हेलिकॉप्टर इमारतीभोवतालच्या कुंपणाबाहेरच उतरलं. अशा सुरुवातीमुळे ही मोहीम पार फसणार अशी भीती ओबामासकट सगळ्यांना वाटायला लागली. हिलरीनं तर आपलं हृदय जणू आपल्या घशात आहे की काय असं आपल्याला वाटायला लागल्याची प्रतिक्रिया नंतर दिली. जे घडू नये तेच घडत असल्याचं दृश्य हताशपणे बघावं लागणार यासाठी ती मनाची तयारी करायला लागली. तेवढ्यात हेलिकॉप्टर्समधून सील्स बाहेर पडले. छोटे गट करून त्यांनी आपल्याकडच्या स्फोटकांचा वापर करून मधल्या लोखंडी दारांसह इतर अडथळ्यांना नेस्तनाबूद करून पुढे जायला सुरुवात केली. आता व्हिडिओ दृश्यांमधून ते दिसत नव्हते. पुढची पंधरा-वीस मिनिटं काहीच दिसलं नाही. आपली मोहीम फसू नये एवढी प्रार्थना करण्याशिवाय व्हाईट हाउसमधल्या लोकांच्या हाती काहीच नव्हतं. दुभाष्या आणि कुत्रा आजूबाजूच्या भागांमधून कुतूहलापोटी गोळा झालेल्या शेजाऱ्यापाजाऱ्यांना दूर ठेवण्याचं काम करत होते.

या तिमजली घराच्या आतून दुसऱ्या-तिसऱ्या मजल्यावर जाण्यासाठी असलेले जिने लोखंडी जाडजूड दारांनी बंद करण्यात आले होते. सील्सनी आपल्याजवळच्या

स्फोटकांनी ही दारं उद्ध्वस्त केली. अखेर तिसऱ्या मजल्यावरून सील्सनी व्हाईट हाउस ज्या संदेशाची उत्कंठेनं वाट बघत होतं तो Geronimo E-KIA संदेश पाठवला. यामधला Geronimo हा शब्द बिन लादेनसाठीचं कोडनाव म्हणून वापरायचं ठरलं होतं; तर E-KIAचा अर्थ Enemy Killed In Action असा होता. मोहीम फत्ते झाली! अर्थात बिन लादेन संपल्याची जवळपास खात्री झालेली असली तरी सील्सनी तिथून सुखरूप परतणं गरजेचं होतं. या परतीच्या प्रवासात त्यांना एके ठिकाणी इंधन भरण्यासाठी थांबावंसुद्धा लागणार होतं. काही सील्सनी बिन लादेन होता त्या ठिकाणच्या संगणकीय माहितीच्या डिस्क्स, फ्लॅश ड्राईव्ह्ज इत्यादी गोष्टी गोळा केल्या. इतरांनी या घरात राहणाऱ्या स्त्रिया आणि मुलं यांना खाली सुरक्षित ठिकाणी जायला सांगितलं. त्यानंतर खराब झालेलं ब्लॅक हॉक स्फोटानं बेचिराख करण्यात आलं. मदतीसाठी आलेल्या एका हेलिकॉप्टरमध्ये बिन लादेनचा मृतदेह ठेवण्यात आला. सगळी हेलिकॉप्टर्स अफगाणिस्तानच्या दिशेनं उडाली. मोहीम सुरू झाल्यापासून चार तासांच्या आत सगळे अफगाणिस्तानमधल्या आपल्या मूळ तळावर परतले. बिन लादेनला समुद्रात अज्ञात स्थळी जलसमाधी देण्यात आली.

अमेरिकी जनतेला या अत्यंत सनसनाटी आणि आनंददायी बातमी सांगण्यापूर्वी ओबामानं हयात असलेल्या चार अमेरिकी राष्ट्रपतींना फोन करून या घटनेची माहिती दिली. जेव्हा त्यानं बिलला फोन केला तेव्हा 'हिलरीनं तुला सांगितलंच असेल की ...' अशी सुरुवात केली. बिलला या सगळ्याची अजिबातच कल्पना नव्हती. म्हणजे हिलरी खरोखरच आपल्याजवळची खास गुपितं एकदम निष्ठेनं जपत होती तर!

◆

लीबियातलं बेनगाझी प्रकरण

एकीकडे ओबामा सरकार बिन लादेनला खतम करण्यासाठी झटत असताना दुसरीकडे अरब जगतामध्ये सुरू असलेल्या अभूतपूर्व घडामोडींनी हिलरीला गुंतवून टाकलं. परराष्ट्रमंत्री म्हणून जबाबदारी बघण्याचं हिलरीचं हे चौथं म्हणजेच शेवटचं वर्ष होतं. २०११ सालच्या जानेवारी महिन्यात ट्युनिशिया देशात एका विक्रेत्यानं आपल्या हुकूमशाही सरकारला विरोध करण्यासाठी स्वतःला रस्त्यात जाळून घेतलं. या घटनेचे तीव्र पडसाद उमटले आणि ट्युनिशियामध्ये क्रांती सुरू झाली. हा घटनाक्रम साधासुधा नसून तो भलताच पेटणार, याची हिलरीला लगेचच कल्पना आली. कतार देशात भरलेल्या एका परिषदेत हिलरीनं अरब नेत्यांना हुकूमशाही, भ्रष्टाचार, बेरोजगारी यांच्या मिश्रणामुळे परिस्थिती बिघडणार असल्याचा इशारा दिला. लोक या सगळ्याला कंटाळले असून त्यांना आमूलाग्र बदल हवे असल्याचं मत तिनं व्यक्त केलं. तरीसुद्धा पुढे काय घडणार आहे याची पुरेशी तीव्रता तिलासुद्धा जाणवली नसावी. ट्युनिशियामध्ये हुकूमशाही सत्ता उलथून टाकण्यात आली. त्यापाठोपाठ इजिप्त, येमेन, बहारिन, लीबिया या देशांमध्ये अशाच प्रकारचे उठाव झाले. आपल्या शेजारपाजारच्या देशांमध्ये होत असलेल्या आंदोलनांमधून स्फूर्ती घेत या देशांनी क्रांती घडवून आणण्यासाठी उपलब्ध असलेले सगळे मार्ग वापरले. तरीसुद्धा लीबियाचा अपवाद वगळता इतर देशांमध्ये फार हिंसाचार झाला नाही. या घटनाक्रमाला नंतर 'अरब स्प्रिंग' म्हणजेच 'अरब देशांमधला वसंत ऋतू' असं नाव पडलं. फेब्रुवारी महिन्यात अमेरिकेच्या टेकूच्या आधारे अनेक वर्षं इजिप्तच्या सत्तेची सूत्रं आपल्या हाती एकवटणारा होस्नी मुबारक हा हुकूमशाह पदच्युत झाला.

लीबियामध्ये मात्र रक्तरंजित क्रांती झाली. तेलानं समृद्ध असलेल्या या उत्तर आफ्रिकी देशामधली क्रांती फेब्रुवारी महिन्याच्या मध्यावर सुरू झाली आणि लवकरच

हिंसाचारानं ग्रस्त झाली. तिथला हुकूमशाह मुअम्मर गद्दाफी हा पूर्वीपासूनच अमेरिकेचा कट्टर विरोधक होता. त्यानं आपल्या विरोधात उठाव केलेल्यांना दाबून टाकण्यासाठी हिंसेचा मार्ग वापरला. बेनगाझी या लीबियाई शहरात उठावाला सुरुवात झाली होती. तो ठेचून काढण्यासाठी मार्च महिन्याच्या मध्यावर गद्दाफीचे सैनिक मोठ्या संख्येनं तिथं दाखल झाले. यात हजारो निष्पाप लोक ठार होण्याची भीती अमेरिका आणि इतर देश यांना वाटायला लागली. गद्दाफीच्या आक्रमणाची धार बोथट करण्यासाठी या भागामध्ये उड्डाणबंदी करण्याची संकल्पना हिलरीनं मांडली. म्हणजे मग गद्दाफीला तिथं हवाई आक्रमण करणं किंवा विमानांनी लष्करी कुमक धाडणं अशक्य झालं असतं. तसंच लीबियामधल्या जनतेला सहजपणे आपण वाऱ्यावर सोडणार नसल्याचा संदेश इतर जगाकडून गेला असता. संरक्षणमंत्री रॉबर्ट गेट्सनं लीबियामध्ये अमेरिकी लष्कर घुसवायला किंवा इतर प्रकारे लीबियामध्ये लुडबूड करण्याला विरोध केला. लीबियामधल्या घडामोडींमुळे अमेरिकेचं कसलंही थेट नुकसान होत नाही किंवा अमेरिकेला कुठलाही धोका पोहोचत नाही, असं त्याचं मत होतं. उड्डाणबंदी करण्याची सुरुवातच मुळात लीबियाचं हवाई दल उद्ध्वस्त करण्यानं झाली असती. म्हणजेच अमेरिकेनं हे करणं अपेक्षित होतं. आधीच अफगाणिस्तान आणि इराक इथल्या दोन युद्धांमध्ये गुंतलेली अमेरिका पार थकून गेलेली असताना आता नव्यानं लीबियामध्येही आपलं लष्कर धाडायचं किंवा तिथं हवाई हल्ले करायचे, हा आतबट्ट्याचा व्यवहार ठरेल, असं गेट्सला वाटत होतं. उपराष्ट्रपती बायडेनचंही असंच मत होतं.

हिलरीला मात्र अमेरिकेनं लीबियामधल्या घडामोडींकडे दुरून बघत राहण्याला विरोध केला. गद्दाफी आपल्या जनतेचं हत्याकांड घडवून आणत असताना अमेरिकेनं काहीच करायचं नाही, हे तिला पटत नव्हतं. अमेरिकेच्या राष्ट्रीय सुरक्षा परिषदेवर हिलरीखेरीज असलेल्या इतर दोन महिलांनाही तसंच वाटत होतं. यामुळे जोरदार वाटाघाटी सुरू झाल्या. यासाठी जेमतेम सहा दिवसांच्या काळात हिलरीनं तब्बल बत्तीस हजार किलोमीटर्सचा हवाई प्रवास केला! यामुळे व्हॅनिटी फेअर या नियतकालिकाच्या अचंबित झालेल्या वार्ताहरानं 'हिलरीनं आता आपला विमानातला सीट बेल्ट फॅशनसाठी म्हणून विमानाबाहेरसुद्धा वापरायला हरकत नाही' असं गमतीनं लिहिलं. आश्चर्यकारकरीत्या एकवीस अरब देशांनी आपल्या एकतेचा फार विचार न करता लीबियामध्ये उड्डाणबंदी जाहीर करण्याला पाठिंबा दिला. रशियाकडून आपल्या प्रस्तावाला विरोध होऊ शकतो याची जाणीव असल्यामुळे हिलरीनं रशियन परराष्ट्रमंत्र्याला फोन केला. त्यानं लीबियामधल्या उड्डाणबंदीला रशियाचा विरोध असल्याचं सांगताच हिलरीनं आपण उड्डाणबंदीचा गैरवापर करून लिबियामध्ये अमेरिकी लष्कर उतरवणार नसल्याची ग्वाही दिली. याच्या मोबदल्यात रशियानं अमेरिकेच्या उड्डाणबंदीच्या

प्रस्तावाला संयुक्त राष्ट्रसंघाच्या सुरक्षा परिषदेमध्ये आपल्या निर्णायक मताचा वापर करून विरोध करू नये, अशी विनंती हिलरीनं त्याला केली. त्याच दिवशी घेण्यात आलेल्या या मतदानात दहा मतं उड्डाणबंदी करण्याच्या बाजूनं पडली तर रशियासकट पाच देशांनी मतदानात सहभाग घेतला नाही.

१९ मार्च रोजी अमेरिकेसकट काही युरोपीय देशांनी लीबियावर हवाई हल्ले सुरू केले. अमेरिकी नौदलानं आपल्या युद्धनौकांमधून शंभरहून जास्त क्षेपणास्त्रं लीबियाच्या रडार यंत्रणेवर सोडली आणि ती उद्ध्वस्त करून टाकली. याखेरीज लीबियाई लष्कराचंही यामुळे नुकसान झालं. नाइलाजानं गद्दाफीनं बेनगाझीमधून आपलं लष्कर मागे घेतलं. अमेरिकेला वाटलं तेवढ्या सहजपणे लीबियाला नेस्तनाबूद करणं मात्र जमलं नाही. साहजिकच या लढ्यामध्ये अमेरिकेनं एकट्यानं पुढाकार घेण्याऐवजी त्याचं नेतृत्व दुसऱ्या महायुद्धानंतर सोव्हिएत युनियनला शह देण्यासाठी म्हणून स्थापन केलेल्या 'नॉर्थ अॅटलांटिक ट्रिटी ऑर्गनायझेशन (नाटो)' या अमेरिका-युरोप यांच्या संयुक्त दलाकडे देण्यात आलं. अखेर २०११ सालच्या ऑगस्ट महिन्याच्या अखेरीला गद्दाफीचं सरकार कोसळलं. गद्दाफी मात्र भूमिगत होण्यात यशस्वी ठरला. २०११ सालच्या ऑक्टोबर महिन्यात हिलरीनं पाच दिवसांमध्ये पाच देशांना भेट दिली. यात लीबियाचाही समावेश होता. तिथल्या लीबिया शहरामध्ये हिलरीनं गद्दाफीपश्चात स्थापन करण्यात आलेल्या हंगामी सरकारमधल्या वरिष्ठ नेत्यांची भेट घेतली. योगायोगानं यानंतर दोनच दिवसांनी गद्दाफीच्या विरोधात लढणाऱ्यांनी लपून बसलेल्या गद्दाफीला शोधून काढलं आणि त्याचे हाल करून त्याला ठार केलं. गद्दाफीच्या अंतानंतर लीबियाची सूत्रं कुणाकडे द्यायची हे ठरवणं सोपं नव्हतं. अनेक स्थानिक नेत्यांनी या पदावर दावा ठोकला. परिस्थिती नियंत्रणाखाली येईपर्यंत आणि लीबियामध्ये लोकशाहीची काही प्रमाणात तरी सुरुवात होईपर्यंत तिथल्या कारभारावर लक्ष ठेवण्यासाठी बावन्न वर्षीय ख्रिस स्टीव्हन्स या अनुभवी माणसाला अमेरिकेनं आपला लीबियामधला राजदूत म्हणून धाडलं. त्यानं ट्रिपली शहरातून आपल्या कारभाराची सूत्रं चालवायला सुरुवात केली.

२०१२मध्ये स्टीव्हन्सनं एका आठवड्यासाठी बेनगाझी शहरात मुक्काम केला. स्टीव्हन्सचे या शहरात भरपूर खबरे होते. तसंच लीबियामधल्या गद्दाफी-विरोधकांशी चर्चा करण्यासाठीही त्यानं प्रयत्न केले. या मंडळींनी आपलं नवं सरकार वाटाघाटींनंतर उभं केलं. बेनगाझी शहरात पूर्ण सुरक्षा असलेलं ठिकाण उपलब्ध नसल्यामुळे स्टीव्हन्स एका तात्पुरत्या इमारतीतून कामकाज बघत होता. एखाद्या दूतावासाभोवती जशी कडेकोट सुरक्षाव्यवस्था असते, तसं इथं अजिबातच नव्हतं. नंतर मिळालेल्या एका डायरीमध्ये स्टीव्हन्सनं 'इथली परिस्थिती धोकादायक आहे आणि इथं कायमच असुरक्षित वाटतं' अशा नोंदी केल्याचं आढळलं. तरीसुद्धा

स्टीव्हन्स तिथं तसा खूश होता. आपल्याला खूप आव्हानात्मक असं काहीतरी करायला मिळत असल्याचं समाधान त्याला होतं. ११ सप्टेंबर २०१२ या दिवशी रात्री नऊ वाजता स्टीव्हन्सनं आपलं काम संपवलं. यानंतर साधारण एका तासानंतर काही सशस्त्र लोकांनी या इमारतीला वेढा घातला. काही जणांनी इमारतीचं मुख्य प्रवेशद्वार तोडून इमारतीत प्रवेश केला. मुख्य इमारतीच्या शेजारी इतरही इमारती होत्या. सगळीकडे हे लोक घुसले. हा हल्ला काही स्थानिक अतिरेक्यांनी घडवून आणल्याचं नंतर सिद्ध झालं; पण याखेरीज अमेरिकेमध्ये अज्ञात व्यक्तींनी महंमद पैगंबरांची थट्टा करणारा व्हीडिओसुद्धा पसरवणं याला कारणीभूत ठरल्याचं आढळलं. हल्लेखोरांनी बेधुंद गोळीबार सुरू केल्यावर एका अमेरिकी सुरक्षारक्षकानं स्टीव्हन्स आणि दुसरा एक अमेरिकी अधिकारी यांना एका त्यातल्या त्यात सुरक्षित ठिकाणी लपवण्याचा प्रयत्न केला. हल्लेखोरांनी संबंधित इमारत पेटवून दिली. यामुळे स्टीव्हन्स आणि इतर दोघं लोक धुराच्या लपेट्यात अडकले. त्यांनी तिथल्याच बाथरूममध्ये प्रवेश केला. तिथेही धूर पसरायला लागल्यामुळे सुरक्षारक्षकानं स्टीव्हन्स आणि दुसरा अधिकारी यांना तिथून एका आपत्कालीन खिडकीपाशी नेण्याचा प्रयत्न केला; पण त्यानं मागे वळून बघितलं तेव्हा त्याला हे दोघंही दिसले नाहीत. खूप प्रयत्न करूनसुद्धा त्याला ते न दिसल्यामुळे शेवटी त्यानं स्वतःची या खिडकीतून बाहेर उडी मारून कशीबशी सुटका करून घेतली. इतर काही अमेरिकी लोकांप्रमाणेच तोही तिथून साधारण दोन किलोमीटर्स अंतरावरच्या सीआयएच्या एका सुरक्षित ठिकाणी जाऊन पोहोचला. त्या रात्री तिथंही हल्ला झाला. दोन अमेरिकी लोक ठार आणि इतर अनेक जण जखमी झाले. स्टीव्हन्स आणि दुसरा अधिकारी यांचे विषारी वायूमुळे निष्प्राण झालेले मृतदेह मात्र मूळ इमारतीत सापडले.

१९७९ सालानंतर प्रथमच कार्यरत असलेल्या अमेरिकी राजदूताची हत्या घडण्याचा धक्कादायक प्रसंग घडला होता आणि हिलरी परराष्ट्रमंत्री असताना हे झाल्यामुळे तिच्याकडे जबाबदारीची सुई वळली. हिलरीला या हल्ल्याविषयीची पहिली खबर मिळताच तिनं तातडीनं यातून मार्ग काढण्यासाठीची धडपड सुरू केली होती. तसंच तिनं व्हाईट हाउसलाही याविषयीचा निरोप पाठवला होता. अमेरिकेच्या ट्रिपली शहरातल्या दूतावासाला तातडीनं बेनगाझीमध्ये मदत पाठवण्याचे आदेश देण्यात आले. तसंच हंगामी लीबियन सरकारकडेही मदत मागण्यात आली. अर्थातच याला फारसं यश आलं नाही. दुसऱ्या दिवशी काही मोजके जिवंत अमेरिकी लोक आणि बहुतेक जणांचे मृतदेह विमानानं बेनगाझीमधून बाहेर काढण्यात आले. हादरलेल्या हिलरीनं स्टीव्हन्सची बहीण आणि त्याच्या सहकाऱ्याची पत्नी यांना फोन करून त्यांचं सांत्वन केलं. अमेरिकेसाठी ते शहीद झाल्याचं जनता कधीच विसरणार नाही, असं तिनं त्यांना सांगितलं. यानंतर माध्यमांशी बोलताना हिलरीनं

या हिंसाचाराचा तीव्र निषेध केला.

या प्रकरणाची चौकशी करण्यात आली. २०१२ सालच्या डिसेंबर महिन्यात चौकशी अहवालात सुरक्षा व्यवस्थेमध्ये मोठ्या त्रुटी असल्याचं नमूद करण्यात आलं. या हल्ल्याआधीच्या सहा महिन्यांमध्ये या इमारतींवर दोन छोटे हल्ले झालेले असूनही अमेरिकेनं त्याकडे दुर्लक्ष केल्यामुळे हे घडल्याचा निष्कर्ष काढण्यात आला. या इमारतींच्या सुरक्षेमध्ये काही बारीकसारीक सुधारणा करण्यात आल्या असल्या तरीसुद्धा अमेरिकी संसदेनं यासाठीच्या निधीमध्ये कपात करायचं ठरवल्यामुळे अपेक्षित असलेल्या सुरक्षेपेक्षा बरीच कमी सुरक्षा तिथं होती. या अहवालामुळे हिलरीनं तातडीनं जगभरातल्या अमेरिकी दूतावासांच्या सुरक्षेचा आढावा घेऊन त्यामधल्या त्रुटी कमी करण्याचे आदेश दिले. अमेरिकी संसदेच्या काही प्रतिनिधींची आणखी एक चौकशी समिती नेमण्यात आली. या प्रकरणाविषयी ओबामा सरकारनं सुरुवातीला दिलेली माहिती सगळ्यांची दिशाभूल करणारी होती का, याची खातरजमा या समितीला करायची होती.

२०१२ सालच्या नोव्हेंबर महिन्यात ओबामाची दुसऱ्यांदा राष्ट्रपतिपदावर निवड झाली. हिलरीलाही परत एकदा परराष्ट्रमंत्री म्हणून काम करायचं आहे का असं ओबामानं तिला विचारलं; पण हिलरीनं त्याला नम्रपणे नकार दिला. आपल्याला एकदाच ही जबाबदारी स्वीकारायची असल्याचं तिनं अगदी सुरुवातीला सांगितलं होतं आणि आताही ती आपल्या निर्णयावर एकदम ठाम होती. बेनगाझी प्रकरणाची चौकशी करणाऱ्या समितीसमोर डिसेंबर महिन्याच्या मध्यावर हिलरीला साक्ष देण्यासाठी हजर राहायचं होतं; पण त्याच्या काही दिवस आधी पोटाच्या अकस्मात उद्भवलेल्या एका दुखण्यामुळे ती चक्कर येऊन पडली होती. यामुळे तिला अधूनमधून भोवळ आणि समोरच्या वस्तू दोन वेळा दिसणं, असे त्रास व्हायला लागले. यामुळे चौकशी समितीसमोर साक्ष देण्यासाठी तिनं आपल्या दोन सहकाऱ्यांना पाठवलं. काही जणांनी कुत्सितपणे हिलरीला 'बेनगाझी ताप' आल्याची टीका केली. डिसेंबरच्या अखेरीला हिलरीला बरं वाटत नसल्यामुळे इस्पितळात दाखल करावं लागलं. तेव्हा तिच्या उजव्या कानामागे रक्ताची गुठळी झाल्याचं आढळून आलं. हे तिच्यासाठी खूप धोकादायक ठरू शकलं असतं. याचं कारण म्हणजे तिच्या मेंदूमध्ये रक्तस्राव होणं किंवा तिला मेंदूचा झटका येणं असे धोके संभवत होते. यानंतर पुन्हा अशा गुठळ्या होऊ नयेत म्हणून तिनं दीर्घ काळ रक्त पातळ करणारी औषधं घेणं आवश्यक असल्याचं डॉक्टरांनी सांगितलं.

जानेवारीमध्ये संसदेच्या दोन्ही सभागृहांच्या समित्यांसमोर साक्ष देण्यासाठी हिलरी स्वतः हजर राहिली. तिनं या खेपेला कॉण्टॅक्ट लेन्सेस न घालता जाडजूड चश्मा घातला असल्याचं माध्यमांनी ठळकपणे सगळ्यांच्या निदर्शनाला आणून

दिलं. घडलेल्या सगळ्या घटनांची जबाबदारी हिलरीनं स्वतःवर घेतली आणि आपण आपला देश आणखी सुरक्षित तसंच भरभक्कम करण्यासाठी कटिबद्ध असल्याची ग्वाही तिनं दिली. जेव्हा बेनगाझीमधून मृतदेह अमेरिकेमध्ये आणण्यात आले तेव्हाच्या प्रसंगाचं वर्णन करताना हिलरीला हुंदका आवरणं कठीण झालं. कसंबसं अश्रूंना थोपवतच तिनं याविषयीचं भाष्य केलं. हा केवळ आपल्या कामाचा भाग नसून अगदी वैयक्तिक पातळीवरसुद्धा आपल्यावर या घटनेचे खूप परिणाम झाले असल्याचं तिनं कबूल केलं. तसंच बेनगाझीमध्ये अपुरी सुरक्षा व्यवस्था असण्याला आपण जबाबदार नसल्याचं स्पष्ट करत यासंबंधीचे कुठलेच निर्णय आपल्या अखत्यारीत नसल्याचं तिनं सांगितलं. चौकशी समितीमधल्या सिनेटर्सनी मात्र सुरुवातीला ओबामा सरकारनं हा हल्ला अमेरिकी माणसाच्या वादग्रस्त व्हिडिओला प्रत्युत्तर म्हणून झाला असल्याचं आणि नंतर मात्र संघटितरीत्या केला असल्याचं का सांगितलं, हा प्रश्न ताणून धरला. हिलरीनं त्याचं उत्तर विस्तृतपणे दिलं तरीसुद्धा या प्रश्नकर्त्यांचं समाधान न झाल्यामुळे त्यांनी वारंवार हिलरीला निरनिराळ्या मार्गांनी अडचणीत आणण्याचा प्रयत्न केला. अखेर हिलरीची सहनशक्ती संपली आणि तिनं भडकून हा हल्ला नक्की कशामुळे झाला हे ठरवणं हा मुख्य मुद्दा नसल्याचं आपलं मत असल्याचं स्पष्ट केलं. जे घडलं ते नक्की काय होतं आणि ते पुन्हा घडू नये यासाठी आपण काय केलं पाहिजे, यावर भर देणं गरजेचं असल्याचं ती म्हणाली.

जवळपास एकशेबारा देशांना भेट दिल्यानंतर आणि सतरा लाख किलोमीटर्सचा हवाई प्रवास केल्यानंतर आपल्या चार वर्षांच्या परराष्ट्रमंत्रिपदाच्या कारकिर्दीचा अशा प्रकारे शेवट करणं खरं म्हणजे हिलरीला अगदीच अमान्य होतं; पण या सगळ्या गोष्टी तिच्या नियंत्रणापलीकडच्या ठरल्या. इतक्या व्यापक स्वरूपावर विदेशी नेत्यांशी संबंध प्रस्थापित करणं खरं म्हणजे अभूतपूर्व होतं; पण लोकांच्या मनात बेनगाझी प्रकरण आणि हिलरी यांचं समीकरण जुळावं याला ती काही करू शकत नव्हती. आपल्या कारकिर्दीमध्ये अनेक चांगल्या गोष्टी घडूनसुद्धा हा दुर्दैवी शेवट बहुतेक सगळ्यांच्या लक्षात राहणार, याची खंत तिला लागून राहिली. अर्थात अगदी जग बदलून टाकणाऱ्या किंवा विलक्षण काहीतरी घडवून आणणाऱ्या गोष्टी तिच्या हातून घडल्या नाहीत; पण अनेक प्रश्नांच्या संदर्भात तिचं काम नक्कीच प्रभावी ठरलं होतं. आता आपल्याला आराम करायचा असल्याचं हिलरी सगळ्यांना सांगत असली तरी तिच्यावर फारसा कुणी विश्वास ठेवला नाही. हिलरीला सतत कार्यरत राहणं आणि कामात गुरफटून घेणं आवडत असल्यामुळे ती नक्कीच पुन्हा राजकारणात कुठल्या ना कुठल्या मार्गानं प्रवेश करणार, असं लोक म्हणत राहिले.

◆

अघटित!

२००८-२०१२ ही ओबामाच्या राष्ट्रपतिपदाची पहिली मुदत संपल्यावर फेरनिवडीसाठी ओबामा उत्सुक असल्याची सगळ्यांना जाणीव होती. साहजिकच डेमोक्रॅटिक पक्षातर्फे ओबामा हाच उमेदवार असणार, हे उघड होतं. हिलरीचं नाव नव्यानं चर्चेत येण्याचा प्रश्न नव्हता. २०१६ मध्ये मात्र हिलरी पुन्हा राष्ट्रपतिपदासाठी उत्सुक असल्याची चर्चा २०१२ मध्ये ओबामानं फेरनिवडीसाठी आपला दावा ठोकताच सुरू झाली. हिलरीनं मात्र अर्थातच याविषयी कुठलंही भाष्य करायचं टाळलं. २०११ मध्ये सीएनएननं हिलरीला राष्ट्रपतिपदाविषयी विचारलं असता, आपल्याला त्यात अजिबात रस नसल्याचं उत्तर तिनं दिलं होतं. २०१३ मध्ये हिलरीनं जेव्हा सार्वजनिक राजकारणामधून विश्रांती घ्यायचं ठरवलं, तेव्हा तब्बल तीन दशकांनंतर प्रथमच ती एखाद्या सर्वसामान्य नागरिकासारखं आयुष्य जगायला लागली. आपल्याला काही काळ निवांत घालवायचा आहे, एक पुस्तक लिहायचं आहे आणि समाजसेवा करायची आहे, असं तिनं सांगितलं. समीक्षक आणि विश्लेषक मात्र तिच्यावर अजिबात विश्वास ठेवायला तयार नव्हते. २०१६ सालच्या राष्ट्रपतिपदाच्या निवडणुकीसाठी हिलरीच डेमोक्रॅटिक पक्षाची उमेदवार असणार असं त्यांनी गृहीत धरलं. हिलरीचे माजी सहायक तसंच तिचे समर्थक यांनी 'हिलरीसाठीची तयारी' म्हणून एक मोहीमसुद्धा उघडली. दरम्यान 'प्रथमच आपण समलिंगींच्या विवाहाला अनुकूलता दर्शवत असल्याचं,' विधान करून हिलरी परत एकदा काही काळ प्रकाशझोतात आली. आता ती ट्विटरवरही होती.

दीर्घ काळानंतर बिल आणि हिलरी यांनी एकत्र वेळ घालवला. अगदी एखाद्या सर्वसामान्य जोडप्याप्रमाणे वेळ घालवायला आम्हाला खूप मजा येत असल्याचं तिनं एका मुलाखतीत सांगितलं. २०१३ मध्ये तिनं बिलच्या सामाजिक संस्थेशी स्वतःला जोडून घेतलं आणि स्त्रिया, तसंच लहान मुलं यांच्यासाठीचं काम हाती घेतलं. याखेरीज बिलप्रमाणेच तिनं भाषणांसाठीची आमंत्रणं स्वीकारायला सुरुवात

केली. एका भाषणासाठी तिला तब्बल दोन लाख डॉलर्सपर्यंतचा मोबदला मिळे! यामधला बहुतेक हिस्सा ती आपल्या सामाजिक संस्थेच्या निधीला देत असे. याखेरीज तिच्या डोक्यात खदखदत असलेले विचार २०१४ सालच्या जून महिन्यात 'हार्ड चॉईसेस' या तिच्या पुस्तकाच्या रूपानं बाहेर आले. आपल्या वयाच्या सहासष्टाव्या वर्षी हिलरी आपल्या पुस्तकाचा प्रचार करण्यासाठी खूप फिरली. २००८ मध्ये राष्ट्रपतिपदासाठीच्या प्रचारासंबंधीच्या धोरणांमध्ये आपण कमी पडलो, बेनगाझी प्रकरणात आपल्या हातून कसलीही चूक घडली नाही आणि आता बातम्यांमध्ये पुन्हा एकदा झळकत असलेल्या मोनिका लुईन्स्कीच्या इतिहासाविषयी आपल्याला काहीही बोलायचं नाही, अशी भूमिका तिनं स्वीकारली.

तेवढ्यात क्लिंटन दांपत्यानं आपल्या भाषणांमधून केलेल्या भरघोस कमाईचा मुद्दा एका मुलाखतीत निघाला. या भाषणांमधून हिलरीला पन्नास लाख डॉलर्सची आणि बिलला तर त्याहून जास्त कमाई झाल्याचा दावा मुलाखतकर्तीनं केला. २००८ मध्ये आपल्या राष्ट्रपतिपदाच्या उमेदवारीसाठीच्या प्रयत्नांच्या वेळी हिलरीनं आपल्या आर्थिक व्यवहारांची माहिती उघड केली होती. त्यानुसार २०००-२००८ या काळात क्लिंटन दांपत्याचं उत्पन्न तब्बल एक कोटी नऊ लाख डॉलर्सचं असल्याचं स्पष्ट होतं. हिलरीनं याविषयी अत्यंत आक्रमक भूमिका घेतली. बिलच्या कार्यकालानंतर व्हाईट हाउसमधून आपण जेव्हा बाहेर पडलो, तेव्हा आपण अक्षरशः कफल्लक असल्याची आठवण तिनं करून दिली. आपल्यावर तेव्हा कर्जही असल्याचं तिनं स्पष्ट केलं. साहजिकच आपल्या घराचे हफ्ते, चेल्सीचं शिक्षण अशा गोष्टींसाठीची अर्थिक जुळवाजुळव करतानाही तेव्हा आपल्या नाकीनऊ आल्याचा उल्लेख तिनं केला.

अर्थातच टीकाकारांनी हे हसण्यावारी नेलं. याचं कारण म्हणजे जरी तेव्हा कागदोपत्री क्लिंटन दांपत्य कर्जात बुडालेलं दिसत असलं तरी वीस लाख डॉलर्स किमतीचं घर विकत घेणं त्यांना मित्र आणि योग्य ठिकाणचे संबंध यामुळे शक्य झालं होतं. तसंच लोकांच्या वार्षिक उत्पन्नाहून जास्त रक्कम एका भाषणात कमवायची संधी नेमकी त्यांनाच कशी काय मिळते, असा प्रश्नही विचारला जात होता. साहजिकच हिलरीच्या या विधानावर खूप टीका झाली. ती नेहमीप्रमाणे खोटारडेपणा करत असल्याची प्रतिक्रिया अनेक जणांनी दिली. एकूणच राजकारणी माणसानं कसं बोलू नये याचा उत्तम नमुना तिनं सादर केल्याचं मत बहुतेकांनी व्यक्त केलं. यानंतर तीन आठवड्यांनी आपण केलेलं भाष्य अचूक असलं तरी ते वेगळ्या शब्दांमध्ये करायला हवं असल्याचं ती म्हणाली.

आपल्या पुस्तकासाठी हिलरीनं केलेल्या दौऱ्यांमध्ये तिच्यासमोरच्या आव्हानांची झलक तिला पुरेपूर मिळाली. सहा महिन्यांच्या काळात या पुस्तकाच्या दोन लाख

साठ हजार प्रती खपल्या. तिच्या आधीच्या पुस्तकाच्या मानानं हा अगदीच किरकोळ आकडा होता. तरीसुद्धा अमेरिकाभर ती फिरली. २०१४ सालच्या सप्टेंबर महिन्यात शार्लट क्लिंटन मेझ्विन्स्की या नातीच्या जन्मामुळे बिल आणि हिलरी खूप आनंदले. तिला गोष्टी सांगणं आणि तिला लहानाचं मोठं होताना बघणं ही आपली स्वप्नं असल्याचं आणि त्यातून आपल्याला खूप काही शिकायला मिळगार असल्याचं हिलरीनं अत्यंत खूश होत पत्रकारांना सांगितलं. अर्थातच ही सगळी वरवरची मलमपट्टी होती.

२०१५ साली एप्रिल महिन्याच्या मध्यावर हिलरीनं अखेर २०१६ सालच्या राष्ट्रपतिपदाच्या निवडणुकीसाठीची आपली उमेदवारी जाहीर केली. हिलरी यासाठी उत्सुक असल्याच्या बातम्या केव्हापासूनच येत होत्या; फक्त आत्तापर्यंत ही अफवा असल्याचं हिलरी सांगत होती. आता मात्र तिनं या सगळ्यावर पडदा टाकला. २००८ सालच्या अपयशातून आपण धडा शिकलो असल्याचं तिला सिद्ध करून दाखवायचं होतं. प्रामुख्यानं मध्यम वर्गाला अमेरिकी स्वप्नापासून दूर फेकल्या गेल्याच्या भावनेतून बाहेर काढण्यासाठी आपल्याला झटावं लागेल याची तिला कल्पना होती. आता आपण श्रीमंत झालेलो असलो तरी आपल्या आईनं अगदी साधारण परिस्थितीमधून मार्ग काढत इतरांच्या मदतीनं स्वतःचं आयुष्य कसं घडवलं याची कहाणी सांगून अमेरिकी लोकांना प्रेरित करता येईल, अशी आशा तिला वाटत होती.

मतदारांचा विश्वास संपादित करणं आणि तो टिकवून धरणं, ही हिलरीसमोरची सगळ्यात मोठी आव्हानं होती. आपली उमेदवारी जाहीर करताच हिलरीला टीकेचा सामना करावा लागला. हिलरी परराष्ट्रमंत्री असताना बिलच्या संस्थेनं आपल्या विषयीची सगळी माहिती तसंच मिळालेल्या देणग्यांचे तपशील हे सगळं खुलं केलं नसल्याची कबुली दिली. याखेरीज परराष्ट्रमंत्री असतानाच्या काळात हिलरीनं आपल्या खासगी ई-मेल खात्याचा वापर केला असल्यामुळे प्रचंड मोठं वादळ निर्माण झालं. या खात्यावरून तिनं अत्यंत गोपनीय स्वरूपाच्या माहितीची देवाणघेवाण केली होती का, असा महत्त्वाचा प्रश्न चर्चेत आला. यामुळे ही माहिती सर्वसामान्य लोकांच्या, खासगी कंपन्यांच्या किंवा त्याहूनही वाईट म्हणजे अमेरिकेच्या शत्रूंच्या हाती लागली असेल तर त्यासाठी हिलरीलाच जबाबदार धरलं पाहिजे, असं सार्वमत होतं. आपल्या हातून नकळत ही चूक घडल्याचं आणि आपण आपलं अधिकृत सरकारी ई-मेल खातं वापरायला हवं असल्याचं आता पटल्याचं हिलरीनं मान्य केलं. तरीसुद्धा हिलरीच्या हातून घडलेल्या या चुकीला माफी नसल्याचं आणि म्हणूनच ती राष्ट्रपतिपदाला पात्र नसल्याचं अनेक जण म्हणत होते. याखेरीज जर हिलरीची राष्ट्रपतिपदी निवड झाली तर आपल्या वयाच्या एकोणसत्तराव्या वर्षी हे पद सांभाळण्याची तिची क्षमता असेल का आणि तिच्यामध्ये यासाठीची ऊर्जा असेल

का, असा बोचरा प्रश्न अनेक जण विचारत होते. आजवरच्या इतिहासात फक्त रोनाल्ड रीगनच याहून जास्त वय असताना अमेरिकी राष्ट्रपतिपदावर स्थानापन्न झाला होता.

हिलरीसमोर सुरुवातीला डेमोक्रॅटिक पक्षाच्या वतीनं उमेदवारी मिळवण्याचं आव्हान होतं. समाजवादी विचारसरणीकडे झुकणाऱ्या बर्नी सँडर्सनं हिलरीला जोरदार लढा दिला. हिलरीलाच पक्षाची उमेदवारी मिळणार असं चित्र दिसत असलं तरी मोठ्या जिद्दीनं सँडर्सनं झुंज दिली. मागच्या प्रयत्नांत ओबामाकडून पराभव झालेल्या हिलरीनं या खेपेला मात्र बाजी मारत सँडर्सला मागे टाकलं.

विरोधातल्या रिपब्लिकन पक्षातर्फे डोनाल्ड ट्रम्प या अत्यंत उद्धट, गर्विष्ठ, आत्मकेंद्री आणि अज्ञानी उमेदवारानं बाजी मारली. चिथावणीखोर भाषा वापरणाऱ्या ट्रम्पवर हिलरी मात करणार आणि जगातल्या सगळ्यात महत्त्वाच्या पदावर ती विराजमान होणार, हे आता जवळपास निश्चित झालं!

सगळ्यांना जे घडावं असं वाटतं ते नेहमी होतंच असं नाही! अघटित घडलं. हिलरी निवडणुकीत पराभूत झाली. हा धक्का पचवणं तिला स्वतःला तर अक्षरशः अशक्यच होतं. तिच्याच शब्दांमध्ये ९ नोव्हेंबर २०१६ रोजीच्या पराभवानंतरची परिस्थिती सांगायची तर :

न्यू यॉर्कमध्ये ९ नोव्हेंबरला थंडी आणि पाऊस यांचं मिश्रण होतं. आमची गाडी रस्त्यावरून जात असलेली बघून रस्त्याच्या दुतर्फा जमलेल्या लोकांनी आमच्या गाडीकडे आपल्या नजरा वळवल्या. काहीजण रडत होते. काहीजणांनी आपला पाठिंबा कायम असल्याचं दर्शवण्यासाठी आपल्या हाताची मूठ वळवून माझ्याकडे इशारा केला. काही लोकांनी आपल्या छोट्या मुलांना हातात उंच धरलं होतं. या वेळी मात्र हे सगळं बघून माझं मन आनंदित होण्याऐवजी पार निराशेत बुडून गेलं. त्या सकाळी मी आणि बिल - आम्ही दोघंही अक्षरशः निस्तेज आणि काळेनिळे झालो होतो. आदल्याच रात्री सगळ्या देशवासीयांचे आभार मानण्यासाठी छानदार पांढरा पोषाख घालण्याची स्वप्नं मी बघत होते. प्रत्यक्षात मात्र तो पांढरा पोषाख बॅगेतच राहिला. करडा-जांभळा पोषाख बाहेर आला. (आपला पराभव मान्य करण्यासाठीच्या भाषणादरम्यान घालण्यासाठीचा) माझं हे भाषण संपल्यावर मी शक्य तितक्या लोकांना आलिंगन दिलं. दीर्घ काळापासून मैत्री असलेले तसंच माझ्या प्रचारादरम्यान महत्त्वाची भूमिका बजावलेले असे असंख्य लोक तिथे होते. त्यामधल्या अनेकजणांच्या डोळ्यांमधून अश्रूंच्या धारा वाहत होत्या. माझे डोळे मात्र कोरडे होते. मला अचानकपणे शांत वाटत होतं. माझं डोकंही एकदम ठिकाणावर असल्यासारखं काम करत होतं. ही सकाळ कशीबशी पार पाडायची, जमलेल्या सगळ्या लोकांसमोर ओढूनताणून चेहऱ्यावर स्मितहास्य आणायचं ही माझ्यावरची मुख्य जबाबदारी होती. कदाचित हे स्वनियंत्रण मला कित्येक दशकांच्या सरावामुळे

सहजपणे जमलं असावं.

हिलरीनं आपला पराभव मान्य केला; पण अमेरिकेमध्ये कित्येकजणांना हा धक्का अजिबात पचला नाही. ट्रम्पच्या विरोधात निदर्शनं झाली, मोर्चे निघाले; अर्थातच याचा फारसा उपयोग झाला नाही.

ट्रम्प जिंकला असं म्हणण्याऐवजी अमेरिका पराभूत झाली असं म्हणणं कदाचित जास्त योग्य ठरावं!

◆

संदर्भ सूची

क्र.	पुस्तक/वेब साईट/संदर्भ	लेखक	प्रकाशक
1.	Hillary: A Biography of Hillary Rodham Clinton	Karen Blumenthal	Bloomsbury
2.	My Life	Bill Clinton	Alfred A Knopf New York
3.	The American Presidents: Biographies of the Chief Executives, from George Washington to Barack Obama	David C Whitney and Robin Vaughn Whitnery	The Reader's Digest
4.	The American President: Detailed Biographies,Historical Timelines, From George Washington to Barack Obama	Kathryn Moore	Fall River Press
5.	Hard Choices: A Memoir	Hillary Clinton	Simon & Schuster
6.	Living History	Hillary Rodham Clinton	Headline Book Publishing
7.	Clinton, Inc. The Audacious Rebuilding Of a Politial Machine	Daniel Halper	Broadside Books
8.	Unlikeable: The Problem With Hillary	Edward Klein	Regnery Publications
9.	What Happened	Hillary Clinton	Simon and Schuster